झोंबडं

महादेव मोरे

मेहता पब्लिशिंग हाऊस

Please contact us at **Mehta Publishing House,** Pune 411030.
✆ +91 020-24476924 / 24460313 / Mob. No. 9545000513
Email : production@mehtapublishinghouse.com
Website : www.mehtapublishinghouse.com

- *या पुस्तकातील लेखकाची मते, घटना, वर्णने ही त्या लेखकाची असून त्याच्याशी प्रकाशक सहमत असतीलच असे नाही.*

ZOMBADA by MAHADEV MORE

झोंबडं : महादेव मोरे / कादंबरी

Email : author@mehtapublishinghouse.com

प्रकाशक : सुनील अनिल मेहता, मेहता पब्लिशिंग हाऊस,
१९४१, सदाशिव पेठ, माडीवाले कॉलनी, पुणे – ४११०३०.

मुद्रक : ट्रिनिटी ॲकॅडमी फॉर कॉर्पोरेट ट्रेनिंग लिमिटेड

मुखपृष्ठ : चंद्रमोहन कुलकर्णी

प्रकाशनकाल : जानेवारी, १९९० / जुलै, १९९९ / पुनर्मुद्रण : जून, २०१६

किंमत : ₹ १९५

P Book ISBN 9788171619269
E Book ISBN 9789386888181
E Books available on : amazonkindle Apple Books Google Play Books

---

मित्रवर्य डॉ. रमेश शिप्पूरकर यांना...!

प्राध्यापकाचं आरामशीर जीणं
जगण्याची संधी लाभूनही,
जे वेळोवेळी अनेक
सामाजिक व राजकीय चळवळीत
प्रत्यक्ष भाग घेऊन,
बांधिलकीचे टाळ कुटत बसणाऱ्यांना
स्वत:च एक धडा घालून देतात!

– महादेव मोरे

दोन शब्द

मराठी साहित्यातील रूढ चाकोरीहून काही वेगळं लिहिण्याचा, वेगळे प्रयोग करण्याचा माझा सतत प्रयत्न असतो. 'झोंबडं' मध्येही मराठी कादंबरीतील रूढ संकेत व ठोकताळ्यांना बगल देऊन कादंबरीच्या फॉर्ममध्येच काही वेगळं देण्याचा माझा प्रयत्न वाचकांना निश्चित जाणवेल. भारतात अनेक वेळा, अनेक ठिकाणी व अनेक कारणांनी नित्यच चळवळी व आंदोलने होत असतात... हा काल म्हणजे एक गरगर फिरणारा, नदीच्या महापुरातील पाण्यातला भोवरा असतो. त्यात सापडणारे लोक, लोकनेते व लोकांचे प्रश्न नि लोकांनीच निवडून दिलेले सरकार, सरकारी अधिकारी या साऱ्यांचे समूहचित्रण 'झोंबड'मध्ये करण्याचा प्रयत्न मी केला आहे. त्यात मी कितपत यशस्वी झालो आहे, हे रसिक व चिकित्सक वाचकांनीच ठरवायचे आहे.

या कादंबरीचं लेखन सोमवार, दिनांक १७ सप्टेंबर, १९७९ ते २९ ऑगस्ट १९८३ या कालावधीत मी केलेलं असून. 'स्वरमाला' दिवाळी अंक, १९८३ मधून ती प्रथम प्रसिद्ध होऊन वाचकांपुढे आली. ही कादंबरी पुस्तक रूपाने प्रसिद्ध होण्याचा योग आलेला असताना 'स्वरमाला'चा अंक हरवला! ही गोष्ट 'स्वरमाला'चे श्री. मुरारराव राणे यांना पत्राने कळवताच त्यांनी आपल्या संग्रहातील अंक पाठवून मला उपकृत केले अन् त्यामुळेच ही कादंबरी आज वाचकांपुढे येत आहे, हे कृतज्ञतापूर्वक नमूद करणे मी माझे कर्तव्य समजतो.

– महादेव मोरे

झोंबडं

'...कामगारांनी आपल्या हितासाठी जागरूक राहायला हवं, आजवर हे बिडी फॅक्टरीवाले तुम्हा बिडी कामगारांना पिळत आले. स्वत:च्या तुंबड्या भरत आले. हे यापुढे आता चालणार नाही... तुम्ही झोपड्यांतून राहायचं आणि यांनी मात्र बंगले उठवायचे, हे आता बस्स झालं! कायदे...'

किडकिडीत, लंबाटा, बसक्या गालांचा व बटबटीत डोळ्यांचा 'मास्तर' तावातावाने बोलत होता. त्याची सारी शक्ती त्याच्या त्या मोठाल्या डोळ्यांत एकवटलीय, असे वाटत होते.

बिडी कामगारांमध्ये स्त्रियांचाच विशेषत: भरणा होता. त्यांत बऱ्याचशा अडाणी स्त्रिया होत्या, त्याचप्रमाणे काही थोड्या अल्पशिक्षितही होत्या. मराठी चौथी ते सातवीपर्यंत कशा तरी शिकलेल्या, घरची तर गरिबी, मग लग्न जुळेपर्यंत करायचे तरी काय घरी बसून? बिड्या बांधून थोडे पैसे मिळविले तर तेवढाच घरखर्चाला हातभार लावल्यागत होईल! काही गृहिणीही होत्या. घरातील कर्त्या पुरुषाच्या कमाईवर घरखर्च रेटणे अशक्य झाल्याने त्या स्वत: बिड्या बांधून थोडीबहुत कमाई करीत होत्या...

पुरुष कामगार केवळ तीसएक होते. त्यांतही मलबारी लोकांचा जास्त भरणा होता. मलबार-केरळकडील हे लोक असत, असे नव्हे; दविणेगिरी, टुमेकुरे आदी दक्षिण अरणाटकातीलही असत. त्या साऱ्यांनाच इकडे 'मलबारी बिडीवाले' म्हणत. हे लोक केवळ एक कात्री घेऊन खाली मद्रास-मंगलोरपासून वर नाशिक-नागपूरपर्यंत जिथे जिथे बिडी कारखाने होते, तिथे-तिथे जात. चार महिने या गावात, चार महिने त्या गावात असे हे भटक्या जमातीत मोडणारे मलबारी विडीवाले होते. बारा गावचं पाणी प्यालेले हे मलबारी, कामगारविषयक चार कायदेकानू ठाऊक असलेले व आपल्या न्याय्य हक्कासाठी बिडी फॅक्टरीच्या मालकाशी झगडणारे होते. अशा या भांडखोर मलबाऱ्यांना काम द्यावयास फॅक्टरीवाले तयार नसत... केवळ या 'अजंठा

बिडी फॅक्टरी' मध्येच तेवढे हे मलबारी बिडीवाले दिसत. गावात अन्य चार-पाच बिडी कारखाने होते, पण त्यांत यांना कुणी घेतही नसत... हे भांडखोर लोक कामावर घेऊन कशाला उगीच डोक्याला ताप करून घ्या, असा त्यांचा विचार असे...!

काही वर्षांपूर्वी गावात नाशिकच्या सुप्रसिद्ध 'भवानी बिडी फॅक्टरी'ची शाखा होती. अर्ककीर्ती आपन्नगोंड तायशेट्टी या पेढीतपर्फे 'भवानी बिडी फॅक्टरी'ला तंबाखू. पाठविला जात असे. त्यामुळे अर्ककीर्ती तायशेट्टीच येथील शाखेची व्यवस्था आपल्या पेढीमार्फत पाहत. त्या शाखेत हे सारे मलबारी, त्यांच्या बायका-पोरी बिड्या बांधत. तिथे हजार बिड्या बांधल्या की, तीन रुपये चाळीस पैसे दर मिळे. गावातील काही विडी फॅक्टरींतून तेव्हा नुकताच कुठे हजारी चार-सत्तर, तर कुठे पाच- वीसही दर झालेला होता. तो पाहून इकडे मलबाऱ्यांची कुरकुर सुरू झाली. केव्हा दर कमी म्हणून; केव्हा 'छाट बिड्या' जास्त काढल्या जात म्हणून. अयोग्य बांधणावळीच्या बिड्यांना 'छाट बिड्या 'म्हणत. 'भवानी बिडी' ही विशिष्ट लांबींची व जाडीची असे. तीहून बिडी जास्त लांब वा जास्त धारी किंवा जास्त जाड वा अगदी लहान वांधली तर ती 'छाट बिडी' ठरे. जेवढ्या छाट बिड्या जास्त निघत तेवढे पैसे मजुरीतून कापले जात... मलबाऱ्यांच्या कटकटीने नाशिकवाल्यांनी आपली शाखाच बंद करून टाकली... मजुरांना काहीही पूर्वसूचना न देता; न कळविता...

असे काही होईल असे कुणाला स्वप्नातही कधी न वाटलेले...!

सारे मजूर थक्क.. बधीर... शाखा बंद होताना मिळालेला पगार... अपुरा... त्यावर आठवडा जेमतेम जाईल... पुढे?

पुढे सारा अंधार... झोपडीतल्यासारखा...

अशा वेळी तेव्हा 'मास्तर' प्रकाशकिरणागत आला होता. सेवादलाचे संस्कार झालेला, समाजवादी पक्षाकडे ओढा असलेला मास्तर, वास्तविक गावातीलच एका कॉलेजातला इतिहासाचा प्रोफेसर होता. प्रो. सतीश व्यंकटेश कुलकर्णी. वडील भिक्षुकी करीत दारिद्र्यातच मरून गेलेले. पंधरा मैलांवरचे खेडेगाव. तिथे असलेली नऊ-दहा एकर जमीन कुळांनीच गडप केलेली; नवे कुळ-कायदे येताच! आणि हा कसातरी मेटाकुटीने हिस्ट्री घेऊन फर्स्ट क्लासमध्ये एम. ए. उत्तीर्ण झालेला... तेव्हा गावातही नुकतेच नवे कॉलेज निघालेले; तिथे हा पाटे-टाईम लेक्चरर म्हणून चिकटलेला. जवळच वीसेक मैलांवर बाळींग्लज नावाचं तालुक्याचं गाव होत. तिथंही 'छत्रपती कॉलेज' नुकतच सुरू झालेलं. तिथेही पार्ट-टाईम लेक्चरशिप मिळालेली. एस.टी.ने जाऊन-येऊन तीही याने सांभाळली... इकडे तीन एक तास, तिकडे तीन-एक तास; असा-आठवडा कटे...

या अवधीत त्यानं आपलं लग्नही करून घेतलं. बारा मैलांवरील एका खेड्यातील स्वातंत्र्यसैनिकाची मुलगी वधू म्हणून निश्चित केलेली. गावातील

राममंदिरामध्ये लग्न तसं खूप जोरात झालं. केवळ हा प्राध्यापकी करीत पाट्या टाकत राहत नव्हता, तर राजकीय कार्यकर्ता म्हणून कुठे-कुठे दिसत असलेला, त्यामुळे लग्न समारंभाला तसे खूप लोक जमले होते... गरिबीतून धडपडत वर आलेला हा तरुण आता संसाराला लागला... सगळ्यांच्या चेहऱ्यावर एक प्रकारचा आनंद... समाधान...!

दोन-तीन वर्षांतच गावातल्या कॉलेजमध्ये हा पर्मनंट झाला; तशी त्याने बाळींग्लजच्या कॉलेजातील पार्ट-टाईमची लेक्चररशिप सोडून दिली... मग कॉलेज अन् राजकारण यातच रमून गेला... कॉलेजपेक्षा राजकारणच जास्त. राजकारणा-बरोबर समाजकारणही मग आलंच...

असा चळवळ्या माणूस कॉलेजच्या जनरल बॉडीला कसा परवडावा? आंबेडकर जयंतीनिमित्त गौतमनगरमध्ये प्राध्यापक सतीश व्यंकटेश कुलकर्णी एक व्याख्यान देऊन आला आणि दुसऱ्याच दिवशी त्याच्या हातात सन्स्पेंडची ऑडर पडली. त्याच्याबरोबर नेहमी दिसणारे प्रा. शाम गणेश आजगेकरांनाही तशी ऑर्डर आली...

तसे दोघांनाही आयते निमित्त गावले. आबेडकर जयंतीत आम्ही भाग घेतला म्हणून आम्हास काढून टाकले, असे सांगून त्यांनी पोरांची चांगलीच डोकी भडकवली! पोरांनी हरताळ पाळला. कॉलेज बंद केले. दलितांची उत्साही पोरं तर जिल्ह्याच्या गावी गेली आणि तिथे रातोरात भिंतीवर, रस्त्यावर मोठमोठ्या अक्षरांत चुन्याने लिहून आली - 'शेठ जयपुरीया मुर्दाबाद, दलित पॅन्थर जिंदाबाद!!'

शेठ जयपुरीया 'टोबॅको किंग' म्हणून मशहूर. त्यानीच वरपर्यंत खटपट करून गावात कॉलेज काढले होते. निगवणी गाव हे तंबाखूच्या व्यापारासाठी

प्रसिद्ध असल्याने गावात लहान-मोठे तंबाखूचे शेकडो व्यापारी होते. त्यांच्याकडून लहान-मोठ्या रकमेच्या देणग्या वसूल करून, त्यात आपलीही भरघोस रक्कम घालून आणि घसघशीत सरकारी मदत मिळवून त्यांनीच पुढाकार घेऊन कॉलेज काढलेले 'जनगंगा कॉलेज.' पुढे दोन-तीन वर्षांतच जयपुरीया शेठजींनी कॉलेजला दोन लाखांची देणगी देऊन कॉलेजला आपले नाव द्यायला लावले होते - जयपुरीया कॉलेज. 'तसं नाव लांबलचक होतं - 'श्रीमान शेठ जयपुरीयाजी कोठारी कॉलेज. 'पण' जयपुरीया कॉलेज हेच 'शॉर्ट नाव 'सर्वांच्या तोंडी रूढ झालेलं.

आठवडा होऊन गेला. पोरांनी हरताळ मागे घेतला नव्हता. कॉलेज ठप्प... अखेर विद्यापीठाने खास प्रेशर आणून दोघाही प्राध्यापकांना कामावर घ्यायला लावलं होतं...

संघटना... एकी... त्यांचं बळ... या विजयाने एक प्रकारचा आत्म-विश्वास आलेला... प्राचार्यही यांच्या मागे तेव्हा खंबीरपणे राहिलेले.

यानंतर दोन-तीन महिन्यांतच प्रा. शाम गणेश आजगेकराला महाराष्ट्र राज्य लॉटरीत एक लाखाचे बक्षीस लागले होते! गावातील एका हॉटेलमध्ये चहा घेतल्यावर बाहेरील पानाच्या दुकानातून सिगारेट घेता-घता त्यानी सहज म्हणून तीन तिकिटे खरेदी केली होती. त्यांतील एकास लाखाचे बक्षीस बसलेले आणि तेव्हा तर नुकतीच लॉटरी सुरू झालेली. त्या सुरुवातीच्या काळात बक्षिसाच्या रकमेतून इन्कमटॅक्सची वगैरे रक्कम कापून घेतली जात नव्हती; तर सर्वच्या सर्व रक्कम बक्षीस विजेत्याच्या हाती पडे... अशी सगळी रक्कम हाती पडल्यावर प्रा. शाम गणेश आजगेकरांनी कॉलेजमधील आर्ट्स, सायन्स व कॉमर्स शाखेतील सर्वच्या सर्व दीड हजार विद्यार्थी-विद्यार्थिनींना आणि सर्व स्टाफला जंगी पार्टी दिली होती. दोनेक हजार पार्टीत उडूनही बरेच पैसे शिल्लक राहिलेले. प्रा. आजगेकरांचे नुकतेच लग्न झाल्याने त्यांना अजून मूलबाळही झालेले नव्हते. नवरात्र-बायको दोघेच, त्यामुळे विशेष खर्चही नव्हता. गोरगरीब विद्यार्थ्यांना वेळोवेळी मदत करूनही बरीच रक्कम शिल्लक राहत असलेली. त्यातील काही सहस्र प्रा. आजगेकराने बँकेत ठेवले - फिक्स्ड डिपॉझिट म्हणून आणि उरलेली रक्कम समाज-कार्यात खर्च होऊ लागली.. प्रा. सतीश व्यंकटेश कुलकर्णी इकडे-तिकडे धावा-धाव करीत आणि त्याना खर्चासाठी रक्कम... आजगेकर देई...

या पैशाच्या पाठबळामुळे प्रा. सतीश कुलकर्णीला दुप्पट उत्साह आलेला...

आणि या वेळीच 'भवानी बिडी फेंक्टरी'ची शाखा बंद पडली व सव्वातीनशे कामगारांवर उपासमारीची पाळी आली... त्यांच्या पुढे सारा अंधार पसरला.

प्रा. सतीश कुलकर्णीला हे समजताच तो कामगारांच्या झोपडट्टीत धावून गेला... पाठोपाठ प्रा. आजगेकरही स्वतःची दाढी सांभाळत होताच सोबत...

हे परीटघडी लोक आपल्या खोपटांकडे धावून आल्याचे पाहताच सारे कामगार भराभर जमा झाले. एका मीटिंगपेक्षा, छोटेखानी सभेचेच स्वरूप तिथे आले...

कायदेशीर नोटीस वगैरे न देता अशी अचानक एखाद्या फॅक्टरीची शाखा बंद करणे कसे गैरकानुनी आहे... आधी नोटीस देऊन तीन महिन्यांचा पगार आगाऊ द्यायला हवा होता आणि मगच भवानी बिडी फॅक्टरीवाल्यांनी आपली शाखा बंद करायला हवी होती... तर हा तुम्हा कामगारांवर अन्याय करण्यात आला आहे.. त्याविरुद्ध आपणास लढा द्यायला हवा.. लढा द्यायचा म्हणजे काय करायचे? तर आपण अर्ककीर्ती आपन्नगोंड तायशेट्टीच्या पेढीसमोर उपोषणास बसायचे... सात-सात जणांच्या गटाने उपोषणास सुरुवात करायची... बारा-बारा तासांचे हे चक्री उपोषण चालू ठेवायचे - आपल्यावरील अन्यायाची दाद लागेपर्यंत ! तोवर आपण गुजारा कसा करायचा ...? तर चार-चार जणांचे गट पाडून गावातील गल्ल्यागल्ल्यांतून भाकरी गोळा करीत फिरायचे... आपली कहाणी ऐकून कुणीही तसेच आपणास परत

पाठविणार नाही... भाकरी जमा करून आणल्यानंतर तिथे पेढीसमोरच आपण पिठले करायचे आणि आपल्या बायकामुलांच्या तिथेच पंगती उठवायच्या...

शहरातील कामगार .....विश्वात असे पूर्वी कधीही न घडलेले ऐकून सारे थक्क...!

आणि खरोखर दुसऱ्या दिवसापासून लढ्यास उत्साहाने मुरुवात झाली आणि हा लढा अपेक्षेबाहेर यशस्वी ठरला...

गावातील एक उत्साही नवोदित लेखक श्री. राम मोहिते याने पुण्याच्या एका साप्ताहिकात स्फुटवजा छोटेखानी लेखही लिहिला -

ही सुरुवात ठरो

निगवणीत काही बिडी कारखाने आहेत. नाशिकच्या 'भवानी बिडी'चीही एक शाखा येथे होती; पण कामगारांना काहीही सूचना न देता ती शाखा दिवाळीपासून अचानक बंद करण्यात आली आणि या २२५ कामगार व त्यांवर अवलंबून असलेले कुटुंबीय बेकारी व उपासमारीच्या खाईत लोटले गेले. बिडी फॅक्टरी बंद करण्यापूर्वी सर्वसामान्य नियमानुसार तीन महिन्यांचा आगाऊ पगार द्यायला हवा होता, तोही दिला गेला नाही.

म्हणून कामगारांनी मोर्चे - मिरवणुका काढल्या, 'काम दो या जेल दो' अशा घोषणा देत. 'भवानी बिडी फॅक्टरी'च्या येथील शाखेचे व्यवस्थापक श्री. अर्ककीर्ती आपन्नगोंड तायशेट्टी यांच्या तंबाखू पेढीपुढें सर्व कामगार धरणे धरून बसले. चार-पाच कामगार गावभर फिरून भिक्षा मागत व मिळालेले अन्न धरणे धरलेले ते कामगार पेढीपुढील रस्त्यावरच बसून खात. असे विलक्षण दृश्य निगवणीच्या इतिहासात आजवर कधीही न घडलेले, त्यामुळे सारे नागरिक विस्मित होऊन पाहत राहत. मग चक्री उपोषणाचे सत्रही कामगारांनी सुरू केलं... महाराष्ट्रातील विरोधी पक्षाचे काही नेते येऊन गेले. सभाही झाल्या. असा दोन आठवडे चिवटपणे लढा दिल्यावर फॅक्टरी मालक नमले.. कामगार कोर्टाकडूनच येऊ देत; आम्ही त्यांना एक पैसाही देणार नाही ही त्यांची भाषा बंद झाली अन् त्यांना महिनाभरचा पगार आगाऊ देऊन तडजोड केली...

कामावरून कुणीही, कुणालाही कमी करावे, असे आजवर येथे घडलेले; तर कामगारांनी लढा देऊन मिळविलेला हा पहिलाच विजय. हा शेवट न ठरता, ही सुरुवात ठरो....

या लढ्याकरिता प्रा. सतीश कुलकर्णी आणि प्रा. शाम आजगेकर यांनी

कामगारांना मार्गदर्शन केले. कामगार मरोत, स्वतःला का ताप करून घ्या, म्हणून दोन वेळा घरचं खाऊन वरील प्राध्यापकांना आरामशीर बसता आलं असतं; पण निधड्या छातीने व निरपेक्ष वृत्तीने ते धडपडले. स्वतःच्या नोकरीची त्यांनी पर्वा केली नाही. यांचे अभिनंदन करावे तेवढे थोडेच आहे.

सुदैवाने असे धडाडीचे नेते कामगारांना लाभले. त्यांनी आता कामगारांची संघटना बांधावी; म्हणजे कामगार पिढ्यान्‌पिढ्यांच्या दारिद्र्यातून थोडे तरी डोके वर काढील. कारण 'भवानी बिडी'चे कामगार हा लढा देत असताना गावातील इतर बिडी फॅक्टरीतील अक्षरश: हजारो कामगार केवळ त्रयस्थपणे बघ्याचे काम करीत होतें. 'भवानी बिडी'च्या कामगारांना सहानुभूती दाखविण्यासाठी निदान मूक मिरवणूक काढायचे सौजन्यही कुणी दाखविले नाही... कामगार वर्ग संघटित नाही, म्हणून हे असे घडते आहे, घडणार आहे. तेव्हा या निमित्ताने शहरातील सारा कामगार वर्ग संघटित झाला तर ते त्यांच्याच हिताचे आहे.

तर निगवणी भागातील श्रमिक वर्गाच्या जगात असा आजवर अंधारच पसरलेला होता. 'भवानी बिडी'च्या कामगारांचा विजय हा या अंधारातील आशेचा एक किरण आहे. त्या किरणाच्या लुकलुकत्या प्रकाशात हा हजारोंच्या संख्येने असणारा श्रमिक-कामकरी मजूरवर्ग उज्ज्वल भविष्याच्या, उत्कर्षाच्या प्रकाशात येवो! म्हणून म्हणतो की हा विजय शेवटचा न ठरता, ही सुरुवात ठरो - आगामी संघटित सर्वंकष लढ्याची...प्रगतीच्या मार्गाची, सुखाच्या थंडगार झुळकीची...

या यशस्वी लढ्यामुळे महिन्याभराचा पगार आगाऊ हातात पडताच काही मलबाऱ्यांनी आपलं एकमेव भांडवल, पान कातरण्याची कात्री, घेऊन बिडी फॅक्टरी असलेलं पुढील गाव गाठलं. तसे हे मलबारी खाली मंगळूर, दावणगिरीपासून वर नाशिक-नागपूरपर्यंत बिडी फॅक्टरी असलेल्या कुठल्या हव्या त्या गावाला फिरत. राहत. भारतात बिडी उद्योग वाढल्यापासून भटक्या जमातीत या मलबाऱ्यांचीही आणखी एक भर पडलेली होती!

उरलेल्या मलबाऱ्यांना व शाखेत असलेल्या गावातील इतर स्त्री-कामगारांनाही मग 'अजंठा बिडी फॅक्टरी'मध्ये सामावून घेतलं होतं. 'बंदूक छाप बिडी' ही गावातील एक नंबरची बिडी फॅक्टरी. तिच्याशी पाच-सहा वर्षे संघर्ष करून तेव्हा नुकतंच 'अजंठा बिडी 'नं आपलं मार्केट वसविलेलं. तशी त्यांना कामगारांचीही जरुरी होतीच. त्यामुळे मागचा-पुढचा काहीही विचार न करता 'अजंठा बिडी फॅक्टरी'च्या शिवबसू रायबागकर अण्णांनी 'भवानी बिडी फॅक्टरी'च्या शाखेतील जे जे कामगार येतील त्या सर्वांना आपल्या 'अजंठा बिडी फॅकटरी'त सामावून घेतले होते. मलबा-यांच्यामुळे प्राध्यापक सतीश कुलकर्णींचा 'अजंठा बिडी फेक्टरी'च्या कामगारांत सुलभ प्रवेश झाला होता.

मध्यंतरी प्रा. शाम आजगेकर जिल्ह्याच्या गावातील एका मातब्बर कॉलेजात निघून गेला होता. तिथून तो कधी इकडे चक्कर टाकी न टाकी... तरीही खचून न जाता प्रा. सतीश कुलकर्णीनं एकट्याच्या बळावर कामगारांत जागृती करण्याचं कार्य नेटानं चालविलं होतं. 'मास्तर' या टोपणनावाने तो कामगारांत ओळखला जात होता. गुरुवार हा बाजाराचा दिवस. त्या दिवशी आठवड्याचा पगार दिला जात असे व सुट्टीही असल्याने 'हजेऱ्या' बंद असत. कामगार घरी बिड्या बांधून त्या फॅक्टरीला द्यावयास जात, त्याला 'हजेरी'ला जाणे असे म्हणत. अशाच एका महिल्याच्या अखेरच्या गुरुवारी गावात मध्यवर्ती असलेल्या थळोबाच्या देवळात कामगारांची मीटिंग असे... मीटिंगची वेळ सायंकाळी पाच ते सहापर्यंत असे. तिथे मास्तर येऊन कामगारांच्या हिताच्या चार गोष्टी सांगत राही. मीटिंग संपल्यावर कामगार स्त्रिया एकमेकींत बोलत राहत.

'मास्तर खरंच चांगला हाय न्हाई? सगळी फोड करून बरोबर सांगतोय...'

'व्हय. न्हाय तर आम्हा आडान्यास्नी काय समजत हुतं कायद्यातलं? मास्तर एक देव गुणाचा भेटला म्हणून सारं' व्हय - न्हवं 'कळायला तर लागलं...!'

२

शिवबसू रायबागकर जरी 'अजंठा बिडी फॅक्टरी'चे मालक होते, तरी फॅक्टरीचा सारा कारभार पराप्पाण्णा पाहत होता. शिवबसूअण्णांच्या पाठीवरचा भाऊ महारुद्रअण्णा बाजारपेठेत असलेले अडत दुकान सांभाळीत असे. महारुद्र-अण्णांच्या नंतरच्या तिघी बहिणी लग्न होऊन आपापल्या सासरी सुखाने नांदत असलेल्या आणि त्यांच्या पाठीवरचा हा पराप्पाण्णा. खुद्द शिवबसूअण्णा तंबाखूची पेढी सांभाळीत.

पराप्पाण्णाचं लग्न होऊन त्याला दोन मुलं झाली असली तरी तो अजून खूपच तरुण वाटत होता. तिशीच्या घरात वय आलं असलं तरी तो विशीच्या घरातील वाटायचा. कुरळ्या केसांचा पराप्पाण्णा गोरापान व घारव्या डोळ्यांचा होता. त्या घारव्या डोळ्यातही किंचित हिरवट झाक होती. त्यामुळे कामगार वर्गात 'मांजऱ्याण्णा 'या टोपंण नावाने तो ओळखला जात होता.

शिवबसूअण्णांची तंबाखू पेढी खूप मोठी होती. पेढीच्या गावात निरनिराळ्या ठिकाणी चार वखारी होत्या. त्या वखारींतून हजारभर बाईमाणूस कामाला होतं... शिवाय दहा-पंधरा हमाल लोक, तसेच हिशेब-ठिशेब लिहिण्यासाठी पाच-सहा दिवाणजी लोक कायम पगारावर होते... अशी ही राबणारी प्रचंड यंत्रणा... याद्वारे 'अंजठा बिडी'साठी लागणारा तंबाखू तर तयार व्हायचाच, शिवाय बंगलोरच्या 'नं २० बिडी फॅक्टरी'साठीही पंचवीस हजार पोत्यांचा कोटा प्रत्येक वर्षी तयार करून

पाठविला जायचा. दक्षिण भारतात 'नं. २० बिडी' इतकी खपत होती की, फॅक्टरीची तंबाखूची प्रचंड मागणी पुरी करण्यास शिवबसूअण्णांची एकच पेढी अपुरी पडे. त्यामुळे गावातील आणखी तीन पेढ्यांचाही तंबाखू 'नं. २० बिडी फॅक्टरी'ला जायचा. कुणाकडून पन्नास हजार पोती, कुणाकडून पंधरा हजार, तर कुणाकडून दहा हजार. शिवबसूअण्णांच्या चार वखारींत चार मुकादमिणी होत्या. त्यांतील केवळ एकटीच काय ती कडक स्वभावाची व काहीही वावगं न खपवून घेणारी होती अन् बाकीच्या तिघीही 'करून-करून भागलेल्या' अशाच होत्या. शिवबसूअण्णा स्त्रियांच्या बाबतीत वावगा वागणारा नसला म्हणून काय झालं? पेढीतील दिवाणजी लोकांनी व हमालांनी पण शिवबसूअण्णासारखं सरळमार्गी असावं, असं कुठं होतं? या बाबतीत मग त्या तिघी मुकादमिणी कुटणापणा करीत राहत. त्यामुळे आपले महत्त्व वाढते, भाव वाढतो असा एक त्यांचा सोईस्कर समज होता आणि वखारीतील हजारभर मजूर स्त्रियांत दहा-पंधरा तरी उड्डाळ भवान्या असतच...

आणि तेव्हा पराप्पाण्णा मॅट्रिकला दांडी उडाल्यावर, महादेवाला सोडलेल्या बळूगत, गावातून तसाच उंडग्यागत फिरत होता. दोन वेळा चापून खायला नि काही कामधंदा नाही, की कसली काळजी नाही; त्यामुळे त्याच्या त्या नव्या नव्हाळीच्या वयात बायकांविषयी अपार आकर्षण वाटणे तसे गैरही नव्हते आणि चंद्रव्वा मुकादमीण तर अजून टंच दिसत होती. उड्डाळपण करीत खळी न् खळी, वखारी न् वखारी पूजत तिचं निम्मं आयुष्य सरलं होतं. अशाच एका दिवाणजीला ती चिकटली होती आणि त्याच्यापासून दोन मुली व एक मुलगा तिला झाला होता. तिच्याशी काही वेळा मजा मारलेले वखारमालक, दिवाणजी व हमालही आश्चर्य करीत राहत की, इतके दिवस ही उड्डाळपणा करीत राहिली; पण एकदाही गरोदर राहिली नाही आणि लग्न करून घेतल्यावर मात्र तिनं त्या मरकुंड्या दिवाणजीकडून फसासा तीन पोरं काढली, तीही बाभळीच्या कंडक्यागत. टणटणीत, गुटगुटीत. एखाद्या बालमृतातील जाहिरातीमधील मुलाच्या चित्रासारखी. आधीच चंद्रव्वा डब्बल हाडापेराची. हवे तेथे नको तेवढे उंचवटे अन् आकर्षक वळणं-वाकणं असलेली. तीन मुलं झाल्यावरही ती आणखीन भरली होती अन् पूर्वीहूनही अधिक टँव दिसत होती...

पराप्पाण्णाच्या नव्हाळीतील त्या फुलत्या नजरेला चंद्रव्वाबद्दल एक प्रकारचं सुप्त आकर्षण तेव्हा वाटायचं... वास्तविक त्याच्याहून ती वयाने जवळजवळ दुप्पट... तरीही का कोण जाणे, हे असं का व्हायचं, ही विचित्र ओढ कसली, कळत नव्हतं...

तेव्हा तो वरचेवर वखारीत फेरी मारायला जायचा. तेही चंद्रव्वा असलेल्या वखारीतच, विशेषत: तसे यात गैरही काही वाटत नसे. वखारीतील काम कसे काय

चाललेय हे पाहण्यासाठीच मालक लोक अशा फेऱ्या मारीत, काहींना अशी सवय असे, काहींना नसे. एकदा दुपारी दोनची जेवणाची सुट्टी झाल्यावर सर्व बायका निघून गेल्या. मागे राहिलेली चंद्रव्वाही जाण्याच्या तयारीस लागली. तसा पराप्पाण्णा म्हणाला,

'चंद्रव्व...'

'काय अण्णा...?'

'एक काम हुतं तुझ्याकडं!'

ऐकून चंद्रव्वाला नवलच वाटले... प्रश्नार्थक मुद्रेने ती पराप्पाण्णाकडे पाहत राहिली... तसा पराप्पाण्णा म्हणाला,

'काम खासगी हाय. कुणाला सांगायचं नाही...'

ऐकल्यावर चंद्रव्वाला खात्रीच पटली की, पराप्पाण्णाही... वखारीतली एखादी...

'चार अंडी आणून देतो, तेवढी उकडून दे...!'

तसा चंद्रव्वाने मनातल्या मनात निःश्वास सोडला. प्रथम तिला वाटलं होतं की, वखारीत तंबाखूच्या कामाला येणाऱ्या एखाद्या देखण्या पोरीवरच पराप्पाण्णा भाळला आहे नि तिला आपणास गंडवून देण्याविषयी तो आता गळ घालणार...! आणि मग आपणास त्या पोरीच्या नाकदुऱ्या काढीत राहावं लागणार, चल की गं बाई, चल कीं ! काय तुज झिजणार हाय, का त्यो काढून घेणार हाय? आ? एका हिसक्यात पाच-धा रुपये मिळतील. या कानाचा त्या कानालाबी दूम लागणार न्हाई. काय झालं नि कोण गेलं!' पण पराप्पाण्णाच्या तोंडून हे काही दुसरंच ऐकून क्षणभर ती चाटच पडली न् म्हणाली,

'का, अंडी खाल्ली न्हाईसा कधी?'

'खाल्ली असती तर मग तुला कशाला लोणी लावायला आलो असतो? पराप्पाण्णा आपल्या फटकळ स्वभावानुसार म्हणाला.

तशी वरमून चंद्रव्वा म्हणाली,

'वंगाळ वाटून घेऊ नका!' आणि तोंडभर हसून ती बोलली, 'मी आपली थट्टा केली वं !' नि मग तिनं सांगितलं, 'घिऊन या की अंडी. उकडून द्यायची एवढी काय आप्रुबाई आलीया त्यात?'

'कवा इवू अंडी घिऊन?'

'कवाबी.'

'उद्या इवू ?'

'या की!'

'उद्या येतो तर बघ. या .....टैमाला. दुपारच्या सुट्टीत!'

आणि खरोखरच दुसऱ्या दिवशी पराप्पाण्णा गेला. शहराच्या दक्षिणेस असलेल्या

माळभागात एक प्रचंड झोपडपट्टी उठलेली. अठरापगड जातींचे लोक तिथे. बहुसंख्य मजुरांचाच भरणा. घरातील कर्ते पुरुष जसे राबत, तशा बायकाही राबणाऱ्या. तसेच मोठ्या झालेल्या मुलीही घरी बसून तरी काय करायचे? लग्न केव्हा होईल तेव्हा होईल, तोवर तरी चार पैसै मिळवून आई-बापाच्या प्रपंचात मदत करावयाची. मग कुणी आईबरोबर वा गल्लीतील बायकांबरोबर तंबाखूच्या खळ्यात, वखारीत कामाला जात, तर कुणी गावातल्या एखाद्या बिडी फॅक्टरीतून बिड्यांची हजेरी आणून घरी बिड्या बांधत राहत. घरातील कर्ते पुरुष तंबाखूच्या पेढीवरील वा अडत दुकानातील हमालीपासून ट्रकवरील ड्रायव्हर-क्लीनरकीपर्यंत मिळेल ती व तसली कामे करीत राहत. कुणी पेढीवर दिवाणजीही असे. कुणी एखाद्या हॉटेलातील वेटरचेही काम धरी... अशा या अंगमेहनतीच्या कामांमुळे बहुतेकांना दारूचे जबर व्यसन जडे... आणि मग बऱ्याच वेळा मिळकतीचे पैसे अशाच व्यसनावर वारंहुरं होऊन जात! त्यामुळे प्रपंचाचा बराचसा भार घरातील बायकोवर व जवान मुलीवर असे... त्यांच्या वखारीचा पगार व्हावा, वा बिड्यांच्या हजेरीचे पैसे यावेत तेव्हा आठवड्याचा बाजार होई... तोवर पगाराची वाट पाहत साऱ्यांनी मिकीमिकी बसायचं.. हेच जीणं...!

या अशा वस्तीत चंद्रव्वाचं घर होतं, बैठं, कुडाच्या छपराचं. दीड हजाराला दोन आखणी घर होईल एवढी जागा घेऊन तिनं स्वतःच्या कमाईवरच ते बांधलं होतं... त्यासाठी कितीएक जणांचं ओझं उरावर नाचवून घ्यावं लागलं होतं, त्याला इलाज नव्हता.

नवराही असा नशिबाने मिळालेला. अगदी मुठीतला. ही केव्हाकेव्हा साडे-आठलाच वखार उघडावयास पुढे पळाली की, आंघोळ करून तिने न्हाणीत काढून ठेवलेले चोळी-लुगडेही तो धुऊन, वाळत घालून मग नऊच्या सुमारास आपल्या नोकरीच्या जागी, भिकचंद शहाच्या पेढीवर निघून जाई. थोरली मुलगी सात-आठ वर्षांची होईपर्यंत हे असेच चाललेले.. मग मात्र लुगडे वगैरे धुण्याचे नवऱ्याचे काम तिची मुलगी शेवंताच करीत असे... आणि शिवबसू रायबागकर अण्णांच्या वखारीत मुकादमीण झाल्यापासून तर चंद्रव्वाचा तोरा खूपच वाढलेला. केवळ घरातच नव्हे, तर अख्ख्या गल्लीतही; कारण गल्लीतल्या बायका तिच्याच हाताखाली कामाला असत.

पराप्पाण्णानं आत पाऊल टाकलं, तेव्हा चंद्रव्वाने चुलीवर चहाचं आधण ठेवलं होतं.

'या अण्णा...! तो आत आल्याचं पाहून तिनं म्हटलं आणि चुलीजवळचा पाट पुढे सारला.

'च्या, आनी या टैमाचं?' त्या पाटावर बसत अण्णा म्हणाला आणि त्यानं हातातली पिशवी तिच्यापुढे ठेवली.

'जेवल्यावर मला च्या लागतोय हो. सवंच पडलीया तशी नि काय! मघाशीच

जेवलो, आता शिप्पीभर च्याचा घोट प्यावा नि सुटाव वखारीकडं, आसं मनात यवजलंतं तंवर तुम्ही आलासा !' आणि अण्णाने पुढे ठेवलेली पिशवी हाती घेऊन आत डोकावत तिनं म्हटलं, 'आनी यो पाव कशाला आणलासा हो?

'अंड्याबरोबर खायाला!'

'का...? मी भाकरी दिली नसती?'

'म्हटलं, तुला आनी कशाला तरास'

'तसा हा तरासच म्हटला तर अंडी उकडून द्यायचा तरास न्हाई व्हय हो...?'

'त्या त्रासात आनी भर कशाला घाला?'

एके दिवशी चंद्रव्वाला पराप्पाण्णाने मागून कवळाच घातला. तिची गुबगुबीत काया मिठीत करकचून आवळली. तीन बाळंतपणांनी भल्या दांडग्या नारळासारख्या झालेल्या तिच्या स्तनांत त्याची मनगटे बुडून गेली...

'अहो... अण्णा... हे काय...?' मनोमन तिला धक्काच बसला, ' आवगलाईसा का काय...? मी केवढी... तुम्ही केवढं!'

तिनं पस्तिशी ओलांडलेली, तर पराप्पाण्णा अजून वीस-बाविशीचा, पण तरीही वयाच्या मानाने तो खूप पुढे पोहोचलेला होता! म्हणाला,

'चंद्रव्वा वयात काय असतंय?'

'वयात काय नसलं तरी मनात काय अस्तंय् ते तरी बघाय नको व्हय् वं, अण्णा!' त्याची मिठी तिनं सोडविली.

'मीबी तेच म्हंतो चंद्रव्वा! मनात हाय म्हणून तर...' अण्णाला पुन:श्च सुरसुरी येऊ लागली होती.

'तुमच्या मनात माप् आसंल हो, पन माज्या मनात तसलं वंगाळ कसं ईल हो अण्णा... !' आणि ती म्हणाली, 'पैलंचं कायबाय कानांवर पडलं आसंल तुमच्या, पण लगीन झाल्यापास्नं मी कुणाच्या अध्यात का मध्यात न्हाय. मी भली, माजा परपंच्या भला. हे आसंच चाल्लय. हे तर साऱ्या जगाला ठावं हाय... माज्या हातनं परत तसलं काय पाप व्हायचं न्हाई आता. व्हय्; मी शाप सांगतो; तसलं काय मनात वाईट वंगाळ यवजून हितं ईवू नकोसा बा... माजं मन पाक हाय. तुमचंबी तसंच न्हावावं.... तुम्ही अण्णा कितीबी झालं तरी वखारीचं मालक, तुम्ही कसं आपल्या पोलमीनं न्हावावं!'

'पोलमी-फिलमी जाऊ दे खड्ड्यात! तुज न्हावूं दे. वखारीतली दुसरी तरी-एखादी गटवून देशील का न्हाई ?' अण्णाही तसा खूप कावेबाज. 'तू नहीं और सही'चा पवित्रा त्याने लगेच घेतला.

'बघतो, खटपट करून.' अशिक्षित सर्वसामान्य बायकांगत 'येतो-जातो' असं

पुरुषी पद्धतीत चंद्रव्वाही बोलत असे.

'बघच या आठवड्याभरात... वखारीतल्या सगळ्याच बायका व पोरी काय पाक-पवित्र न्हाईत, हे म्हाईत हाय मला!'

'लै घायकुतीला आल्यागत कराय् लागलईसा हो?' असा रेशमी चिमटा घेऊन ती म्हणाली, 'त्यापरास गपवानी लगीन करून घ्या कसं...?'

'आता घरच्यांचं डोळ कवा उघडतील तवा!'

'तुम्ही आसं उधाळलासा म्हंजे घरच्यांचं डोळे उघडल्याशिवाय ऱ्हातील व्हय् हो?'

आणि मग तिच्या हसण्यात त्यानंही आपलं हसू मिळविलं !

तरी पण हसता-हसता त्यानं तिच्या मांसल पुठ्ठ्यावर एक सणसणीत चापटी मारून दुधाची तहान ताकावर भागविल्यागत केलंच!

पराप्पाण्णाची काही दिवसांनी हमेशा तिथ वर्दळ सुरू झाली... अंड्यानंतर मग मटण व सोललेली कोंबडीही. असा कार्यक्रम आठवड्यातून दोन-तीन वेळा होऊ लागला... ते सारे शिजवायच्या निमित्ताने खळ्यातली एखादी नटारंगी चंद्रव्वा घराकडे पाठवू लागली... तिथं मग जेवणानंतरचे सर्व कार्यक्रमही होऊ लागले... आलेल्या बाईवर हात फिरविल्याशिवाय मग पराप्पाण्णाही कुठला आलाय सोडायला ? येणाऱ्या बायकांत विवाहिता असत, त्याचप्रमाणे विधवा अन् अविवाहिताही असत... घरच्या गरिबीमुळे तर त्या वखारीतल्या तंबाखूच्या धुस्काटात राबायला येत असत. शील सांभाळत वखार-घर एवढेच करीत मर्यादेने राहणाऱ्या पुष्कळजणी असत. पण एखाद्या वखारीत बाहेर उंडारायला सोकावलेली एखादी जरी घुसली तर ती आढीतील कुजक्या आंब्यासारखी आपल्यासह इतरही दोघी-चौघींचं जीवन बरबाद करून टाकत असे. अशी आडवाट धरली की, दोन-चार मिनिटांत पाच-दहा रुपये मिळू शकतात, हे एकदा दिसून आलं म्हणजे, केवळ साडे-तीन रुपड्या पगारापोटी अकरा अकरा तास वखारीतील तंबाखूच्या खाटात राबून, तगून जाणाऱ्या त्या बायकांना वारंवार मग त्या आडवाटेचा मोह न झाल्यास नवल नसे...!

चंद्रव्वाचा नवरा नोकरीच्या ठिकाणी पाट्या टाकण्यास गेलेला आणि मुली शाळेत. त्यांच्या पाठीवरच्या मुलासही गेल्या जूनपासून पहिलीत घातलेले. त्यामुळे पराप्पाण्णाला तसा पुरेसा एकांत तिथे मिळत असे.

चंद्रव्वाकडून किल्ली घ्यायची ते सुटायचं तिच्या घराकडे!

घरात येऊन बसल्यावर अर्ध्या-पाऊण तासात कुणाला ना कुणाला तरी चंद्रव्वा घराकडे पाठवून देईच...

असाच एके दिवशी पराप्पाण्णा वाट पाहत बसला होता; तोवर पंधरा-सोळाची

स्कर्टमधील एक मुलगी आत येऊन दाखल झाली. तिच्या खांद्यावर दप्तर अडकविलेलं

'कोण गं तू?' पराप्पाण्णाने विचारले.

'हे आमचंच घर की!' ती म्हणाली.

'म्हंजे तू आमच्या मुकादमिणीची थोरली मुलगी म्हण !' आणि पराप्पाण्णा त्या फुललेल्या कळीकडे भुकेल्या नजरेने पाहतच राहिला.

त्याच्याही नकळत त्याच्या नजरेत वासनेचा विखार चमकू लागला...

एके दिवशी उठल्या-उठल्या थोरली न्हाणीत जाऊन 'ओ ऽ क ओ ऽ क' करू लागली. चंद्रव्वा सकाळचं सारं. आटोपून वखारीकडे जाण्याच्या तयारीला लागली होती. घाबरून ती लेकीकडे गेली व तिचे कपाळ धरीत काळजीच्या सुरात म्हणाली,

'का, काय झालं लेकी...?'

पण लेक बोलण्याच्या मनःस्थितीत नव्हती. तिला कोरड्या ओकाऱ्या होत होत्या...

दुपारच्या सुटीत तिला काय ते विचारू, असा विचार करून ती म्हणाली,

'आज शाळेला जायाचं ....ऱ्हावू दे. बरं वाटलं म्हंजे जा म्हणंस! मी कामाला जातो आता, काय लेकरा?'

लेकराने मुक्यापणीच मान डोलावली आणि ही कामाला वखारीकडे निघून गेली.

वखारीत बायकांकडून काम करवून घेतानाही सारखा मुलीचाच विचार डोक्यात!

दुपारी दोनच्या सुटीत घरी आली; तर लेक भकीस्तागत नजर कुठेतरी शून्यात लावून बसलेली.

'बरं वाटतंय व्हय गं?' तंबाखूच्या धुस्काटाने माखलेल्या हातापायांवर पाणी घ्यावयाच्या आधी तिनं चौकशी केली.

'वाटतंय. लेकीनं उत्तर दिलं. तिचा आवाज खूप मलूल होता.

तशी चंद्रव्वा आत गेली. हात-पाय धुऊन भाकरीचा तुकडा चाबलू लागली. चाबलता चाबलता तिच्या काळोख्या मनात सूरबाण फुटून लख्ख उजेड पडावा, तसं झालं आणि न राहवून तिनं विचारलं,

'व्हय गं, 'भाहीर 'हून कितींदा झालं?'

तशी ती गडबडली. खाली मान घालून गुमान ती भुईवरचं डिवाळ नखानं डिवचत राहिली. जणू तिला मौनाची बाधाच झाली होती!

'व्हय् गं, बोलाय् त्वांड दिलंय का न्हाई देवानं?' चंद्रव्वाला आता चिरड-भिरड आली. तिची जेवणावरची वासनाच उडाली.

'का? तोंडाला मुस्कं घाटलंय?'

तरीही लेक आपली गप्पच. तशी चंद्रव्वा जेवणावरून उठली आणि बाहेर येऊन तिने लेकीच्या पाठीत धमामा धपाटे घालावयास सुरुवात केली. तोंडातून हूं

की चू न करता लेक मार खात होती. अखेर मारून—मारूनच. चंद्रव्वा थकली आणि स्वतःच गळा काढून सूर धरीत म्हणाली,

'सांग की ग बये, सांग की, कुठं ईरड करायला गेलीतीस?'

तरीही भूतबाधा झाल्यागत लेक गप्पच...!

'थांब खा तू, उलाथनंच घालतो तापत, आनी चरका देतो, मजे त्वांड कोंच्या मुलखाला गेलंय ते समजतंय्!'

'तुज्या अण्णाशिवाय हितं कोण पकडभाड्या येणार हाय?' अखेर लेक बोलली. तिच्या आवाजाला धार आलेली.

आश्चर्याने चंद्रव्वाचे डोळे विस्फारले... तिनं विचारलं,

'काय म्हंतीस तू लेकी?'

'पैशानं तुझ्या डोळ्यांवर कोक्या वाढल्यात. तुला आता काय ऐकू यायचं न्हाई, का दिसायचं न्हाई धडवानी !' लेक कडाडली.

ऐकून कुणीतरी खाड्दिशी कानफाडात मारल्यागत चंद्रव्वा सुन्न होऊन लेकीकडं पाहत राहिली...

परवा-परवापतोर लहान असलेली ही आपल्या डोळ्यांसमोर कशी नि कधी मोठी होऊन गेली!!

देवाच्या किमयेकडे पाहत राहावे, तसे तिच्या डोळ्यांत भाव....!

'अण्णा! 'चंद्रव्वाने हाक मारली.

घराकडून नुकताच शिवबसूअण्णा आला होता आणि ऑफिसमधील लोडाला टेकून बसला होता. मुंबईचा 'लोकसत्ता' गावात दुपारी तीन-चारच्या दरम्यान येई. अण्णाही पेपर पुढे धरून वाचत बसला होता. गौरवर्णी अण्णाची अंगलट सडपातळ होती. डोक्यावर टोकदार परीटघडीची बळीबंकागत पांढरीफेक गांधी टोपी, अंगात खादीचा पांढराच शर्ट; त्यावर तपकिरी रंगाचा खादीचाच कोट अन् कमरेला तलम धोतर, असा अण्णांचा साधा वाटणारा पोशाख, हमेशाचाच् त्यांच्या शर्टाला मात्र सोन्याची बटणे लावलेली असत; तेवढीच श्रीमंतींची खूण दिसून येई.

मुकादमिणीची हाक कानावर येताच अण्णाने पेपरातून नजर वर उचलली व चष्म्यातून रोखून तिच्याकडे पाहत ती का आली असावी याचा अंदाज बांधण्याचा प्रयत्न करीत म्हटले,

'काय चंद्रव्वा? का आलीतीस?' तिच्या मनातील घालमेल चेहऱ्यावर दिसत असलेली... काय काम काढलंय् हिनं? की हिच्या घरात एखादं कार्य निघालं आहे अन् ही त्यासाठी अंगावर उसने म्हणून, पैसे मागायला आलीय? अण्णाला समजेना!

ती आली होती तावातावाने; पण अण्णाने प्रश्न विचारल्यावर काय नि कसे सांगावे, तिला समजेना! ती गोंधळूनच गेली... कारण अण्णा सरळमार्गी होते. इतर व्यापाऱ्यांसारखी त्यांची ऐषआरामी वृत्ती नव्हती. काहीजण जिल्ह्याच्या गावी आपल्या ॲम्बेसिडर वा फियाटमधून मित्रमंडळींसह जात व नायकिणीच्या बैठका करून येत. काहीजण तमाशात दौलतजादा करायला जात, तर काहीजण वखारीतल्याच एखाद्या गिर्रेबाज बाईला ठेवून घेऊन नव्या नव्हाळीच्या तरुणासारखे इष्कबाजीचे धडे गिरवू लागत... पण अण्णांचं चारित्र्य पूर्वीपासूनच धुतल्या तांदळागत होतं. या बाबतीत अपरोक्षही त्यांचे नाव निघे. त्यामुळे वखारीतील बायकांवर अण्णा दिसले की, एक प्रकारचे मानसिक दडपण येई; एक प्रकारची धास्ती वाटे. आता चंद्रव्वालाही वाटू लागलं की, हे सारं अवघड जागचं दुखणं; आणि अण्णांसारख्या माणसापुढं कसं उघडं करायचं?

'आसं कुचमायला काय झालंय चंद्रव्वा?' परत अण्णाच म्हणाले, 'काय खासगीबिजगी हाय का? तसं आसलं तरीबी सांगायला हरकत नाही, हितं माझ्याशिवाय दुसरं कोण आलंय् ऐकायला?'

तसा चंद्रव्वाला बराचसा धीर आला आणि त्यामुळेच ती आता बोलायला धजावली.

'अण्णा, माजी पोर्गी...

'काय झालं पोरगीचं? का लगीनबिगीन काढलीयास तिचं?'

अण्णाच्या या प्रश्नावर चंद्रव्वाने' एक आवंढा गिळला अन् एक सुस्कारा सोडल्यागत करून म्हणाली,

'लगीन कुठलं काढतोय् अण्णा? लगीन करायच्या आधीच कोंबडीचं श्यान खाल्लं!!'

ऐकून अण्णा मनातून खूप अस्वस्थ झाले आणि तिला कडक आवाजात म्हणाले,

'हे बघ चंद्रव्वा, हे असलं काय वावगं मला आवडत नाही, हे म्हाईतबी हाय तुला. आनी हे सारं माज्याम्होरं कशाला काढलं हाईस तू गाऱ्हाणं?' 'अण्णा, काय चुकी आसली तर पाच पायताणं मारा मला, त्यो तुमचा हाक्कच हाय, पन माजं आदी ऐकून तर घ्या...' आणि चंद्रव्वा सारं धारिष्ट्य एकवटून म्हणाली, 'अण्णा, माजी लेक पराप्पाण्णाचं नाव...'

'काय म्हंतीस? जरा ईच्यार करून बोल, न्हाय तर जीभ हासडून टाकीन! माजा भाऊ तुझ्या घरात कसा येतोय गं?'

'ईत हुतं पराप्पाण्णा, हे खरं हाय अण्णा, व्हाव् तर आमच्या गल्लीतल्या लोकांनला...'

'हे खरं आसलं तर तुजी सवलत असल्याशिवाय का त्यो येतोय् तुज्या घरात?' नकळत अण्णाचा स्वर चढला होता.

अण्णाच्या या बिनतोड प्रश्नाने तर कुणीतरी जीभ कापल्यासारखी चंद्रव्वा गप्पगप्प बसली... आता या थोरल्या अण्णाला काय काय नि कसं कसं सांगावं, हे तिला समजेना!

या सर्व प्रकरणात नाही म्हटलं तरी तिलाही बराचसा दोष लागतच होता... आपणही वखारीतील कुठल्या कुठल्या पोरी व बायका पराप्पाण्णाखाली नेऊन घालत नव्हतो का? आपल्या पोरीवरच जेव्हा फेरा पडला, तेव्हा मात्र आपणास कळ लागली! पाच-पाच, दहा-दहा रुपयांच्या नोटा अण्णा हातात सारीत हुता तवा कसं आपनाला ग्वाड वाटत हुतं! अण्णाची वंगाळ नजर आपल्या पोरीवरबी एके दिवशी फिरंल, यो ईच्यारच कसा आपल्या डोस्क्यात तवा आला न्हाई?

ती मुकाट बसलेली पाहून अण्णाचा स्वर आणखीन चढला,

'सांग, तुझी सवलत हुती का न्हाई त्येला?'

आता आपण आळमटळम करीत राहिलो तर या साऱ्याचा दोष अण्णा आपणावरच ठेवणार या विचाराने चंद्रव्वाही आता न अडखळता ठामपणे म्हणाली,

'सवलत हुती आण्णा, पन या असल्या गोष्टी करायला न्हवं!'

'तर मग कशाला? हवा-पाण्याच्या गोष्टी करायला?'

'त्येचं आसं हाय अण्णा, तुम्हास्नी आता पस्टच सांगतो. तुम्ही मालक, आम्ही नोकरदार मजूरलोक... तर तुमचं आम्हाला ऐकायलाच पायजे! पराप्पाण्णा म्हणालं,' एवढी अंडी उकडून दे, 'तर द्यायलाच पायजे. त्ये सांगितलं,' एवढं मटण शिजवून घाल,' मग 'न्हाई' म्हणून भागतंय? कवा-कवा कोंबडी सुदका सोलून आणायचं 'रस्सा करून दे 'म्हणून! आता काय काय सांगू अण्णा तुम्हास्नी? कवा मी शिजवून घालायची, कवा वखारीतल्या एखांद्या बाईला जेवाण कराय लावून द्यायची, त्येचा पराप्पाण्णानी यो चांगलाच फायदा घेऊन माजी न्हाती-धुती, द्यायघ्यायची लेक नासवून टाकली..!' आणि चंद्रव्वाने डोळ्यांना पदर लावून हुंदकेच द्यावयास सुरुवात केली.

'हे बघ चंद्रव्वा, आसं रडून का कुठं झाल्यालं हे आडमढेंगं काम दुरुस्त हुणार हाय? तवा, सांगतो काय ते ऐक नीटपणानं. 'आणि अण्णाने बोलता-बोलता जवळची बैठी तिजोरी उघडून तीतील हजाराचं एक बंडल बाहेर काढून म्हटलं, 'आजूनबी काई बिघडलं न्हाई; हे हजार हैत, घे; आनी एखाद्या डॉक्टरकडं जावून पोरीला रिकामी करून आण..!. काई थोडी चुकी तुजीबी हाय, काई थोडी चुकी माज्या भावाचीबी हाय.... तर हे सारं दुरुस्त करायचं झालं तर योच एक मार्ग हाय... पुढं-मागं पोरीचं लगीन ठरीव, त्या वेळेलाबी काई थोडी पैशाची मदत करतोच,..!

पन हे लक्षात ठेव, यातलं कुठं या कानाचं त्या कानालाबी कळलं न्हाई पायजे!'

'अण्णा, तुमच्या मेहरबानीनं तर चार घास सुखानं खाताव; तवा आम्ही तुमच्या शब्दाम्होरं जाऊ तरी का..? अण्णाची नजर टाळीत चंद्रव्वा बोलली.

तसं अण्णानं हातातील बंडल तिच्यापुढं टाकल...मुकाटपणे तिनं ते उचलून घेतलं आणि उठली....

या घटनेचा शिवबसूअण्णानं योग्य तोच धडा घेतला. पराप्पाण्णासाठी त्यानं पोरी पाहवयास सुरुवात केली. आपली फियाटकार त्यानं त्यासाठी महिनाभर दौडविली. इकडे वर चिकवडी-आरग शिरगुप्पीपासून तिकडे पूर्वेस रबकई-बनहट्टी पर्यंत आणि खाली हावेरी-ब्याडगीपर्यंतचा मुलूख विंचरून काढला. अखेर गदग-मधील एक मुलगी पसंत केली. मुलगी पराप्पाण्णापेक्षा थोडी उंच होती; पण खूप देखणी होती. पराप्पाण्णाची जेमतेम पाच फूट उंची होईल, इतका होता. आणखी सतत खा-खा करून तो चौअंगानं जाम भरलेला; त्यामुळे आणखीन गिड्डा वाटत होता.

मुलगी मात्र साडेपाच फुटांहून जास्त भरेल इतकी उंच होती. सोळा-सत्राची. तरी घरच्या सुखवस्तूपणामुळं व मूळच्याच डब्बल हाडाच्या अंगलटीमुळंही ऐन विशीतील तरुणीगत भरदार दिसणारी ही! शिवाय अशी देखणी युवती तीस हजार रुपये हुंडा घेऊन येणार होती!

लग्नाचं अंदाजपत्रक तीन लाखांपर्यंत आखलेलं. अण्णांचे घर एखादा जुना-पुराणा वाडा असावा, तसं मोठ्ठं होतं. त्यापुढं मंडप घालायचा तसेच मंडपातील लाइटिंगचं डेकोरेशन व स्पीकर आदींचंच कंत्राट पंधरा हजारांनं देण्यात आलं. मंडपाचे नक्षीदार खांब; त्यांना झुळझुळते पडदे, दोन्ही प्रवेशद्वारी उंचच्या उंच कमानी, मंडपाच्या छताला हंड्या-झुंबरं आणि प्रत्येक खांबावर फ्रेम केलेली मोठमोठी पोर्ट्रेट्स. त्यांत रामायण-महाभारतातील ठळक प्रसंग चितारलेले. त्या-शिवाय शंकर-पार्वती- गणेशही एका पोर्ट्रेटमध्ये होते. अर्थात ती सारी पोर्ट्रेट्स मुळगावंकर व एस. एम. पंडित यांच्या मूळ चित्रांच्या नकला होत्या; पण त्यामुळे त्या भव्य मंडपाच्या शोभेत किती भर पडली होती! लाइटिंगच्या निळ्या, हिरव्या, लाल रंगांच्या टयूब्ज, तशाच विविधरंगी लहान-लहान लाईट्सच्या माळा त्या माळांतील लाइट डोळे मिचकावीत एकमेकांचा पाठलाग करीत राहायचे... असं डेकोरेशन!

आणि वरातीला दिवसा दीड हजार रुपये घेणारा जिल्ह्याच्या गावचा प्रसिद्ध बँड!

लग्नाच्या दिवशी ज्या जेवणावळी चालू झाल्या होत्या, त्या दुसऱ्या दिवशीही सायंकाळचे चार-साडेचारपर्यंत चालूच होत्या. अक्षरशः हजारो माणसे जेवून जात होती. आमंत्रितही तसेच व अलबते-गलबतेही तसेच कुणालाही पंक्तीप्रपंच नव्हता. लांबलचक दोन वखारी रिकाम्या करण्यात आल्या होत्या. भिंतीबरोबर त्यात फळ्या

अंथरलेल्या. त्यांवर भारतीय बैठक मारून माणसं जेवत. एका वेळी पाच-सहाशे माणूस दोन्ही वखारींत सहज जेवून उठे. एक पंगत उठली की खरकट्या पत्रावळी व खरकटे काढेपर्यंत लोकांना बाहेर तटविलं जाई. आत सारं स्वच्छ झाल्यावर मग झुंडीच्या झुंडी आत जात... पांढरा भात, मसाला भात बटाटे भाजी, वांगी भाजी, उडदाच्या डाळीची कोशिंबीर, जिलेबी आणि खीर असा बेत. हवे तेवढें यथेच्छ खा... असे एखाद्या वेळी तंबाखू व्यापाऱ्याच्या वा बिडी कारखानदाराच्या घरी लग्न निघाले म्हणजे दोन-एक दिवस गरिबांची चंगळ असे...!

वाखारीतील बायकांनी व बिडी फॅक्टरीतील मजूर स्त्रियांनी पाच-पाच रुपये पट्टी जमवून आणलेल्या अहेरांची भांडी वाजत-गाजत अण्णाच्या घराकडे नेली!

लग्नात अण्णाने प्रत्येक मजूर स्त्रीला नऊवारी लुगडे व नव्या कोऱ्या खणाचा आहेर केला!

साऱ्या बायका हारकून टूं झाल्या...

लग्न, जेवणावळी, विजेची रोषणाई, बॅण्ड... हा विषय आठवडाभर गावातील लोकांना पुरला.

'सावकार लोकांच्या अशा लग्नाच्या खर्चात तुम्हा-आम्हा गोरगरिबांची शंभर लग्नं झाली असती! '

'रंगराव, अरे बाबा, गोरगरिबांचं सोड, पण या लोकांना अशा निमित्तानंच आपल्या श्रीमंतीचा तोरा दाखवायला मिळतोय !'

'ते कायबी हावुंदे घे, पन या निमित्ताने तरी गोरगरिबांची पोरंटोरं भरपेट जेवली; न्हाईतर सणासुदीचं सुदका त्येंनला असलं चांगलं-चुंगलं खायला मिळत नाही घरात!!'

लग्न झाल्यावर पराप्पाण्णाला बिडी फॅक्टरीकडे देखभाल करायला ठेवलं होतं!

पराप्पाण्णाच्या हातात फॅक्टरीचा सारा कारभार आला तेव्हा फॅक्टरी कशीतरी जेमतेम चालली होती. गावात व आजूबाजूच्या दोन-चार जिल्ह्यांत प्रसिद्ध असलेल्या 'बंदूक बिडी फॅक्टरी' पुढं गावातील इतर सर्वच बिडी कारखाने निष्प्रभ ठरून कसे तरी सुकुटुकू चालले होते. पराप्पाण्णांचा कारखानाही तसाच चाललेला. बिडी बांधणारे जेमतेम शंभरही कामगार नव्हते तेव्हा... पण पराप्पाण्णाने आपल्या अंगच्या हुशारीने बिडीची टेस्ट बदलली; लोकांच्या तोंडात बसलेल्या 'बंदूक बिडी'च्या टेस्टला मिळतीजुळती आपल्या बिडीची टेस्ट ठेवली व बंदूक बिडीच्या बंडलापेक्षा आपल्या बिडीच्या बंडलाचा दर पाच पैशांनी कमी ठेवला...! तसा अल्पावधीत बिडीचा खप वाढला. डुगूडुगू चाललेला कारखाना जोरात चालू लागला, दूरदूरच्या खेड्यापाड्यांवर व शहरांत बिडी पोहोच करण्यासाठी एक स्टेशनवॅगनही घेण्यात आली.... त्या स्टेशनवॅगनच्या टपावर लाऊड स्पीकरवरच्या सिनेगीतावरून डान्स करण्याचीही व्यवस्था होती. कारखान्यातील देखणा 'चेकर

'हसन, त्याला स्त्रीवेष चढविला जाई. सोबत दणकट बॉडीचा याकुब यांचा डान्स. हिंदी वा मराठी चित्रपटातील एखादे द्वंद्वगीत लावले जाई व त्याबरहुकूम स्टेशनवॅगनच्या टपावर दोघे नाचत. उरसाच्या दिवशी व जत्रेच्या दिवशी, किंवा बाजाराच्या दिवशी असा हा मोफत कार्यक्रम आणि त्यावरूनच बिडीची जाहिरात!

केवळ तरण्याताठ्या पोरींना अंगाखाली ओढण्याचे डावपेच खेळण्यात सर्व शक्ती खर्च करणारं पराप्पाण्णाचं डोकं या बिडीच्या धंद्यात अनपेक्षित हुशारीनं चाललं!

आता पाच-सहाशे मजूर स्त्रिया व पुरुष कारखान्यात बिडी बांधायचे ... बाहेरगावीही तीन शहरांत कारखान्याच्या शाखा उघडल्या होत्या. तसा आता व्याप खूप वाढला होता. पण पराप्पाण्णाची सवय अजून कमी झाली नव्हती. लग्न होऊन आठ वर्षं झाली. तो दोन मुलांचा बापही झाला, तरी त्याला बाहेर उंडारायचा नाद अजूनही होताच.

त्यासाठी पूर्वी त्याला बखारीतील बायका-पोरी उपयोगात येत; आता बिड्या बांधणाऱ्या बायका-पोरी, एवढाच फरक पडला होता!

असा हा 'मांजऱ्याअण्णा' कामगार वर्गात अप्रिय असण्याचं काही कारण नव्हतं.. कारण गरती, सरळमार्गी असणाऱ्या बायका-पोरींच्या वाटेस तो कधी गेलेलाच नव्हता। व कुणावर बळजोरी करण्याचाही त्याने कधी प्रयत्न केलेला नव्हता... ज्यांना पैशाची गरज होती व तो मिळविण्यासाठी आडमार्गाला जाण्याइतक्या ज्या धीट होत्या, त्यांच्या बाबतीत मात्र मांजऱ्याअण्णा पाय कधीही मागे घेत नसे!

म्हणजे हा सारा राजीखुषीचा मामला होता... अशा या अण्णाच्या कारखान्यात बऱ्याच अब्रूने राहणाऱ्या बायका-पोरीही बिड्या बांधत होत्या. पण अण्णाच्या बाबतीत तक्रार करण्यासारखं आजवर कधी त्यांच्या आयुष्यात घडलेलं नव्हतं... अण्णा तसा शिकारी होता; पण तरं विनाकारण कुणाच्या वाटेस जाणं, हे त्याच्या स्वभावात नव्हतं! सावजाने एखादा आव्हानदर्शक कटाक्ष टाकल्यावर मात्र त्याला स्वस्थ बसून राहणं अशक्य होई !

बिडी फॅक्टरीत दोघे कारकून होते; एक मॅनेजर होता, चौघे बिडी चेकर होते, दोघे पान-तंबाखूवर होते. बिडी भाजायची भट्टी दोघे सांभाळीत. बिडी डिलिव्हरीसाठी चार पोरं होती. ती हातगाडीवरून, गावातील पानपट्टीच्या दुकानातून व किराणा दुकानांमधून बिडी वाटप करीत. शिवाय डिलिव्हरी व्हॅनवर, स्टेशनवॅगनवर, ड्रायव्हरशिवाय आणखी दोन पोरं होती...

असा सारा फॅक्टरीचा प्रचंड बारदाना होता आणि या साऱ्यांवर अण्णा एखाद्या राजागत हुकमत गाजवीत होता!

कर्तृत्ववान माणसाला एक प्रकारची जी सार्थ घमेंड येत असते, तशी अलीकडे

अण्णाची स्थिती झाली होती... त्या घमेंडीबरोबर एक प्रकारचा प्रचंड आत्मविश्वासही याच्या ठायी निर्माण झाला होता!

३

'अजंठा बिडी फॅक्टरा' तशी व्यवस्थितच चालू होती. कामगारांनाही पुरेसं काम होतं, बिडीचा खपही बाळसे धरून होता.... त्यामुळे मालकही खूष, कामगारही खूष, असा सर्व हसीखुषीचा मामला होता!

पण मलबाऱ्यांच्या मागोमाग मास्तरचा प्रवेश कामगार वर्गात झाला आणि सारे चित्रच पालटू लागले!

अडाणी कामगारांना आपल्यावरील अन्यायाची जाणीव होऊ लागली. मांजऱ्याअण्णाचे डावपेच कळू लागले. 'छाट बिडी' म्हणून जी बिडी काढली जाते, त्याबद्दल अल्पशी का होईना, मजुरी का नाही? सर्वत्र स्त्री कामगारांना सारखेच बिडीपान वा तंबाखू का दिला जात नाही? कुणाला हजार बिडी बांधण्यापुरतं, तर कुणाला दीड वा दोन हजार बांधण्याजोगं. सरकारने हजारी पाच रुपये तीस पैसे दर बांधून दिलेला असूनही येथे केवळ हजार बिडी बांधल्यावर चार रुपये सत्तर पैसे मजुरी का दिली जावी? कामगार वर्गात हे चक्र फिरू लागलं! कामगारांना एक नया पैसाही मजुरी न देता बाजूला काढलेली 'छाट बिडी 'बाहेरील गावाच्या मार्केटला टाकून, खपवून मालक पैस मिळवीत असे; पण कामगारांना मात्र हातावर धतुरा! हे असं का? हजारी चार सत्तर मजुरी देऊन पाच तीस मजुरीवर कामगारांचे अंगठे उठवून घेतो आणि यांतून मिळणारा हजारोंचा काळा पैसा धंद्यात फिरवून आणखीन पैसा मिळवतो...! असा मालक दिवसेंदिवस जास्त जास्त श्रीमंत होत जातो आणि कामगारांची परिस्थिती मात्र आहे तिथेच राहत असते... कायदा काय सांगतो? तर 'छाट बिडी' म्हणून काढल्या जाणाऱ्या बिडीलाही मजुरी द्यावी; पण कायद्याचे पालन केले जाते का?

-हे आणि अशा प्रकारचे प्रश्न, मास्तर वेळोवेळी कामगारंची जी बौद्धिक घ्यायचा, त्यातून निर्माण होत राहत आणि कामगारांना सतावू लागत. म्हणजे कामगार मारू नये, केवळ तो जगवा, जिवंत राहावा, एवढीच त्यांना मजुरी द्यायची आणि मालकाने मात्र बंगले उठवायचे, गाड्या उडवायच्या, नायकिणी नाचवायच्या!

कारखान्यात काही खुट्ट झालं की, लगेच कामगार पराप्पाण्णाकडे तक्रार घेऊन जात. कुणी कोकलत येई, 'माझ्या छाट बिड्याच जास्त काढल्या;' तर उद्या कुणी ओरडत येत, 'मला आज पान कमी दिलाय. या एवढ्याशा पानान मी बिड्या कितीशा बरं बांधणार नि मला पगार तरी काय पडणार ?'

एके दिवशी अण्णा गौसला म्हणाला,

'काय रे गौस, अलीकडे बायकांच्या तक्रारी वाढाय लागल्यात; काय झालय काय? कशात बिघडलंय? पैलं अशा कधी तक्रारी येत नव्हत्या! '

गौस मुल्ला बिडी चेकिंगला होता. आता दुपारचे साडेबारा वाजून गेल्याने अर्थात बिडीच्या हजेऱ्या बंद होत्या आणि कारखान्यातील सारे नोकर आवराआवरी करून घरी जेवायला पळायच्या बेंतात होते.

मालकानं असं काही केवळ आपणासच खास विचारवं याचा गौसला मनोमन आनंद झाला... असं काही झाल म्हणजे चमचा ढवळायला त्याला आयतीच संधी चालून येई.

'सच बताऊ मालक...' अशी सुरुवात करून उंचेला पण खप्पड गालांचा व डोईवर बेफाट जुल्फ वाढवलेला गौस म्हणाला,' त्यो मास्तर हाय का न्हाई? त्यो सारी कलागत लावाय लागलाय बघा!'

'यो कोण मास्तर आनी काढलास?'

'त्यो हो त्यो बामण... हितल्या कॉलेजात त्यो प्रोफेसर हाय. कुलकर्णी नाव हाय बघा त्येचं! हाय हडकुळं, किरमिडं, बटबटीत डोळ्याचं; पन आजवर मुकाटवानी काम करीत असल्याल्या बायकास्नी कायबाय सांगून कशी त्येंचा डोस्की फिरवाय् लागलाय् बघा'!

'हूं ऽ!' खालचा ओठ किंचित पुढं काढून पराप्पाण्णाने असा हुंकारवजा आवाज काढला अन् गंभीर आवाजात म्हणाला, 'आपल्या कारखान्यातलं कोण कोण संगट असत्यात त्यो मास्तरड्याच्या?'

'आनी कोण असणार मालक? 'असा प्रतिप्रश्न करून पान-तंबाखूच्या तागडीजवळ काम करणाऱ्या शंकर कागवाडेनं मध्येचं तोंड घातलं, 'त्ये माकडीचं मलबारीच की आरून-फिरून! तीच लुंगीवाली झौनी त्या मास्तरबरोबर हमेशा दिसत्यात! साली मीटिंगा काय घेत्यात नि बायकास्नी कायबाय चिथवून काय ठेवत्यात!!'

'हे बापयापैकी झालं; बायकांपैकी आनी तसं कोण-कोण लीडर हैत? 'पराप्पाण्णाने अधिक खोलात शिरून चौकशी लावली, 'काय रे संगाप्पा, तुला तरी काय दूम?'

संगाप्पा बिड्या भाजण्याच्या भट्टीजवळील राख उपशीत होता. तो म्हणाला, 'नझीमा म्हणून एक हाय, आनी पद्मा म्हणून आनी एक दुसरी हाय. या दोघी बायकातनी लीडरकी करत्यात म्हणंनासा!'

'हूँ ऽ!! पराप्पाण्णाने आणखीन गंभीर होत हुंकार टाकला.

तो असा घुमन्नधुसक्यागत हुंकार-टाकीत राहिला की, बेशक समजावं - त्याच्या मनात कुणाला तरी गुंडाळण्याचे डावपेच आखले जात आहेत!

कारखान्यातील सर्वांनाच आजवरच्या अनुभवाने हे माहीत झालं होतं!

त्यामुळं अण्णाने पुनश्च 'हूँ ऽ : 'असं केल्यावर ज्याच्या-त्याच्या मनात प्रश्न उभे राहिले. आता कुणाचं भरून आलंय? कुणाची तिरडी बांधायची योजना अण्णा आखत आहे? त्याच्या मनात काय काय खदखदू लागलंय? कारस्थानं आखण्यात तर अण्णा' कोल्ह्याच्या जातीचा आहे! तर असा हा वरवंटा कुणा-कुणावर फिरणार?

आठवड्याभरातच 'अजंठा बिडी फॅक्टरी' मधील सहा मलबारी कामगारांना व दोन स्त्री कामगारांना अण्णाने कामावरून काढून टाकले!

'अब क्या करनेका - नझीर?' अल्लानूरने प्रश्न केला.

गावातल्या 'जनता ऑईल मिल'च्या कंपाऊंडशेजारी जी बकाल वस्ती उठली होती, त्या वस्तीतही काही मलबारी राहत. दहा-दहा, बारा-बारा रुपये भाड्याने तिथे खोल्या मिळत असल्याने बिडी बांधणाऱ्या मलबाऱ्यांना त्या परवडत असत! कारण दोन-दोन, चार-चार मलबारी मिळून एखादी खोली करीत; त्यामुळे प्रत्येकाला खोलीभाडे मुळीच महाग वाटत नसे. खोलीचा उपयोग एकत्र बसून बिड्या बांधण्यापुरता आणि दिवसभर बसून बिड्या बांधल्याने अवघडलेली कंबर, शरीर अंथरुणावर टाकण्यापुरताच होत असे... दुपारची व रात्रीची त्यांची जेवणं स्टॅंडवरील चाच्याच्या खाणावळीत होत असत. केवळ चाळीस रुपयांमध्ये चाचा मलबाऱ्यांना दोन वेळची जेवणं महिनाभर देत असे. ते चाळीस रुपयेही मलबारी वेळेवर चाचाला देत नसत. दुसरा महिना होत आला तरी चाचा पैसे मागीत राही आणि मलबारी 'हा आठवड्याच्या पगाराला देतो, पुढील आठवड्याच्या पगाराला देतो,' असे वायदे करीत राहत. अखेर चाचा कावून त्यांची अंथरुणं उचलून आणून खाणाबळीत टाकत असे. ती जप्त केलेली अंथरुणं काहीजण चाचाचे भागवून सोडवून घेत, तर काहीजण कफल्लक अवस्थेत हे गाव सोडून दुज्या गावाला निघून जात. केवळ बिडीपान कापण्याची कात्री एवढेच भांडवल; लुंगी झटकली की निघाला दुसऱ्या गावाला! यामुळे झाला तर मलबाऱ्यांचा फायदाच होत असे असे गाव सोडले की, हॉटेलवाला, खाणावळवाला, पान दुकानवाला तसेच घरमालक, त्याचप्रमाणे गावात आणखी कुणाचे पैसे उसने घेतले असतील त्यांना, अशा साऱ्यांना बुडवून पसार झाल्याने मलबाऱ्यांचे बरेचसे पैसे वाचत... परत नव्या गावी वर्ष-दोन वर्षं राहून मग एके दिवशी हेच नाटक करून तिसरे गाव गाठायचे!!

'अपने मास्तरको पूछनेका - क्या किया जाय? क्या करना होगा?' अल्लानूरच्या प्रश्नावर नझीर म्हणाला.

'तो चलो मास्तरके यां !'

'अब वो मिलेगा क्या घरमें?'

'ग्यारा बजनेका टैम हुयेला है अब! मास्तर कालीजको जानेकी गडबड में

अच्छेंगा, तो ऐसा करेंगे, कल सुबै ज्याके उसको मिलेंगे!'

'सबके सब?'

'हाँ! सबके सब!' अल्लानूरजवळ बसलेला अन्वर म्हणाला, 'नझीमा आवुर पद्मा भैनकोभी साथ लेके जायेंगे!!'

गावातील मध्यवर्ती ठिकाणी महादेवाचे देऊळ होते. देवळापुढून जो बोळकंडीवजा रस्ता पूर्वेस गेला होता, तो बाजारपेठेस जाऊन मिळाला होता. त्या बोळकडीमध्येच मास्तरचं घर होतं. घराचं पुढील दार हमेशा बंद असे. बंद दाराच्या चौकटीवर विजेचे बटन. ते दाबलं म्हणजे आतून दार उघडले जाई. बाहेरील दार व घर यांमध्ये दहा-बारा फुटांचं रुंदसं अंगण होतं. घर बैठं, जुन, ब्राह्मणी पद्धतीचं. अर्थात अंगणात डवरलेली तुळसही आलीच! गावातील मध्यवस्तीत असलेलं ते घर इतकं लांब होतं की, त्याचे पिछाडीचे दार मागील गल्लीत उघडत होते...! लांबीच्या मानाने घराची रुंदी अगदीच टाचकी, अपुरी वाटत होती.

सर्व चेहऱ्यावर देवीच्या व्रणाची छन्नी मारलेला अन्वर. त्यात आणखी भयाण दिसावे म्हणून की काय त्याच्या एका डोळ्यात 'फूल' पडलेले. तो एकच डोळा कायम लालसर दिसायचा. स्वस्तातल्या चौकड्या चौकड्याचा लांब बाह्यांचा शर्ट व विजार घातलेल्या अन्वरने चौकटीवरील विजेचे बटन दाबले. आतमध्ये कुठेतरी 'करं ऽ ऽ ' दिशी घंटीचा आवाज झाला. तो ऐकून अन्वरचा शाबूत असलेला एक डोळा खुळ्या आश्चर्याने लकलकला !

थोड्याच वेळात मास्तरच्या पत्नीने दार उघडले आणि दाराच्या दोन्ही फळ्यांना धरत थोड्या त्रासिक आवाजात विचारले,

'कोण हवंय?' हे अनोळखी, कंगालसे लोक आणि त्यांच्यासह आलेल्या त्या दोघी स्त्रिया पाहून तिने मनोमन काय ते ओळखलेच होते.

म्हणजे हे कामगार लोक! सकाळी-सकाळी आले आपल्या 'ह्यां'चे डोके खायला!

आतमध्ये मास्तरही होतेच. आपली 'ही' काही कारण सांगून दारातूनच त्यांची बोळवण करील, या भीतीमुळे असेल, त्यांनी लगबगीने आतूनच म्हटले, 'आहे मी.... या, आत या!'

तसे त्यांच्या पत्नीला दारातून दूर व्हावेच लागले....

घराच्या बाहेरील सोप्यात दोन-तीन खुर्च्या होत्या; तसेच समोरील भिंतीजवळ एक जमखानाही अंथरलेला होता. मास्तरने 'बसा' म्हटल्यावर सारी खाली जमखान्यावरच बसली... तसा मास्तरही टेबलाजवळच्या खुर्चीवर बसला आणि टेबलावरचा पेपरवेट हाती घेऊन त्याच्याशी चाळा करीत म्हणाला,

'हं ऽ काय विशेष? ठीक चाललंय ना सारं?'

'तसं ठीक चाललं असतं तर आम्ही तुम्हास्नी खालीपिली तकलीफ द्यायला कशाला आलो असताव् मास्तर?'

'काय झालं तरी काय असं?' अस्वस्थ होऊन मास्तरनं विचारलं. हातातील पेपरवेट टेबलावर ठेवला न परत तो हाती घेऊन चाळा करीत राहिला...

'अहो, आम्हा सारयास्नीच कामावरनं कंडम् केलं!'

'पूर्वसूचना न देताच? असं चालणार नाही. चालत नाही.'

'नुस्तं आम्हा लोकांनलाच न्हवं, तर या नझमाबहेन नि पद्माबहेनलाबी काढून टाकलं!!'

'कायद्यानं हे असं चालत नाही. त्यानी तुम्हाला कामावर घ्यायलाच हवं - झक्कत! काढायचंच झालं तर एक महिना आधी नोटीस द्यायला हवी! आणि तीन महिन्यांचा आगाऊ पगार द्यायला हवा!'

'पन मास्तर, असं कायच न करता सर्व्यांना काढून टाकलंय, यो बेइन्साफ झाला!!'

'होय, हा बेइन्साफ आहे. तेव्हा इन्साफ मिळविण्यासाठी आपणास लढा द्यायलाच हवा...!'

'म्हंजे काय करायचं मास्तरसाहेब?'

'उपोषण! चक्रीउपोषण पाच-पाच जणांच्या गटाने बसून चक्रीउपोषण सुरू करायचं!'

'आमचं एक ठीक हाय, पन इतर जे बसतील त्यांची त्या दिवसाची बिड्यांची हजेरी खाडा करायची?'

'हजेरी खाडा करायची न्हाय!! त्यांच्या बिड्या इतर कामगारांनी बांधून त्यांची हजेरी पूर्ण करण्यास मदत करायची... आता तयारीला लागा... सर्व कामगारांना भेटून कल्पना द्या... मी पण कॉलेज सुटल्यावर येऊन भेटतोच. काय...?'

या नंतर 'अजंठा बिडी फॅक्टरी'मध्ये सारख्या कुरबुरी सुरू झाल्या. काही खुट्ट झालं की, आंदोलन, उपोषण, हजेऱ्या बंद असं सारं सुरू झालं.

गावात तो एक चेष्टेचा विषय होऊन बसला. इथं आणखीन पाच-सहा बिडी फॅक्टरी असून केवळ 'अजंठा बिडी कारखान्यात' आंदोलन का? बाहेरच्या कारखान्यात काय कामगारांवर अन्याय होत नाही? तिथं का हा आंदोलनं करीत नाही? बाहेरील बिडी कारखानावाले याला मलिदा देतात, दारू-मटनाचा निवद ठेवतात, अशा कामगार तंट्यांमुळे 'अजंठा बिडी' बंद पडली तर इतर बिडी-वाल्यांचा फायदाच आहे. गावात चर्चा होत राही!

यावर मास्तर बोलून दाखवी, ‘गावातील इतर फॅक्टरीतील कामगार आमच्या युनियनकडे तक्रार घेऊनही येत नाहीत, तिथं आम्ही आपण होऊन तरी काय करणार? कुणी तक्रार आणली तर तिथंही आम्ही जाऊच!’

कुणाला हे पटायचं, कुणाला नाही - हे असं सुरू होतं.

शिवाय मांजऱ्या अण्णाच्या ताठर स्वभावामुळे प्रत्येक वेळी परिस्थिती आणखीनच बिकट होऊन बसत होती. शिवबसूअण्णाला मग धावून यावं लागे आणि मिटवामिटव करून कारखान्याचं अडलेलं गाडं पुनश्च सुरळीत करावं लागे!

वर्षभरच्या या कटकटीनं शिवबसूअण्णाही कावून गेला अन् त्यानं मांजऱ्या अण्णाची बदली वखारीकडे केली अन् आपण स्वत: बिडी फॅक्टरीत लक्ष घातलं!

हा मास्तर कुणातर्फे आपल्या कारखान्यातील मजूर स्त्रियांशी संधान बांधून युनियन स्थापण्याचा प्रयत्न करतो? तर मलबाऱ्यांतपर्फे? मलबाऱ्यांच्या या धाग्याला कात्री लावली तर या मास्तरचा पतंग खाली येईल! शिवबसूअण्णाच्या डोक्यात चक्र फिरू लागलं. त्यानं मग प्रत्येक मलबाऱ्याच्या हातावर सात-आठशे रुपये टिकविले, यांच्याकडून राजीनामे लिहून घेतले व ‘हुश्य’ करून निःश्वास सोडला!

हातावर पैसे पडताच मलबाऱ्यांनी लुंग्या झटकल्या आणि आपापल्या कात्र्या’ उचलून बिडी फॅक्टरीत असलेलं दुसरं गाव गाठलं! अशी युनियन मोडीत निघाल्यानं तसं मास्तरला कामगारवर्गात काहीच काम व स्थान उरलं नव्हतं!

आणि कॉलेजमध्ये जाऊन नुसत्या तासांच्या पाट्या टाकीत मिळमिळीत आयुष्य जगणं त्याच्या स्वभावात नव्हतं!

एक प्रकारे त्याच्या जीवनात पोकळी निर्माण झाली होती. काही कामधंदा-नोकरी नसलेल्या बेकार माणसासारखं आयुष्य वाटू लागलं. उत्पन्नाचे खोटे दाखले देऊन कॉलेजात फुकट शिकावयास येणाऱ्या मंद बुद्धीच्या मूर्ख मुलांना शिकवीत कणागोडकं आयुष्य आपण मुळीच जगणार नाही! मास्तर स्वतःला समजावीत होता... पण या शेकडो कामगारांसाठी काय करावं, म्हणजे त्यांच्या हालअपेष्टा सुसह्य होतील, हे काही त्याला कळत नव्हतं. रोजचा दिवस उगवत होता आणि मावळत होता; पण कामगार जगात काहीच घडत नव्हतं... जणू ते जग थंडगार मातीचा गोळा बनलं होतं!

४

दुपारचा तीनचा सुगार झाला अन् दोनला जेवायच्या सुटीत घरी गेलेल्या बायका लगालगा वखारीकडे परतू लागल्या... ‘मंजाक्का, चल गं ऽ ! शारू-मावशे. तीन वाजाय् आलं, आम्ही निघालाव् बघ गं!’ असे एकमेकीला हाकारत

वखारीकडे धावू लागल्या. कासराभर धावणे व परत लगबगीने चालणे, रस्त्यात कुणी घड्याळवाला दिसला की, 'किती वाजलं हो दादा, मामा?' म्हणून विचारणे, असे करीत हा जथ्था वखारीजवळ आला.

वखारीजवळच पूर्वेस रस्त्याकडे तोंड करून तीन मजली बंगलेवजा भरभक्कम इमारत होती. खालच्या मजल्यावर ऑफिस होते अन् वरच्या दोन्ही मजल्यावर मांजऱ्याण्णा सहकुटुंब राहत होता. इमारतीच्या पिछाडीच्या गॅलरीतून अण्णाचा थोरला मुलगा रमेश वखारीकडे पाहत उभा होता... बऱ्याचशा बायका वखारीत शिरून कामाला लागल्या होत्या. दोन-चार मिनिटं होऊन गेली होती. तेवढ्यात वीस-एक बायकांचा जथ्था जल्दीने वखारीकडे येत असलेला दिसला...

'श्यारूबाई!' रमेशने तिथूनच हाक मारली.

तशी वखारीतील मुकादमीण शारूबाई बाहेर आली. चाळिशीची उमर, थोराड बांधा, पसरट नाक, मोठ्ठाले डोळे व कानांवरील केसांत चांदी चमकू लागलेली. तिने उजव्या हाताचा तळवा डोळ्यांवर धरला व उन्हाची तिरीप वारीत विचारलं,

'काय मालक?' तिचा आवाज खणखणीत होता.

'बखारीचं दार बंद करून घे!'

'बरं मालक!!' ती म्हणाली व वखारीकडे वळली.

वखारीची दारं बंद झाली आणि लगबगीने येणारा कामगार स्त्रियांचा जथ्था जिथल्या तिथेच थांबला!

'आता तर बाई व्हैकाची वाटणी आली! मघाशी तर बायका वखारीत घुसल्यात आणि... 'जथ्थातील एक म्हणाली.

'येनला हांट पाजला येनला! अलीकडं सगळ्याच वखारीत आसं करायला लागल्यात नी...! फुडला पाय फुडं, मागला पाय मागं, तंवर वखारीची दारं बंद!!' दुसरी बोलली.

'दुपारचंबी आसं, सकाळचंबी आसंच! नऊ वाजायला मजे दारं बंद. खेड्याच्या बायका तीन-तीन, चार-चार मैलांवरनं चालत येत्यात, त्येनला घटकाभर उश्शेर झाला तर कानाडोळा कराय नको? त्येनला परत लावून द्यायचं मंजे? दिवस खाडा झाला म्हणून गावात गेल्यावर दाल्ल्याच्या आनी चार लाथाच की पेकटात!' तिसरी.

'खेड्याच्याच काय, हितल्या बायकास्नी काय कमी त्रास हाय? कामावरनं घराकडं परत गेलं मजे सासू-सासऱ्यांच्या 'रांडं, उंडगी 'या पदव्या मिळाय् लागत्यात!!' चौथीनं गाऱ्हाणं मांडलं.

बोलत, कलकलत बायका वखारीबाहेरील मैदानात बसून राहिल्या. काय करावं, त्यांनाही समजेना!

वखारीपुढील मैदानाच्या कडेने बॉम्बे-बंगलोर हायवे गेलेला. त्याच्या पल्याडला

बाजूस काही किराणी दुकानं व हॉटेलं होती. हॉटेलवाला घाटगे रोज समोरील वखारीकडे पाहायचा... मजूर बायका विनवणी करताहेत, पाया पडतो म्हणताहेत... घराकडं परतल्यावर दाल्ला मारील, सासू फाडून खाईल... पण मुकादमिणीला किंवा दिवाणजीला वा मालकाला पाझर फुटत नसे!

हॉटेलच्या पिछाडीच्या माळावर गेल्या पंधरा-वीस वर्षांत नवीन वसाहत तयार झाली होती - 'संभाजीनगर 'नावाची. त्या वसाहतीतील काही तरुण हॉटेलात सिंगल—सिंगल चहा पिऊन झाल्यावर गप्पा हाणीत बसले होते. त्यांनीही समोरील ते दृश्य पाहिलं...

'आयला हे वखार मालक लै मस्तीला आल्यात! येंच्या वखारी पेटवून द्यायला पाहिजेत!! 'सिनेनटागत लांब जुल्फं राखलेला बाप्या तासगावे म्हणाला.

गल्ल्यावरच्या घाटगेनं ड्रॉवरमधील वाडग्यातील मोडीच्या नाण्यात बोटं खुपसून सवयीनुसार चाळा करीत म्हटलं,

'माझी तर बायली, रोज हे बघून-बसून नजर मेलीया! रोज दोन-चार बायकास्नी तरी घराकडं परत पाठिवत्यातच! पा-सा मिटंबी येनला उशीर झालेला सहन होत न्हाई!! पण रात्रीची नऊची सुटी साडेनऊला केली तरी चालती! साडेबाराला सुटणारी रातपाळी एकला सोडली तरी चालती!!'

'आनी आक्रा-आक्रा, बारा बारा तास राबवून घेऊन हे साले देणगी तरी काय देत्यात? खच्चून तीन, न्हाई तर सव्वा तीन रुपड्या!!' काळारोम भीमा वड्ड म्हणाला.

'आता असं करू या...' घाटगे म्हणाला.

'कसं हो मालक? 'बबन आढावनं प्रश्न केला.

'आपुन मास्तरला बलवून आणू या!

'कोंच्या मास्तरला?

'कुठल्या शाळेतला मास्तर न्हवं! त्यो रे त्यो युनियनवला मास्तर 'अजंठा बिडी'त युनियन काढल्याला!'

'मंजे प्रोफेसर कुलकर्णीला म्हणा की!'

'व्हय; त्येलाच !' आणि घाटगेनं गल्ल्यावरचा 'अजंठा 'चा बंडल उचलला व त्यातील एक विडी उपसून शिलगावली अन् एक झुरका मारून धूर सोडीत म्हटलं, 'मास्तर येईपर्यंत या बायकास्नी जाऊ द्यायचं न्हाई! बघू या, त्यो काय-काय म्हंतोय् ते...' न् मग आढावकडं बघत तो म्हणाला, 'बबन्या, तुला मास्तरचं घर म्हाईत हाय न्हवं?'

'हाय की - बामनपुरीत. म्हादेवाच्या देवळाजवळच!'

'हांम् बग, तेच । मास्तर घरात आसला तर हिकडं बलीवलंय् म्हणावं

आलबत 'आणि तो म्हणाला, माजं नाव सांग, आनी बाजूच्या म्हंमद्याच्या 'न्याशनल सायकल' मधनं भाड्यानं सायकल घे ते सूट! आनी, तुम्ही जावा रं, तंवर त्या बायकास्नी थांबवून धरा जावा!!'

टोळकं हॉटेलबाहेर पडलं...

अजूनीही बायका कुचकुचत वखारीबाहेरच उभ्या राहिल्या होत्या.. टोळकं तिथं गेलं. बाप्या तासगावे म्हणाला,

'आयाबायानू, आता घराकडं परत जायचं न्हाई. मालक कसा वखारीत घित न्हाई ते बघायचं हाय ! बसा हितंच; मास्तरबी ईल एवढ्यात – त्येचा आनी ईच्चार घिऊ या!!'

बबन आढावंन सायकलवर टांग टाकली ते तराट मास्तरच्या घराकडे सुटला. पाच-एक मिनिटांतच घर आलं. ब्राह्मणपुरी ही महादेवाच्या देवळाजवळपास ज्या तीन-चार बोळकंड्या फिरल्या होत्या, त्या भागास म्हणत. देवळासमोरून जो बोळकंडीवजा रस्ता उगवतीस बाजारपेठेच्या बाजूस गेला होता, त्या रस्त्यावरच दक्षिणाभिमुख, मास्तरचं घर होतं. घराचं दार नेहमी बंद असे. तरी पण दाराच्या चौकटीवर कॉलबेल होती; ती दाबून बबन त्या बंद दाराबाहेर उभा राहिला...

एक-दोन सेकंदांतच दार उघडलं गेलं. दारामागे वहिनी उभ्या होत्या...असे अलीकडे कुणी-कुणी केव्हाही येऊन बेल वाजवीत राहत आणि वहिनीनीही त्याबद्दल त्रासायचं सोडून दिलं होतं. नवऱ्यानं या कार्याला बाहून घेतलंय तर मग आपणही त्याच्या खांद्याला खांदा लावून चालणंच उचित आहे, अशी त्यांनी आपल्या मनाची समजूत घातली होती.

'मास्तर हैत?' बबननं पृच्छा केली.

तळागाळातले हे लोक प्रोफेसर वा प्राध्यापक म्हणत न बसता 'मास्तर' हा शिक्षणखात्यातला सुपरिचित शब्दच त्याबद्दल वापरतात, हे वहिनींना आज-वरच्या अनुभवानं चांगलंच माहीत झालं होतं. त्या म्हणाल्या, 'नाहीत. कॉलेजहून अजून यावयाचे आहेत. पाच-साडेपाचला येतील संध्याकाळी...!'

'मग मी कॉलेजवर जातो तर...' अन् बबन वळला आणि त्यानं परत सायकलीवर टांग टाकली.

आता त्या कामगार स्त्रियांभोवती गर्दी जमू लागली होती. जो तो चौकशी करीत होता,

'काय झालं? काय झालं?'

आणि काय झालं हे कळल्यावरही त्यांचं नेतृत्व करायला कुणीही पुढं होत नव्हता. गल्लीबोळातून अनेक पुढारी होते. अनेक पक्षांचे होते, पण या ना त्या

कारणाने सगळ्यांचेच व्यापारयाशी संबंध गुंतले होते. कुणीच कुणाला दुखवायला तयार नव्हता. हजारो कामगार स्त्रियांच्या मनात सलणाऱ्या दुःखाचा धागा पकडून त्यांचं नेतृत्व करण्याची सुवर्णसंधी नेत्याची प्रतीक्षा करीत उभी होती. सीमा समितीचे व आय काँग्रेसचे अनेकजण नेते म्हणून ओवाळून घेणारे होते; त्यांतील काही नगरसेवक बनून नगरपालिकेच्या कुरणात यथेच्छ चरतही होते.. पण या गोरगरीब मजूर स्त्रियांचं नेतेपद घेण्याची कुणाची इच्छा नव्हती, कारण या प्रकरणात चरायला काही मिळत नव्हतं; शिवाय नेतृत्वाचा कस लावून या गब्बरगंड व्यापाऱ्यांविरुद्ध शड्डू ठोकून उभं राहण्याइतका ताठ कणा कुणाचा नव्हता! तेवढी हिंमतही नव्हती!

निवडणुकीच्या वेळी या तळागाळातल्यांना गोंजारणे व त्यांच्या मतांच्या जोरावर निवडून येणे, एवढेच पुढारी मंडळी व कार्यकर्ते म्हणवून घेणारे त्यांचे बगलबच्चे लोक करीत होते!

तासाभरातच बबनबरोबर मास्तर आला... कॉलेजवर मघा बबनचं बोलणं ऐकून त्यानं मनोमन ओळखलं होतं की, ही एक सुवर्णसंधी आली आहे. ही दवडली तर आपणासारखे मूर्ख आपणच. पूर्वी परिस्थिती अशी होती की, 'अजंठा बिडी फॅक्टरी' मध्ये आपण युनियन काढल्यावर गावातील तंबाखूच्या वखारीतील स्त्रियाच काय, पण इतर बिडी फॅक्टरीतील कामगार स्त्रियाही युनियनकडे कुचेष्टेनं पाहत, 'आमच्या मालकामुळं आम्ही दोन घास पोटाला खाताव् आम्ही याच्याविरुद्ध युनियन काढून त्याला कशाला शिव्या देऊ? त्याच्याबरोबर कशाला भांडण काढू? अजंठा कारखान्यातल्या बायका भांडतात, भांडेनात का! आम्हाला त्याचं काय? आमचं-आमचं ठीक चाललंय नि आम्ही कशाला त्यांच्या युनियनमध्ये भाग घ्यावा? त्यांचं त्यांनी मरेनात का!' अशा तऱ्हेचे उद्‌गार काही कामगार स्त्रिया काढीत.

या अशा उदासीन वृतीमुळे मास्तर सुरुवातींच्या काळात फार अपसेट् होत होता... आपण भले, आपले कॉलेज भले; या लोकांचे भलं होऊ दे म्हणून यांच्यात धडपडायचं न् त्यांच्याच शिव्या खायच्या, हे कुणी सांगितलंय? घर-नोकरी या पलीकडे इतर प्राध्यापकांना बाहेर विश्व नसे. दोन वेळा चापून खाऊन आपल्या बायको-मुलांत रमत ते कसे उभे-आडवे गरगरीत सुटतात!

पण आपणाला हे कसले पिसे लागले आहे? आपले आयुष्य हे या हजारो गोरगरीब कामगार स्त्रियांसाठी आहे, असे आपण का समजतो आहोत? का?

काय ऋणानुबंध त्यांच्याशी?

मास्तर आला अन् त्याच्या तल्लख बुद्धीला चटकन परिस्थितीचे भान आले. वखारीबाहेर असलेल्या त्या कामगार स्त्रियांभोवती आता खूप पब्लिक जमा झालं होतं... सगळेच चिडलेले होते. न्हावी, परीट, शिंपी, हॉटेलबॉय, ड्रायव्हर-क्लीनर असे तळागाळातले लोक दिसत होते आणि हे लोक आपला संताप फट्‌दिशी शिव्या

देऊन व्यक्त करीत होते!

'बाकीच्या बायका आतमध्ये काम करताहेत ना? दार ठोठावून त्यांना बाहेर बोलवा - कुणीही काम करायचं नाही!' खणखणीत आवाजात मास्तरनं सांगितलं.

खवळलेल्या त्या मॉबने हे शब्द वरच्यावर झेलले व तो वखारीच्या दारावर तुटून पडला!

'कुणी बुक्क्या मारू लागले, कुणी लाथा हाणल्या... दार मोडून पडतेय् की काय, असे वाटू लागले; तोवर आतील बायकांनी दार उघडले...!

'पडा, बाहेर पडा साऱ्याजणी! कुणीबी काम करायचं न्हाई! दोन-चार मिनिटं उशेर झाला म्हणून आज येनला कामावरनं परत पाठविलं; उद्या तुमच्यावर ती पाळी ईल!'

आणि हे खरंही होतं. आतील बायकांना यापूर्वीही केव्हा ना, केव्हा तरी वेळ झाला म्हणून कामावरून परत केलं होतंच!

थोडा वेळ आत बायका घुळूमुळू करीत घुटमळल्या न् मग एक-एक करून बाहेर पडल्या.

'आपल्या ज्या काही न्याय्य मागण्या आहेत, त्या मान्य झाल्याशिवाय पुन्हा वखारीत कामावर जायचं नाही. आया-बहिणींनो, तुम्ही घाबरू नका, तुम्ही साऱ्या काम टाकून इथं आलाय म्हणजे तुमचा पगार बुडला असं समजू नका! मी... मी तुमचा पगार वसूल करून देतो' त्या समुदायापुढं मास्तर बोलू लागला, 'या गोरगरीब बायकांवर अन्याय होताना आज जे बांधव धावून आले, त्यांना आता माझी अशी नम्र विनंती की, त्यांनी गटागटांनी गावातील इतरही वखारींकडे जावे व त्याही बखारी बंद पाडाव्यात आणि तिथे काम करणाऱ्या आया-बहिणींना या 'सत्याग्रह नगरा'त बोलावून आणावे.'

उत्साही पोरं धावली. तासाभरात गावातील सर्व बखारी बंद पडल्या अन् थोड्याच वेळात हजारो कामगार स्त्रिया 'सत्याग्रह नगरात' पोहोचल्या.. स्त्रियांचा सागरच तिथे हेलकावे खाऊ लागला...

रात्रभर स्त्रिया वखारीच्या दारातच बसून होत्या... रात्री उत्साही पोरांनी संभाजीनगरमध्ये घरोघरी फिरून जेवण गोळा केलं व त्या उपाशी स्त्रियांना दिलं.

दुसऱ्या दिवशी बुधवार. सकाळी नऊच्या सुमारास प्रचंड मोर्चा निघाला. नागरिकांनी एक आगळेच दृश्य पाहिले. शेकडो वखारींतील हजारो मजूर बायका रस्त्यावर आलेल्या; दोन-तीन फर्लांग लांब असा प्रचंड मोर्चा. तोही बायकांचा मोर्चा, प्रथमच निघत असलेला... घोषणा झडत असलेल्या,

'आम्ही चेचतो काडी...'

'मालक बांधतो माडी!'

'पगार वाढ...'

'झालीच पायजे!'

'आठ तास काम...'

'पाच रुपये दाम!'

मजूर स्त्रिया आता निर्भय झाल्या होत्या. आपल्या न्याय्य मागण्यांसाठी सत्याग्रह, लढा, मोर्चा काढण्याइतक्या त्या धीट झाल्या होत्या... यापूर्वी त्या जणू गुलाम होत्या... मालक सांगतील तेवढा वेळ काम करायचं आणि ते देतील तेवढा पगार घेऊन मुकाटपणे घरी जायचं! त्यांमुळे हे निष्ठुर मालक लोक बारा-बारा, चौदा-चौदा तास त्यांच्याकडून काम करवून घ्यायचे अन् केवळ तीन-साडेतीन रुपये पगार हातावर ठेवायचे. 'आमच्या वखारीत बारा महिने काम असतं, आम्ही का म्हणून पगार जास्त देऊ? पगार कोण जास्त मागतंय् त्यानी उद्यापासून कामावर येऊ नये!' अशी काहींची गुर्मीची भाषा असे. जास्तीत जास्त वेळ राबवून घ्यायचं व कमीत कमी पगार द्यायचा, तसेच कोणत्याही मजूर स्त्रीस हवं तेव्हा कामावरून दूर करायचं, हा इथला कायदा होता. वीस-वीस, तीस-तीस वर्षे एखाद्या वखारीत काम करून वृद्ध झालेल्या एखाद्या कामगार स्त्रीलाही 'उद्यापासून कामावर येऊ नको, 'म्हणून निर्दयपणे सांगून घरी पाठवून देणारे बहाद्दर वखारमालकही इथे होते!

या उन्हाळ्यात सुरू झालेल्या तंबाखू मोसमात तर वखारीतील मजूर स्त्रियांना सतावण्याचा एक नवाच प्रकार मालक लोकांनी सुरू केला होता. कामावर यावयास दोन-चार मिनिटे उशीर झाला तरी बायकांना घराकडे परत पाठविलं जाऊ लागलं. मग हजेरी बुडे (झाला बायका 'हजेरी गोल होणे' म्हणत) व तेवढे पैसे त्या बाईच्या पगारातून कमी होत. अशा मजूर बायकांचे आठवड्याच्या पगाराच्या पैशावर अवलंबून एक वेळापत्रक मनातल्या मनात असे, ते मग कोलमडून जाई व आठवड्याच्या अखेरचे एक-दोन दिवस उपवास घडे. त्यांना व घरच्या पोराबाळांनाही!

गावातल्या सगळ्याच वखारींतील बायका त्रासलेल्या होत्या; त्यांच्या मनात कित्येक दिवसांपासून संतापाचा ल्हावा खदखदत होता. त्याला मांजऱ्याअण्णाच्या वखारीतील बायकांच्या रूपाने वाट मिळाली होती!

गावभर फिरून दुपारी बाराच्या सुमारास स्त्रियांचा हा मोर्चा वखारीच्या दारात आला. चैत्राचं ऊन वरून इंगळ टाकीत होतं. त्या उन्हातही बायका बसून होत्या. वखारीतून काम करणारे हमाल लोकही बरेचसे दिसत होते; पण मालक-लोकांनी पाळलेले दिवाणजी मात्र कुणी दिसत नव्हते... या प्रश्नाची आस्था असणारा लेखक राम मोहितेही त्या गर्दीत होता. सगळ्यांची बसाबस झाल्यावर मास्तर बोलायला उभा राहिला. लाऊडस्पीकरची सोय नव्हती. मोहितेने एकाच्या हातातील फलकाचा पुठ्ठा वाकविला व त्याला कर्ण्यागत आकार देऊन तो 'स्पीकर 'मास्तरांच्या हातात दिला... मास्तर बोलू लागला,

'माझ्या आयांनो आणि बहिणींनो...'

भाषणातले नवे विचार ऐकून मजूर स्त्रियांच्या हदयात आशेचे नवे किरण फुटत होते... नवी पालवी मोकारत होती... आजवर आपण ढोरावानी राबलो, याफुडं तरी सुकाचं दिस येणार हैत का? कधी...? खरंच, आठ तास राबून आपणाला पाच रुपये पगार मिळणार? रात्रीच्या आठच्या ठोक्याला आपुन आपल्या पोराबाळांत जाणार? - स्वप्नं फेर धरीत असलेली...

असं घडलं तर ते एक नवलच होणार होतं. चार आण्यांची पगारवाढ करायलाही कुणी वखारमालक राजी नसायचा. तिथे एकदम एवढी पगारवाढ होईल का? प्रश्नाचा पायतिडा बसत होता.

नेताजी चौकातून खाली गेलेला रस्ता बाजारपेठेतून तसाच थेट पुढे चंद्रकला चित्रमंदिराकडे सरकला होता आणि नेहरूनगरातून आलेला रस्ता त्याला छेदून

सराफ कट्ट्यात घुसला होता अन् त्याच्या दुबेळक्यातल्या एका कोपऱ्यावर धोंडीराम शेठजीचं कापड दुकान होतं व त्याच्यालगतच विरपाक्ष कब्बुरेचं किराणी दुकान. या दोन्ही दुकानांच्या वर माडी होती. 'व्यापारी संघाची माडी' म्हणून ती ओळखली जाई. किराणी दुकानालगतच वर जायला जिना होता. या जिन्यानं वर गेलं म्हणजे एक अरुंद लांबट हॉल लागे. या हॉलमध्ये व्यापारी संघाच्या बैठका होत. 'मीटिंग' यालाच 'बैठक' हा शब्द योजला जात असे. तशा जिल्ह्याच्या गावी जाऊन नायकिणीच्या बैठका करण्याच्या शोक बऱ्याच व्यापाऱ्यांना होताच. पण त्या 'बैठका' वेगळ्या व या वेगळ्या. आपल्या हितसंबंधावर काही गंडांतर येऊ घातलं की, गावातील सर्व व्यापारी आपल्या परीटघडी टोकदार पांढऱ्या टोप्या मागे-पुढे करीत या बैठकांना जमत... हजर राहत!

एकदा सरकारने कसलासा कायदा केला होता; त्याच्या निषेधार्थ सर्व व्यापाऱ्यांनी इथूनच एक मोर्चा काढला होता आणि नेहरू नगरातील सेंट्रल एक्साइजच्या ऑफिसपर्यंत खच्चून एक फर्लांगभर चालत जाऊन तिथं एक निवेदन दिलं होतं!

आजही हॉल खचाखच भरला होता. सगळीकडे पांढऱ्या टोप्याच टोप्या दिसत होत्या. गूळ वा मिरचीच्या सौद्याच्या वेळी जसा गोंगाट साचून राहतो तसा कलकलाट सुरू होता. पेटलेल्या बिड्यांचे धूरही वर छतापर्यंत चाललेले होते..

काल सगळ्याच वखारी बंद होत्या. आजही कुणी बायका वखारीकडे फिरकल्या नव्हत्या... हे असेच चालू राहिले तर उद्या हा बामण शिरजोर होईल... काय करावे?

'सरकार सांगेल तसे आपण ऐकू...!' काही टोप्या म्हणाल्या; तर काहींनी सूर काढला,

'आम्हाला हे जमणार नाही!!'

'सरकार काय हवे ते सांगेल, आम्ही आमचा नफा-तोटा पाहायला नको?' काही म्हणू लागले.

'मी हसल्यासारखा करतो, तू रडल्यासारखा कर.' अशी तिथे व्यापारी शाळा सुरू झाली...

गावातील संभाजीनगरमधील शेकडो पोरं राबत होती. गल्लीगल्ली फिरून त्यांनी भाजी-भाकरी आणि तांदूळ व पैशाची मदत जमा केली आणि सत्याग्रहास बसलेल्या हजारो मजूर स्त्रियांना कोर-तुकडा जेवू घातलं.

दुपार अशी कलंडली व रात्र पडली...

आणि आता कुठे निगवणीतील गल्लीबोळांतील पुढारी जागे झाले. निगव-वणीसारख्या गावंढ्या गावात स्त्री कामगार वर्ग असा एकत्र येतो हाच एक मोठा चमत्कार होता! असं कधी झालं नव्हतं. पुढेही कधी होईल असं वाटत नव्हतं आणि हे असं काय घडलं? धक्क्यातून सावरताच जो-तो सत्यग्रह नगराकडे पळू लागला... आपणही मागे राहायला नको...!

या गावठी पुढाऱ्यांत जीवजीभाय धारवाडेही होता. 'जीवजीभाय' या नावानेच तो सगळीकडे ओळखला जाई. जीवजीभाय व्यापारी होता. तंबाखूशिवाय इतर सर्व तऱ्हेचा व्यापार करण्यावर त्याचा भर होता. जीवजीभाय तिरुपतीच्या बालाजीला फार मानी. 'बालाजी एंटरप्राईझ' नावाची त्याची फर्म होती. उमेदीच्या काळात अशाच एका फर्ममध्ये जीवजीभाय मॅनेजर होता - एका तालुक्याच्या आडगावी... तंबाखूसम्राट शेठ जयपुरीया याच्याशी त्याचा परिचय झाला आणि दोघांनी मग भागीदारीत 'बालाजी एंटरप्राईझ 'ही फर्म सुरू केली अन् दोन-एक वर्षातच जीवजीभायने शेठ जयपुरीयांना भागीदारीतून उडविले! तेव्हापासून दोघांचे हाडवैर! जीवजीभायच्या अनुभवी आडाख्यांमुळे काही वर्षांतच फर्मची खूपच भरभराट झाली. जवळच्याच एका तालुक्याच्या गावातील बंद पडलेली एक तेलगिरणी जीवजीभायने विकत घेतली व फर्मच्या पिछाडीच्या मोकळ्या जागेत वसविली. पूर्वी भाड्याच्या घरात राहत होता; पण लाखो रुपये मिळू लागल्यावर त्याने एक प्लॉट विकत घेऊन सुरेख बंगला बांधला. चाळीस-पन्नास एकर शेतीही खरेदी केली. तसं म्हटलं तर आयुष्य सुखात चाललं होतं; पण जीवजीभायला प्रसिद्धीची खूप हाव होती. गावातील पोटार्थी बातमीदारांना खादगीला देऊन जिल्हा पत्रातून वेळोवेळी आपल्या बातम्या छापवून आणण्याची त्याला एक विकृत हौस होती. शिवाय या-ना त्या प्रकारे समाजकारण व राजकारण यांत डोकं वर काढीत राहणे, हाही एक त्याचा उद्योग होता. पण शेठ जयपुरीया याला बरोबर शह देई; त्यामुळे म्युनिसिपल इलेक्शन राहो वा विधानसभेचे, जीवजीभायला यश येत नव्हते. गेल्या विधानसभेच्या

निवडणुकीत 'मराठी सीमा संग्राम समिती'च्या बाबुकाका चौगुलेविरुद्ध जीवजीभाय उभा राहिला होता व तीन-चार लाख खर्च करूनही दारुण रीतीने पराभूत झाला होता, तेव्हापासून तो गप्प-गप्पच होता; पण आता मास्तरला कामगार चळवळीत थोडे-बहुत यश येंतेय असे दिसताच तोही धावला. आपण मागे राहायला नको. पुढल्या इलेक्शनलाही पुन:श्च प्रयत्न करावयाचाच! तेव्हा कदाचित आताच्या या सहानुभूतीचा उपयोग होईलही... गेल्या इलेक्शनला आपण लोकांकडून अव्हेरले गेलो, येत्या इलेक्शनला पारडे का फिरू नये? हां, तर आजच्या कामगारांच्या सभेत आपण भाषण करायचं ...!

हे करायचं ठरविल्यावर तो पुढच्या व्यवस्थेला लागला. तसे भाषण करणे त्याला अवघड नव्हते... गावातला लेखक राम मोहिते याने काही वर्षांपूर्वी मुंबईच्या एका दैनिकात हे व्यापारी शेतकरी व कामगारांना कसे पिळत असतात, त्याबद्दल एक सविस्तर लेख लिहिला होता अन् त्या धाडसाबद्दल जीवजीभायने आपल्या बंगल्यात त्याचा सत्कारही केला होता! त्या लेखातील मुद्दे ठोकले तरी एक झकास भाषण झाले असते; पण आपण कामगारांच्या सभेत भाषण केले हे उद्याच्या पेपरात येणे हे त्या सभेतल्या भाषणहूनही जास्त महत्त्वाचे!

तेव्हा त्या तयारीस जीवजीभाय लागला... स्थानिक वार्ताहराला बोलाविणे, शिवाय फोटोग्राफर...

दोघे नगरसेवकही सकाळपासून दुरून दुरून वास घेत होते. हवा बदललीय हे लक्षात येताच तेही रात्रीच्या सभेस हजर राहून भाषण ठोकण्याच्या तयारीला लागले!

जिल्हा पत्रांचे वार्ताहरही घुटमळू लागले. त्यांना बातम्या टाकायच्या होत्या, सभेत भाषणं करायचा चान्सही मिळवायचा होता आणि स्वतःच लिहिलेल्या बातम्यांत स्वतःचीच नावं टाकून स्वतःच स्वतःची आरतीही ओवाळून घ्यायची होती!

फोटोग्राफर फडतरे तयारीला लागला. जीवजीभायचा दिवाणजी मघाच आला होता. जीवजीभाय बोलायला उठल्यावर निरनिराळ्या अँगल्सनी फटाफट ७-८ फोटो मारायचे; शंभराच्या नोटेची तरी निदान आज भरती करायचीच!!

तिसरा दिवस शुक्रवारचा. बाजाराचा... कालच्यागत परत आजही एक विराट मोर्चा निघाला...

गावातील मरगळ कुठल्या कुठे पळाली... 'हे काय निराळंच दिसू लागलंय...' नागरिक चर्चा करू लागले... तर काही ओढल्यागत मोर्चासह चालू लागले.

दोन दिवसांपासून पोलिस फोर्सही वाढला होता. वखारीसमोरील रस्त्यावर एक पिंजरा कायम उभा होता. त्याच्या आजूबाजूस दोघे पोलिस अधिकारी व काही

पोलिसदेखील असत. जिल्हा पोलिस प्रमुख बेडीयाळही पोलिस स्टेशनमध्ये मुक्काम ठोकून होते... आणि मघाच तर राजधानीहून विचारणा झाली होती, 'काय म्हणतंय निगवणीचं वातावरण?'

दोन आठवड्यांपूर्वीच निगवणीच्या नागरिकांचा मोर्चा ए. ई. बी. (अरुणाटक इलेक्ट्रिसिटी बोर्ड) च्या अनियमित वीज पुरवठ्याला वैतागून पॉवर हाऊसवर चालून गेला होता... तिथे झालेली दंगल, लाठीहल्ला व अश्रुधूर 'वर' पर्यंत जाऊन पोहोचला होता!

जिल्हा पोलिस प्रमुख बेडीयाळ याने मास्तरला कचेरीत बोलाविले.. गेले तीन दिवस मास्तरसह राबत असलेले काही कार्यकर्तेही सोबत गेले...

मास्तरने बेडीयाळेला स्पष्ट सांगितले,

'गेले दोन दिवस आम्ही कसंतरी या स्त्री कामगारांना आवरलंय. पण या अशिक्षित, अडाणी बायका. परिस्थिती अशीच तंग राहिली तर आमचे ऐकतीलच असे नाही! तेव्हा काही अनुचित घडलं तर आम्ही जबाबदार नाही!'

इकडे वखारमालकांनीही छुपी आघाडी उघडली होती. ते आपल्या कामगार स्त्रियांत प्रचार करीत होते,

'कामगारांविषयीचे सगळेच सरकारी नियम इथे लागू होत नाहीत! तसे झाले तर तुमच्यातील निम्म्याहून अधिक बायकांना घरी बसून उपाशी मरावं लागेल! सरकारी कायद्याप्रमाणे अठरा वर्षांच्या आतील मुलींना, तसेच पंचेचाळीस वर्षांहून अधिक वय झालेल्या बायकांना घरी राहावं लागेल!!

दुपारपर्यंत तणाव वाढतच गेला. राजधानीहून आलेल्या वरच्या अधिकाऱ्यांनीही जोर धरला. आज पगाराचा दिवस असूनही कुणी मजूर बायका पगार घेण्यासाठी वखारीकडे फिरकल्या नाहीत!

सर्वच वखारींतील बायकांची एकजूट अशी अभंग राहिली आणि अखेर वखारमालकांना नमावं लागलं...

कुठे कसला प्रचार केल्याशिवायच हा लढा उभा राहिला होता. स्त्री कामगारांमध्येच धुमसत असलेल्या असंतोषाने फट मिळताच अशी धडक मारली होती व व्यापारी संघटनेचा बुलंद बुरूज गदगदा हलविला होता...!

'पाच रुपये दाम आठ तास काम,' ही मागणी अखेर मान्य करण्यात आली होती...!

शनिवारचा दिवस उजाडला. लढा संपला. विजयाच्या आनंदात मजूर स्त्रिया वखारीत कामाला गेल्या...

पण काही वखारमालकांनी लढ्याच्या काळातील राग त्यांच्यावर काढायला

सुरुवात केली. वखारीत काम करणाऱ्या स्त्रियांवर स्वत: आपण, दिवाणजी, मुकादमीण यांचा खडा पहारा राहू लागला... कुणाला पाणी प्यायला सोडलं नाही, की चहा प्यायला... काही वखारीतून हॉटेलवाले भडंग वा भज्याच्या पुड्या व चहाच्या किटल्या घेऊन जात; त्यांनाही बंदी करण्यात आली... काही दिवाणजी तर बायकांना ईरागतीलाही जाऊ देईनात... चिडून बायका म्हणू लागल्या,

'वखारीत भांडं तरी आणून ठेवा, त्यात मुतताव, नि मग ते तुम्ही भाहीर न्हीवून टाका म्हणं!!

यावर काही बायकांनी तोंडाला पदर लावला व त्याखाली आपलं हसू लपविलं. खजील झालेल्या दिवाणजीनं मग एक-एक करून बायकांना बाहेर जाण्यास, परवानगी दिली!

काही वखारमालकांनी तर आपल्या वखारीच उघडल्या नाहीत! आमच्यात कामच शिल्लक नाही म्हणू लागले... पोलिसांचं सहाय्य घेऊन अशांना मग वखारी उघडणं भाग पाडण्यात आलं.

तर कुणी गेल्या आठवड्याचा पगार पूर्वीच्याच दराने देण्याचा प्रयत्न केला!

असे एक-एक व्यापारी तिढे दिसून येऊ लागले!

आता खरं झोंबडं आजपासून सुरू झालं होतं!

शहरातील राजकारणात व समाजकारणात वेळोवेळी नाकं खुपसून डावपेच लढविणाऱ्या आजी-माजी आमदारांनी या लढ्याकडे पूर्णत: पाठ फिरविली होती!

५

मांजऱ्याअण्णाच्या वखारीत कसं तरी एक-दीड महिना काम चाललं. ओतलेल्या तंबाखूचं काम संपलं. प्रोसेसिंग केलेल्या त्या तंबाखूची 'चाकी' तयार झाली आणि अण्णाने खळ्यातल्या बायकांना सांगून टाकलं,

'उद्यापासून काम बंद. दुसरी 'चाकी 'कोतायला माझ्याकडं तंबाखू शिल्लक नाही!!'

तशी वखारीत काम करणाऱ्या दीडशे बायकांवर बेकारीची कुऱ्हाड कोसळली!

बायका मास्तरकडे गेल्या. त्यानं सांगितलं,

'वखारीच्या दारात धरण धरायचं!. कसं काम देत नाही पाहू!'

मास्तरचीही आता ताकद वाढली होती. खळ्याखळ्यांतनी कार्यकर्त्या बायका तयार झाल्या होत्या. पगाराच्या दिवशी पंचवीस पैशांची वर्गणी जमा करून मास्तरकडे आणून देत होत्या. आठवड्याच्या पगारातील पंचवीस पैसे युनियनला द्यायचे. केव्हा मीटिंग असेल तेव्हा सायंकाळी सात-साडेसातला सर्व बायकांना ताणून लक्ष्मी देवळात न्यायचे... या गदारोळातूनही नजर चुकवून खेड्यावरील

बायका आपल्या गावाकडे सटकायचा प्रयत्न करायच्या. यात काही यशस्वी व्हायच्या अन् मग उरलेल्या बायका त्यांना 'रांडा, उंडग्या' म्हणून शिव्या देत राहायच्या. 'आम्ही न्याट् धरलं म्हणून भोसड्या पाच रुपय तरी पदरात आवळून घ्यायला लागल्यात. न्हाय् तर तीन-साडेतीन रुपड्याला बारा-बारा तास राबत हुत्या सुक्काळ्ळ्या!!'

लक्ष्मीच्या देवळात बायका जमल्या म्हणजे मग मास्तर बोलायला उभा राहायचा. कामगारविषयक नवे-नवे कायदे त्यांना सांगत राहायचा... त्यांचं हित-अहित कशात आहे, ते समजावीत राहायचा!

एका हाकेसरशी प्रचंड संख्येने बायका जमत होत्या. एका हाकेसरशी गावातल्या सर्व वखारी धडाधड बंद पडत होत्या. एवढी ताकद आता मास्तरच्या ठायी निश्चित एकवटली होती!

बायका वखारीपुढे धरणे धरून बसल्या... सकाळी नऊ ते दुपारी एक व तीन ते सायंकाळी सात या कामाच्या नव्या वेळा होत्या. या वेळात बायका वखारीपुढे बसायच्या आणि सुटीच्या वेळी घरी जाऊन जेवून यावयाच्या...

दोन दिवस होऊन गेले. तिसराही उलटला. काहीही बदल होत नव्हती... मांजऱ्याअण्णा आपल्या निर्णयावर ठाम होता; पण मजूर बायकांना आकडी लागली होती. रोजगारी मजुराला दोन-चार दिवस काम नसलं की आकडी लागतेच.

मास्तरलाही कोडं पडलं... हे काही लवकर मिटेल, असं वाटेना! त्यानं हाक मारली,

'आश्रफ!' युनियनच्या कामाला दोन-चार पोरं जुंपली होती. त्यांतील आश्रफ हा एक. आश्रफ पूर्वी एका खाणावळीत कामाला होता.

'काय सर?' आश्रफनं विचारलं. विशी उलटून गेलेला आश्रफ काळासावळा व टोकऱ्या तोंडाचा होता...

'कार्यकर्ती मुलं गोळा करा आणि गल्ली-गल्लीतून भाकरी वा मदत गोळा करायला पाठवून द्या!!'

शाळा-कॉलेजातील मुलांना उन्हाळी सुटी होती. ती गटागटाने गावातून फिरू लागली. कुणी भाकरी, तर कुणी पाच-दहा रुपयांची मदतही देत होतं.

काम बंद झाल्यामुळं मजूर स्त्रियांवर उपासमारीची पाळी आली होती. विशेषत: निराधार विधवा व परित्यक्ता स्त्रियांवर तर काम बंद होऊन घालाच पडल्यागत झाला होता... त्यामुळे 'आंबील तरी पिऊन दिवस ढकला,' म्हणून कामगार संघटनेतर्फे प्रत्येक मजूर स्त्रीस पंधरा रुपये देण्यात आले. संघटनेकडे यावेळेपर्यंत वर्गणीची चार-एक हजार रुपयांपर्यंत रक्कम जमा झाली होती; त्यांतून हे पैसे मजूर स्त्रियांना देण्यात आले...

आठवडा असाच सरला आणि दुसरा आठवडा सुरू झाला...

मांजऱ्याअण्णाने आपला निर्णय बदलला नाही.

आता कार्यकर्ते बॉम्बे-बंगलोर हायवेवरील वाहतूक रोखू लागले. ट्रकवाल्यांच्याकडून पाच-दोन वा एक रुपयाची मदत जमा करू लागले.

धरणे धरून बसलेल्या बायकांना दुपारी व रात्री तिथेच जेवण शिजविलं जाऊ लागलं. गावातल्या मंगल कार्यालयातून मोठमोठी भांडी आणण्यात आली व

त्यांतून झुणका व भात गरगटू लागला. गावातून जमा करून आणलेल्या भाकरी ईस्तारीच्या 'पाना' बरोबर लावल्या जाऊ लागल्या... तरुण कार्यकर्ती पोरं

उत्साहाने राबत होती ...

दुसराही आठवडा संपत आला.

आणि काहीही घडत नव्हतं. धरणे धरून बसलेल्या बायकांचं मनोधैर्य खच्ची होत होतं...

रोज रात्री सभाही होतच होत्या. एके रात्री 'मास्तर'नं सभेत जाहीर करून टाकलं,

'उद्यापासून मी उपोषणाला बसणार! आमरण उपोषण! माझ्या या आया-बहिणींना न्याय मिळालाच पाहिजे... त्याशिवाय मी उपोषण सोडणार नाही!!'

तसं मास्तरला उपोषण नवीन नव्हतं... गेल्या वर्षीच 'अजंठा बिडी फॅक्टरी'तील कामगारांना बोनस मिळावा म्हणून त्यानं तीन-चार दिवसांचं उपोषण केले होतं. फॅक्टरीपुढे छोटासा मंडप घातला होता आणि त्यात मास्तर बसला होता. आधीच त्याची प्रकृती जेमतेम. त्यामुळे तिसऱ्या दिवशी त्याच्या डोळ्यांत रक्त चढू लागलं होतं. बायको घाबरून गेली. धावपळ करून तिनं त्याच्या दोन-चार स्नेह्यांना गोळा केलं. 'काहीही करा, पण हे उपोषण थांबवा...!' प्रसंगाचं गांभीर्य त्यांनीही ओळखलं... डाकबंगल्यात धावले. तिथे सरकारी अधिकारी उतरत असत... लेबर इन्स्पेक्टर प्रथम उखडलाच, 'इतर बिडी फॅक्टरींतून साडेसात टक्केही बोनस मिळालेला नाही आणि इथे मात्र हा कामगारांच्या डोकीत नाही ते भरवून त्यांना भडकवितो आहे. त्याला मग 'दादा-आप्पा' करून तयार केलं होतं आणि त्यानं मध्यस्थी करून फॅक्टरीमालक व मास्तर यांत तडजोड घडवून आणली होती...

दुसऱ्या दिवसापासून मास्तरचं उपोषण चालू झालं... पूना-बंगलोर हायवे व वखार यामध्ये मोकळे मैदान होतं. मैदानाच्या कडेस, हायवेला लागूनच म्युनिसिपल गार्डन होती; गार्डनच्या कडेला एक मंडप घालण्यात आला होता आणि त्या मंडपाच्या चारी बाजूंस कामगारांच्या रक्ताचे निदर्शक म्हणून लाल बावटे लावले होते...!

याच मंडपात मास्तर उपोषणाला बसला होता...

या लढ्याला पाठिंबा देण्यासाठी म्हणून मास्तरचा एक सहकारी प्रा. सुनील कांबळेही उपोषणाला बसला होता...

एका रुंद कॉटवर दोन गाद्या टाकल्या होत्या; त्यांवर दोन लोडही होते आणि हे दोघे जण त्यांना टेकून बसले होते.

प्रा. कांबळे आय काँग्रेसचा होता, तर मास्तर हा समाजवाद्यांच्या ग्रूपमध्ये वाढल्याने त्यांच्यापैकीच समजला जात होता. पण कामगारांच्या प्रश्नावर हे दोघे एकाच व्यासपीठावर दिसत होते, एवढेच!

कामगार स्त्रिया येऊन त्यांचा अलाबला घेत आपल्या कानसुलाजवळ कडाकडा बोटे मोडीत होत्या... कुणी तर सरळ येऊन त्यांच्या पायांवर डोके ठेवून म्हणत होत्या,

'आमच्यासाठी जीवाला किती तरास करून घ्यायला लागल्यात ही देवगुनाची मान्सं!!'

उपोषणाचा पहिला दिवस संपला.

दुसराही सरला.

आणि तिसऱ्या दिवशी वातावरण तापू लागले...

दहा-अकराचा सुमार झालेला होता. बाहेरगावाहून तंबाखूच्या बोदांनी भरलेला एक ट्रक आला होता. त्यातील बोद वखारीत उतरून घेणे भाग होते; त्यासाठी वखारीचं फाटक उघडण्यात आलं. तशा मजूर स्त्रिया आत घुसल्या. ऑफिसमध्ये मांजऱ्याअण्णा बसला होता. दै. 'कुठार' हे जिल्ह्याच्या गावाहून निघणारं वर्तमानपत्र आलं होतं; त्यावरून तो नजर फिरवीत होता. त्यात वखारीपुढे धरणे धरून बसलेल्या बायकांची बातमी होती. रात्रीच्या सभेत भाषणे ठोकून प्रसिद्धीची हाव भागवून घेतलेल्या गल्लीबोळातल्या तंगतुटक्या पुढल्यांचीही नावे शेवटी शेपटीगत होतीच. दै. 'कुठार'चा स्थानिक वार्ताहर तायाप्पा तायशेट्टी याचं नाव तर अग्रक्रमानं होतंच. या साल्याला काही काम, ना धाम. शिवलिंगअण्णा हरगापुरे व पायगौडअण्णा मगदूम या तंबाखूच्या दोघा व्यापाऱ्यांकडे हा साला सतत पडून असतो. पाळीव कुत्र्यागत! आणि एक-दोन महिन्यांतून 'सुप्रसिद्ध उद्योगपती' अशी विशेषणे लावून त्या व्यापाऱ्यांविषयीच्या बातम्या दै. 'कुठार 'मध्ये छापून आणल्या म्हणजे त्यांनाही आपण गावातील कुणीतरी विशेष आहोत, अशी भावना होऊन ते आणखीन खूष होतात. या खुषीतच या वार्ताहराला मगदूमने एक व्हिक्कीही देऊन टाकली होती आणि गेल्या म्युनिसिपल इलेक्शनमध्ये मगदूमने आपलं वजन खर्च करून या आपल्या पाळीव पिल्लाला निवडून आणलं होतं! त्या वेळेपासून हा साला स्वत:ला पुढारी समजू लागलाय... गावात कुठेही एखादा समारंभ वा कार्यक्रम असो, त्याचे आमंत्रण असो वा नसो; हा आगाऊपणे तिथे जातो व दोन-चार वाक्यांचं भाषण

ठोकतो, ते लगेच दुसऱ्या दिवशी दै 'कुठार'मध्ये त्याबद्दलची बातमी अन् 'सुप्रसिद्ध कार्यकर्ते' असा स्वतःचा उल्लेख! लेको! तुमच्या या साऱ्या शाळा आम्हाला काय समजत नाहीत?

आणि हा दुसरा नगरसेवक या संभाजीनगरातला; हा थर्ड क्लास एम. ए. वाला. कुठे नोकरी नाही म्हणून बेकारच होता आणि म्युनिसिपालिटीच्या कुरणात चरायला लागला' आहे! 'उंट' म्हणून सारं गाव याला ओळखत असे!

अन् हा मास्तर, ज्याला रोज 'आकडा' लावायला पाहिजे, दारू पाहिजे, मटन पाहिजे, नि...

तर हे लोक आता मजूर बायकांचं कल्याण करणार!! दिवाणजी लोकांत बोलणं चाले...

आत घुसलेल्या बायका मांजऱ्याअण्णाच्या समोर येऊन उभ्या राहिल्या... तशी अण्णाने वर्तमानपत्रातून नजर वर उचलली आणि 'काय?' अशा अर्थाने बायकांकडे पाहिले...

बायनाबाई माने ही बरीच धीट बाई होती. ती म्हणाली, 'अण्णा, आमच्याबरोबर तुम्हीबी पाच मिंटं बसा चला की भाहीर! बघा, मास्तरसुद्धा बसल्यात भाहीर; तुम्हीबी चला, लै न्हाई थोडा वेळ!!'

'बरं, चला तर चला!! आणि मांजऱ्याअण्णा बाहेर आला व उपोषणाला बसलेल्या नेत्यांच्या मांडवाकडे चालू लागला...

पण स्त्रियांनी त्याला मध्येच रोखले...शेकडो स्त्रिया सभोवताली... जणू घेरावच घातला गेला...

'दोन आठवडं झालं आम्ही हितं उन्हातान्हात बसलाव्. तुम्ही काय ईच्यार कराय तयार न्हाई. आम्हाला काम दिल्याबिगार तुम्हाला हितनं जाऊच देणार न्हाई. बसा. आमच्याबरोबर हितं उन्हात बसा...' बायका बोलत होत्या.

आपण फसविले गेलो आहोत, हे मांजऱ्याअण्णाने ओळखले. पण त्यानं दिल खचू दिलं नाही. शेकडो मजूर स्त्रियांच्या मध्ये तो तसाच बसून राहिला.

तोवर ऑफिसमध्ये जाऊन कुणीतरी खुर्चीही आणली आणि अण्णा त्या खुर्चीवर बसून राहिला.

इकडे गावभर तोवर अफवा उठली, मास्तरला बेरडांकडून मारहाण करण्यात आलीय व त्याला दवाखान्यात दाखल करण्यात आलंय!

दुसरीही एक सनसनाटी अफवा उठली, की मजूर स्त्रियांनी अण्णाचा गणपती करून ऑफिसातून उचलून बाहेर आणलं व आपल्यासह उन्हात बसविलं आहे...

हे एवढं झाल्यावर स्त्री-पुरुषांच्या' लाटाच्या लाटा घटनास्थळाकडे धावू लागल्या..

गावातील इतर वखारीतूनंही कामं चालू होती; पण अफवा कानांवर पडताच मजूर स्त्रियांनी हातातील काम जिथल्या तिथं टाकली व त्याही पळायला लागल्या...

सारी तिथं जाऊन बघतात तो काय? तर मालक मैदानात टाकलेल्या एकुलत्या एक खुर्चीवर बसले आहेत अन् भोवताली हजारो स्त्रियांचा सागर घोंघावतो आहे.

येणाऱ्या स्त्रिया आधी नेत्यांच्या मंडपाजवळ जात होत्या. देवळात जाऊन हात जोडावेत तशा हात जोडीत होत्या; तर काही पुढे जाऊन पायांना हात लावून नमस्कार करीत होत्या... जवळच माईक होता अन् तो हाती धरून अनिल सप्तसागरे भाषण ठोकीत होता... कामगार कायदे, पिळवणूक करणारे मालक... त्याला झोपेतून जरी कुणी उठविले व 'भाषण कर' म्हटले तरी तो या विषयावर अस्खलितपणे बोलेल, अशा तयारीचा होता! त्या स्थानी गोंगाट व गोंधळ इतका माजला होता की, सप्तसागरेचं भाषण कुणी ऐकत असेल, हा एक प्रश्नच होता, पण त्या ओजस्वी व खणखणीत आवाजामुळे एक प्रकारचं वातावरण तयार झालं होतं. हजारोंचा मॉब घटकान्‌घटका तसाच बसून राहणेही विचित्र! तिथे भाषण सुरू हवंच!

दुपारचा एक वाजून गेला आणि फौजदार म्हणू लागला, 'मालकांना रक्तदाब आहे. या असल्या उन्हानं त्यांच्या जिवाला काही बरंवाईट झालं तर जबाबदार कोण?' अन् त्याने समजावणीच्या आवाजात सांगितलं, 'दुपारी तीन वाजता परत बसून वाटाघाटी करू व काही तरी मार्ग काढू, पण आता हा घेराव उठवा.'

असे आश्वासन मिळाल्यावर घेराव उठविण्यात आला!

गावातील शेकडो वखारींतील काम थंडावले होते. व्यापारी संघाच्या माडीवर व्यापारी लोक जमले. आज आपल्यातीलच एका व्यापारी बंधूला घेराव घातला गेला, त्याची बेअब्रू करण्याचा प्रयत्न झाला, उद्या आमच्या बाबतीत असे का होऊ नये? हे असे चालू द्यावयाचे नाही. याच्या निषेधासाठी हरताळ पाळायचा, वखारी बेमुदत बंद ठेवायच्या!

निर्णय होताच मीटिंग संपली आणि मग व्यापारी लोकांचा एक मोठा गट गावातील दुकाने बंद करीत फिरू लागला. हे लोक आल्यावर दुकाने बंद होऊ लागली अन् ते पुढे निघून जाताच त्यांच्या माघारी पूर्ववत दुकाने उघडली जाऊ लागली... दुकाने बंद करीत फिरणाऱ्या या गटात, कावेबाज व म्हणून विचारी

व्यापाऱ्यांपेक्षा, त्यांची खुशालचेंडू पोरंच जास्त होती. हा गट मग मजूर नेते उपोषणाला बसले होते, त्या मंडपाजवळ आला व त्यांच्याशी वाद घालू लागला!

हे व्यापारी बच्चे आपल्या नेत्याशी वाद घालीत त्यांना अद्वातद्वा बोलत असल्याचे पाहून सकाळपासून स्त्रियांचा दबून राहिलेला संताप उफाळला आणि हाती लागतील ते दगड घेऊन त्या व्यापाऱ्यांवर चालून गेल्या. शेकडे स्त्रिया महिषासूरमर्दिनीच्या

थाटात चालून येत असलेल्या पाहून तो गट गर्भगळीत झाला अन् 'अरे पळा पळा कोण पुढे पळे तो,' अशा थाटात जीव मुठीत घेऊन पळू लागला!

'आम्ही गेले पंधरा दिवस येथे धरणे धरून बसलो, त्याचा विचार नाही आणि तुमच्यातल्या एकाला तीन तास जरा बसविले, तर तुम्हाला ठणका बसला का?' असा मजूर स्त्रियांचा सवाल होता.

व्यापारी पुढे पळताहेत नि संतापलेल्या स्त्रिया त्यांचा पाठलाग करताहेत, अशी ही मॅरेथॉनची शर्यत गावातून नेलेल्या पूना-बंगलोर हायवेवरून एक-दीड फर्लांग चालली... पेट्रोल पंपाजवळच्या अड्ड्यात त्यांतील एकजण बायकांच्या कचाट्यात गावलाच... त्याच्या अंगावरील कपडे फाटेपर्यंत बायका त्याची विनासर्फ धुलाई करू लागल्या... आणि उरलेल्या व्यापाऱ्यांनी जवळच कासराभर अंतरावर असलेल्या आपल्या व्यवसाय-बंधूच्या एका पेढीचा आश्रय घेतला व सुटकेचा निःश्वास टाकला!!

दुपारी तीन वाजण्यापूर्वीच हे नाट्य घडले अन् तीन वाजल्यानंतर वेगळेच नाट्य सुरू झाले. जिल्हा पोलिस प्रमुखांची जीप डाकबंगल्यात येऊन दाखल झाली... त्यानी व्यापारी संघाच्या पदाधिकाऱ्यांची व कामगार संघटनेच्या नेत्यांची एक बैठक घडवून आणली. ज्यांच्या वखारीत हे सारे रामायण घडून आलं त्या मांजऱ्याअण्णानी अखेरपर्यंत एकच ठेका धरला,

'माझ्याकडे प्रोसेसिंगसाठी तंबाखूच नाही, तर मी काम कुठून देऊ?' त्याना गेल्या दोन आठवड्यातल्या घटना व झालेला मनःस्ताप आठवत होता. मुकादमीण त्याची माडी लोटायला देखण्या पोरी पाठवून देई अन् मांजऱ्याअण्णा पैशाच्या लालुचीने त्याना अंगाखाली ओढत असे! अंगावर हात टाकल्यावर अशाच एका पोरीने तेव्हा खूप आकांडतांडव केलं होतं. पंधरा दिवसांत कामगार स्त्रियांपुढे रोज भाषणं होऊन त्यांना नेत्यांकडून शहाणपणाचे डोस दिले जात होते. रोज रात्रीच्या जेवणापूर्वी सभेतून अशी बौद्धिकं होत. त्या सभेतील आपलं हे प्रकरण साक्षीपुराव्यासह निघू नये, म्हणून मांजऱ्याअण्णानं त्या पोरीच्या घरच्या लोकांकडे आपल्या दिवाणजीकरवी पाच हजार रुपये पाठवून दिले होते व 'कुणी काही विचारलं तरी तोंड उघडायचं नाही' म्हणून समज दिली होती! मघा घेराव घालून दोन तास उलटल्यावर त्यांचे भाऊबंदही स्त्रियांच्या सागरातून वाट काढीत त्याला भेटावयास गेले होते. तेव्हाही त्यानं ठणकावून सागितलं होतं. 'माझा इथं जीव गेला तरी बेहत्तर हाय: पन मास्या परवानगीशिवाय तुम्ही काहीही निर्णय घ्यावयाचा नाही! माझा बाप साधा दिवाणजी होता... त्यानं खूप राबून, शून्यातून हे विश्व उभं केलंय...ते राखणं, टिकवणं हे माझं कर्तव्य आहे. त्यासाठी जीव का जाईना आपला!!' तो मनात घोळवत होता.

बऱ्याच व्यापाऱ्यांनी समजावलं तरी अण्णा आपल्या निर्णयावर ठाम राहिला...

धुमसत असलेली परिस्थिती आणखी चिघळू नये म्हणून इतरांनीच मग सामंजस्य दाखविलं... कामावर नसलेल्या अण्णाच्या बखारीतील स्त्रियांना पाच-दहा, पाच-दहा अशा करून प्रत्येक वखारमालकाने आपल्या वखारीत सामावून घेऊन काम द्यायचं ठरविलं...

आणि इकडे मग कामगार नेत्यांनी आपलं उपोषणही सोडलं...!

एवढं सारं होऊनही कुणीही आमदार-खासदार इकडे फिरकला नव्हता... कुणीही गोरगरीब मजूर स्त्रियांची दुःखं जाणून घेण्याचा प्रयत्न केला नव्हता...!

६

दोन आंदोलनं यशस्वीपणे हाताळल्यामुळं आता मास्तरला बराचसा आत्मविश्वास आला होता... तंबाखू व बिडी कामगार स्त्रियांची या शहरात कधीकाळी संघटना बांधता येईल असं वाटलं नव्हतं; पण ती संघटना बांधली व दोन आंदोलनं यशस्वी केली, हे एक प्रकारचं कर्तुत्वच होतं.

पेपरातील बातम्यांमुळे मास्तरचं थोडेबहुत नावही झालं होतं. मुंबईच्या म. गांधी समता मंडळाचे अध्यक्ष डॉ. आबा आडारकरही वरचेवर येऊन भेटून जात असत. डॉ. आडारकरानी 'एक गाव - एक मसणवटा' ही मोहीम काढून तिचा महाराष्ट्रातील खेड्यापाड्यांवर पदयात्रा काढून प्रचार केला होता व त्या भन्नाट अनुभवावर 'तळगाळ' हे पुस्तक लिहून राज्य पुरस्कारही मिळविला होता. म. गांधी समता मंडळातर्फे 'समता' हे त्रैमासिकही निघत असे. त्यातून त्यानी जोगतिणींच्या प्रश्नावर एक लेख लिहून त्या प्रश्नाला वाचा फोडली होती. चार-पाच वर्षांपूर्वी बाळींग्लज या तालुक्याच्या गावी जोगतिणींचं एक अधिवेशनही त्यानी घेतलं होते.

ते इथें आले की मास्तरच्या धरी उतरत; जीवजीभायच्या घरी जाऊनही पुख्खा झोडीत...

एके दिवशी मास्तरला त्यांचं पत्र आलं-

> स. न. वि. वि.
>
> जोगतिणी भगिनींचं पहिलं अधिवेशन घेऊन पाच वर्षे होत आली, अद्याप दुसरं अधिवेशन घेतलेलं नाही. म. गांधी समता मंडळातर्फे दुसरं अधिवेशन निगवणीला घ्यावं असं मंडळाच्या कार्यकारिणीला वाटतं.
>
> याबाबत आपलं मत कळवावं. अधिवेशन घेणं शक्य होईल का? शक्य झाल्यास ते कितपत यशस्वी होईल?

मला वाटतं, आपल्या युनियननं मनःपूर्वक सहकार्य केलं तर हे अधिवेशन निश्चितच यशस्वी होईल.

तरी याबद्दल आपण स्पष्ट काय ते कळवावे.

आपला,

डॉ. आबा आडारकर

अध्यक्ष, म. गांधी समता मंडळ

मास्तरानं होकार कळविला. या अधिवेशनामुळे त्याचीही इमेज उंचावणार होती. कामगारांच्या दुनियेतील प्रश्नापुरती सीमित असलेली त्याची कार्यकक्षा विस्तारणार होती. समाजातील दुष्ट रूढींविरुद्ध जनजागृती ही करायला हवीच... हजारो मुलामुलींना यल्लाम्माला वाहून त्यांच्या आयुष्याचं वाळवण करावं, असं

काय आपल्या हिंदू धर्मात लिहिलं आहे? आणि ही वाईट रूढी समाजाच्या खालच्या थरातच विशेषतः आहे, हीदेखील चिंतनीय बाब!

मास्तरने होकार कळविला व आपल्या कार्यकर्त्यांसह तो अधिवेशनाच्या तयारीला लागला...

लेखक रामचंद्र मोहितेलाही परिषदेचं आमंत्रण होतं. कालच मास्तर व मुंबईचा बोकड दाढीवाला लेखक डॉ. सुनील अचलापूरकर त्याला आमंत्रण द्यावयास आले होते... काहीतरी स्टंट लिखाण करून खळबळ माजवून देण्याबद्दल डॉ. सुनील अचलापूरकर ख्यात होता. गेल्या वर्षीही हा बोकड दाढीवाला असाच उपटला होता आणि चार ठिकाणी हिंडून जर्दा कामगार व बिडी कामगारांवर काहीच्या बाही लिहून, प्रसिद्ध करून त्याने खळबळ माजविली होती... मलबारी बिडी कामगारांच्या मुलाखती घेऊन त्यांचं दैन्य-दारिद्र्य कथन केलं होतं; पण वर्षानुवर्षे राबून ते कंगाल का राहतात, या मुळापर्यंतच्या प्रश्नापर्यंत जाण्याचं मात्र टाळलं होतं! वखारीत काम करणाऱ्या काही उंडग्या बायकांच्याही मुलाखती घेतल्या होत्या, 'वखारमालक आपणास आपली गुप्तइंद्रियेही चोखायला लावतात' असे त्या बायकांनी या बोकड दाढीवाल्याला सांगितलं होतं म्हणे! या बोकडाचा तो लेख वाचून वखारीत काम करणाऱ्या मजूर स्त्रियांची विपरीत प्रतिमा निर्माण होण्याची शक्यता होती. स्वतःचं चारित्र्य सांभाळून, वखारीत राबून मुलाबाळांचा व व्यसनी नवऱ्याचा भार सांभाळीत संसाराचा गाडा ओढणाऱ्या शेकडो मजूर स्त्रिया वखारीत होत्या. त्यांतील एकीचीही मुलाखत घेण्याची बुद्धी त्या बोकड दाढीवाल्या लेखकाला झाली नव्हती... मास्तरही तेव्हा नुकताच 'अजंठा बिडी फॅक्टरी'त युनियन स्थापन करून कामगार वर्गात कार्य करीत होता. त्यानेही त्या लेखातील स्त्री कामगारांची विपरीत प्रतिमा करण्याच्या

प्रयत्नाचा निषेध केला नव्हता! लेखक राम मोहितेने तो लेख प्रसिद्ध झालेल्या दोन-तीन ठिकाणी वस्तुस्थिती कथन करणारे छोटे-छोटे लेख पाठविले होते; पण पुण्या-मुंबईच्या थोर संपादकांनी ते प्रसिद्ध करण्याचे कष्ट घेतले नव्हते!!

गावाच्या पश्चिमेस हायस्कूल होतं. परिषद तिथेच होती. दहापासून परिषदेस सुरुवात होणार होती; त्यामुळे रामचंद्र मोहिते साडेनऊलाच घराबाहेर पडला.

नुकताच जुलै महिना सुरू झाला होता. हवा कुंद होती. आभाळ गच्च भरलं होतं. मोहितेला वाटत होतं, जोगतिणीचं जिणंही असंच. गच्च भरलेल्या आभाळागत. केवळ ससेहोलपट सोसणंच नशिबी. अवघं दुःख साकळून राहिलेलं, याला आज फट पडणार आहे का?

सकाळपासून भुरूभुरू पाऊस पडत होता. अशांमध्ये कितीशी उपस्थिती राहणार हा एक प्रश्न होता. सभास्थानी तो गेला, तर हॉल गच्च भरलेला! एवढ्या लवकरही आजूबाजूंच्या खेड्यांवरील जोगतिणींचे ताफे आले होते. एवढेच नव्हे तर, पुणे-मुंबई-बंगलोर आदी दूरदूरच्या शहरातील मराठी, कन्नड, इंग्रजी दैनिकांचे वार्ताहरही आलेले होते. प्राध्यापक-विद्यार्थी व इतर क्षेत्रातील विचारवंत नागरिक यांचीही उपस्थिती दिसत होती.

रामचंद्र मोहितेला आठवले - काही महिन्यांपूर्वी डॉ. आबा आडारकर खासगीत म्हणाले होते, 'या प्रश्नाचे महत्त्व कुणालाच वाटत नाही! खुद्द माझ्याच पक्षातील माणसे आता म्हणू लागलीत की, तुमच्या अशा या वागण्याने आपला पक्ष 'जोगतिणींचा पक्ष' म्हणून आता ओळखला जायला हवाय का?' डॉ. आडारकर समाजवादी पक्षाचे होते.

परिषदेच्या व्यासपीठावर समाजवाद्यांचाच भरणा दिसत होता. प्रसिद्धीस सदाचेच हपापलेल्या जीवजीभायनेही पुढे पुढे करून खुर्ची पटकावलेली होती!

सुरुवातीला काही विचारवंतांची भाषणे झाली अन् मग जोगतिणींनाही बोलण्याची संधी दिली, त्यांनीही आपलं जीणं-जगणं हृदय हेलावून टाकणाऱ्या शब्दांत सांगितलं अन् मग पुण्याच्या प्रमुख दैनिकांचे जिल्हा वार्ताहर उठू लागले, तसे जीवजीभायींनी त्यांना खुर्चीवरूनच 'बसा' या अर्थी खुणावून हळू आवाजात म्हटलं,

'अहो माझंही अजून भाषण व्हायचं आहे; मग जा म्हणे!' तसे ते वार्ताहर एकमेकांकडे अर्थपूर्ण नजरेने पाहत हसत खाली बसले. बोकड दाढीवाला डॉ. सुनील अचलापूरकरही आलेला होता. तो व रामचंद्र मोहिते त्या वार्ताहर द्वया-जवळच बसले होते; हे सारेच जीवजीभायच्या वागण्याने हसू लागले... या जीवजीभायला परिषदेपेक्षा उद्याच्या पेपरातील तिच्या वृत्तांतात आपले नाव छापून येणे महत्वाचे वाटत होते!

कामगार युनियनमध्ये 'आय' काँग्रेसचे बरेचसे कार्यकर्तेही होते; तेही ही परिषद

यशस्वी व्हावी म्हणून गेला आठवडाभर खेडोपाडी प्रचार करून राबले होते; पण स्टेजवर त्या साऱ्यांना डावलून समाजवाद्यांचा भरणा केल्याने तसे ते सकाळपासून रुष्ट झाले होते!

दुपारपर्यंत परिषदेचं पहिलं सत्र समाप्त झालं. महत्त्वाचे सारे ठरावही याच सत्रात पास झाल्याने महत्त्वाचे काहीच उरले नव्हते आता; त्यामुळे दूरदूरच्या गावाहून आलेले वार्ताहर निघून गेले!

दुपारचे सत्र तीननंतर सुरू झाले; मास्तरने माईकवरून प्रा. कांबळेला भाषण करण्यास अनाऊन्स केलं; पण प्रा. कांबळे गर्दीतून कुठे गायब झाला तो झालाच!

या प्रसंगानंतर 'आय 'काँग्रेसचा हा साराच गट युनियनमधून बाहेर पडला.

काही महिन्यांनंतर लेखक रामचंद्र मोहितेला रस्त्यात असाच एकदा प्रा. सुजित कांबळे भेटला...

परिषदेचं व पर्यायानं कामगार युनियनविषयी बोलणं निघताच म्हणाला,

'आम्ही मरमर मरायचं आणि नाव यांचं व्हायचं, हे कुणी सांगितलंय? स्टेजवर यांनीच पुढं पुढं करायचं, मिरवायचं! बातम्यांतही आपली नाव येतील, अशी व्यवस्था करायची! परिषदेच्या दिवशी पाहिलंच ना तुम्ही, स्टेजवर सारी समाजवादी 'भायां'ची भाऊगर्दी... त्यांनाच बोलायला चान्स... आता मलाच पाहा. त्या दिवशी सकाळी बोलू दिले का त्यानं? त्यांना असं भासवायचं होतं की, हे सारं समाजकार्य केवळ आपल्या समाजवादी पक्षातर्फे केलं जातंय, वगैरे...

लेखक रामचंद्र मोहितेला मात्र गंमत वाटली. अशा परिषदांनी किती जोगतिणींच्या मनात जागृती होतेय, त्यांचा उद्धार होतेय, हा एक प्रश्नच होता; तरी पण अशा वेळी वेगवेगळ्या पक्षांचे व विचारसरणींचे लोक एकाच स्टेजवर आले तर पडद्याआड होणाऱ्या हालचाली पडद्यासमोर होणाऱ्या कार्यक्रमापेक्षा निश्चित चित्तवेधक असतात!

७

काँग्रेस 'आय' 'चे सारे कार्यकर्ते युनियनमधून फुटले तरी मास्तर डगमगला नव्हता. युनियनमध्ये पगारी कामावर असलेले दोन-तीन नोकर यांच्या सहकार्याने त्यांचे कार्य चालूच होते...!

दोन वर्षांपासून गावात प्रेमनाथ इंगवले यांची 'कट्यार बिडी फॅक्टरी' सुरू होती. त्यातील तीस एक बिडी कामगार स्त्रिया युनियनमध्ये होत्या. त्यांना अपुरं पान द्यावयाचं, त्यांनी बांधलेल्या बिडीतून 'छाट बिड्या'जास्त काढायच्या हे असे त्या बिडी फॅक्टरीत चालू होते.

'युनियन सोडा, भरपूर पान देतो, काम देतो! 'इंगवले म्हणे... आणि यातूनच

संघर्ष उफाळला!

युनियनमधील कामगार स्त्रिया फॅक्टरीच्या दारात धरणे धरून बसल्या... आम्हाला जादा काम द्या. अपुऱ्या कामामुळ आम्हावर उपासमारीची पाळी आलीय न पेक्षा आम्ही इतर बायकांनाही बिड्याच बांधू देणार नाही!' हे त्यांचं म्हणणे होतं.

इतर बायकांना हजार बिडी बांधल्यावर पन्नास पैसे कमी रोजगार मिळे, पण भरपूर काम तरी होतं.

पण युनियनमधील बायकांना सरकारी नियमाप्रमाणे हजारी मजुरी दिली जात असली तरी काम कमी. रोज केवळ तीन-चार रुपये रोजमुरा पडेल एवढेच काम. शिवाय बिड्या बांधून हजेरीला गेल्यावर 'छाट बिड्या' काढायचा दणकाही दांडगा; त्यामुळे या बायका फॅक्टरीच्या दारात धरणे धरून बसल्या. फॅक्टरीचं ऑफिस उघडं होत, ते तसंच उघडं राहिलं... ते बायकांनी ताब्यात घेतलं!

फेराफेरावर घरून बायका जेवून येत व ऑफिसच्या दारात बसून राहत. बारा न् बारा. चोवीस तास. झोपतही तिथेच. एक-दोन आठवडे उलटले. मालकही जिद्दीस पेटलेला. तो तर ऑफिसकडे फिरकलाही नाही! मजूर वर्गात मात्र ही वार्ता पसरली की, गावातल्या इतर तंबाखू व्यापाऱ्यांनी व बिडी फॅक्टरीवाल्यानी त्याला भरीस घातलं आहे, 'तू ताठर भूमिका ठेव. पाय मागे घेऊ नकोस. एकदा या युनियनवाल्या बामणाचा नांगा मोडूयाच. आमची सर्व प्रकारची मदत तुला...'

युनियननेही आपली सर्व ताकद या घेरावमागे उभी केलीच होती. मास्तरचं वेळोवेळी मार्गदर्शनही होतंच...

बिडी फॅक्टरी शमशुद्दीन मालकापुरेच्या मालकीच्या इमारतीत होती. इंगवळे भाडेकरू. शमशुद्दीन गावातीलच एका तंबाखू फर्मवर दिवाणजी होता. या घेरावामुळे त्याच्या इमारतीतील फॅक्टरी बंद पडून वर्षाचे भरघोस उत्पन्न बुडीत होण्याची भीती निर्माण झाली होती! तो तर आपल्या मिशीला पीळ देत ज्याच्या त्याच्या पुढे बोलून दाखवीत होता,

'उस बम्मनको खाल्लासच करतूं. नही कऱ्या तो बापका नाम जबानपर नही लावूंगा!! '

फॅक्टरीत बिड्या बांधणाऱ्या, पण युनियनमध्ये नसलेल्या बायका घेरावाला बसलेल्यांना शिव्या देत म्हणू लागल्या,

'सुक्काळ्या, आपनबी राबून खाईनात, नि आम्हास्नीबी राबून लावू दि ऽ नात! तडाखा आला त्येंच्यावर... 'थंडीचे दिवस होते, तरीही बायका कुडकुडत रात्रीच्या वेळीही घेराओला जाऊन बसत...

महिना होत आला, तरीही काहीच घडत नव्हतं. दोन्हीही बाजूंना चीड पडत चालली होती...

युनियनचे कार्यकर्तेही अधूनमधून घेराओच्या जागी सल्लामसलतीसाठी येत.

घेराव बसल्यापासून इंगवले आपल्या फॅक्टरीकडे कधी फिरकला नाही; तरी पण त्याची तिकडे 'नजर' असेच. तिथे काय काय घडतेय, रोज मास्तर तेथील कामगारांत रात्रीचे आठ-नऊच्या वेळी बौद्धिकांच्या छोट्या-छोट्या सभा घेऊन आपणाविरुद्ध कसा भडकवितो आहे, युनियनमध्ये पगारावर कामावर असलेल्या कार्यकर्त्या पोरांच्या काय-काय कारवाया चालू असतात, अशी सारी इत्यंभूत माहिती त्याच्या कानांवर जात होती.

एके दिवशी इंगवलेनं फॅक्टरीतील हमालांना बोलाविलं आणि त्यांच्या पुढं दहा-दहाच्या दहा नोटा टाकून म्हटलं,

'हे दारूला! कच-कचभर चढवा आणि त्या युनियनमधील पोरास्नी धडा शिकवा!!'

'पन मालक.. पोलिस, फौजदार?

'ते काय ते मी पाहून घेतो, तुम्ही तुमचं काम चोख करा!! काम झाल्यावर चिकन-बिर्याणीची पार्टी आणखी माझ्याकडे लागली!!'

रात्रीचा साडेसातचा सुमार. सगळ्या वखारी सुटल्या व कामगार स्त्रिया लक्ष्मीच्या देवळाकडे जाऊ लागल्या... 'आज सभा आहे,' युनियनच्या कार्यकर्त्या पोरांनी सायंकाळीच वखारी-वखारींत फिरून सांगितलं होतं; पण कामाची सुटी झाल्यावर खेड्यावरच्या बायका आपापल्या गावाकडे सटकायला बघत; त्यांना ताणून आणावं लागे! प्रत्येक वखारीत लीडरकी करणाऱ्या दोन-तीन बायका तरी असतच! त्या आठवड्याच्या पगाराच्या दिवशी पंचवीस पैसे वर्गणी प्रत्येक मजूर बाईकडून वसूल करून सारी रक्कम 'मास्तर'च्या घरी जाऊन भरणा करीत; तसेच रात्रीच्या सुटीनंतर अशी एखादी सभा असेल तर साऱ्या बायकांना उस्कळून लक्ष्मीच्या देवळाकडे नेत! खेड्याच्या बायकांनी आपल्या गावची वाट धरली की, 'राडा, उंडग्या, घालकांड्या' अशी फुलं वाहत या तावातावानं म्हणत,

'खज्याळ कोंबड्यानू, आम्ही भांडलाव्-लढलाव् म्हणून तर पाच रुपये पगार फोदऱ्यावरनी आवळून घ्यायला लागलाईसा, न्हाय् तर बसत हुतासा तीन रुपड्याला राच्चं 'नौ वाजूतोर घासत!!'

अशी सारी जमवाजमव होई... लक्ष्मी मंदिरापुढील सारा सभामंडप मजूर स्त्रियांनी भरून जाई. दिवसभराच्या कामाने स्त्रियांच्या कपड्यांवर तंबाखूची धूस बसलेली असे. त्यामुळे तंबाखूचा वास व खाट सभा मंडपात साकळून राही. मंडप खूपच उंच. वर पत्र्याचं शेड आणि त्याखालच्या कैच्यांवर अनेक पारवाळं बसून राहत, ती गुर्टऽगूऽ करीत, शिटत तरीही बायका जागेवरून हलत नसत...

आता सगळ्या वखारींतील बायका आल्यात, मंडप भरून गेलाय्, हे दिसून येताच युनियनची पोरं 'मास्तर'च्या घराकडे सुटत, त्याचं घर हेच युनियनचं ऑफिस होतं. पोरं येताच मास्तरं निघे... कधी-कधी पुण्या-मुंबईकडून पाहुणे आलेले असत. कुणी संपादक वा लेखक अगर कुणी सामाजिक कार्यकर्ते... असे लोकही मग मास्तरसह सभेच्या स्थानी चालू लागत...

सभामंडपाच्या समोर पिंपळाचं झाड होतं. त्याच्या भोवताली पारकट्टा होता; तेच स्टेज!

मास्तर व मास्तरबरोबर असलेले पाहुणे स्टेजवर येताच कलकलणाऱ्या बायका शांत बसत कुठे-कुठे थोडीफार चुळबूळही असल्याची जाणवे. मास्तर बोलायला उभा राही,

'माझ्या आयांनो व बहिणींनो, शांत रहा. माझं बोलणं सर्वांना ऐकू येईल.... मी बोलत राहीन तसतसा माझा आवाज चढत जातो... शांत बसून घ्या... शांत रहा...'

'तुम्हाला माहीतच असेल, गेले महिनाभर 'कट्यार बिडी फॅक्टरी'च्या कामगाराचा संप सुरू आहे. आजवर हा संप शांततेने सुरू होता. आपल्या काम-गारांकडून कसल्याही प्रकारचा शांततेचा भंग झालेला नव्हता. पण काल फॅक्टरींच्या मालकांनी आपल्या युनियनच्या कार्यकर्त्यांवर गुंड घातले. तुमचा-आमचा भाऊ, हा बशीर याला काठीने झोडपले. अजूनही याच्या अंगावर वळ आहेत! बशीर, इकडे ये.'

स्टेजजवळच बसेलेला बशीर उठून उभा राहिला, तसा मास्तर म्हणाला,

'बशीर, मानेपर्यंत मॅनिला उचलून पाठ दाखव. पाहा, पाहा... हे वळ कसे हिरवे-निळे झाले आहेत!'

साऱ्या मजूर बायका चुकचुकू लागल्या... हळहळू लागल्या. काहींनी त्या गुंडांची तिरडी आवळली, तर काहींनी त्याचं मढ बसविलं!

'आपल्या युनियनचा दुसरा कार्यकर्ता जगन्नाथ... तो तर काल केवळ नशिबानेच वाचला! काळ आला होता, पण वेळ आली नव्हती! काल त्याच्यावर काही गुंडांनी हल्ला केला, खाली पाडले, दोघे दोन्ही हातांवर उभे राहिले, दोघांनी पाय धरले; एकाने चाकू काढला... तो वार करणार तोवर आपल्या युनियनच्या कामगार स्त्रिया तिथे पोहोचल्या. जवळच येसादेअण्णांची वखार होती. रात्रीची साडेसातची सुटी झाल्यामुळे वखारीतील बायका आपापल्या घराकडे चालल्या होत्या; तर वाटेत हे दृश्य दिसले... आपल्या युनियनमधल्या भावाच्या सुटकेला बायका धावल्या. चाकू खुपसायला सज्ज झालेल्या हातावर त्यांनी दगड भिरकावला! बायका धावून आल्याचे पाहून गुंड पळून गेले! आपला जखमी भाऊ जगन्नाथ तळमळत होता, त्याला दवाखान्यात नेत असताना सुद्धा त्याच्या तोंडात हेच शब्द होते, 'माझ्या

आया-बहिणींनो, आपली युनियन मोडू नका, एकी सोडू नका... माझा जीव गेला तरी बेहत्तर, पण आपली एकजूट कायम टिकवा!!

हे सारं ऐकणाऱ्या कामगार स्त्रिया गदगदून गेल्या. काही नाक वर ओढत रडू आवरू लागल्या; तर काही पदराने डोळे पुसू लागल्या!

मास्तर पुढे बोलतच होता,

'तर माझ्या आया-बहिणींनो, तुम्हाला आई यल्लूबाईची शपथ आहे. या अन्यायाविरुद्ध आपण लढा द्यायचा, झगडायचं! त्यासाठी आपली ही एकजूट अभंग ठेवणे आवश्यक आहे. तुम्हांत फूट पाडण्याचा हे वखारमालक नाना तऱ्हेने प्रयत्न करतात, पुढेही करतील; त्याला तुम्ही बळी पडता कामा नये!

'तर आज ही सभा यासाठी बोलविली होती की, 'कट्यार बिडी फॅक्टरी'च्या मालकाने आपल्या युनियनच्या कामगारांची गेल्या बऱ्याच दिवसांपासून ही जी पिळवणूक चालविली आहे, त्याविरुद्धचा लढा आपण उद्यापासून तीव्र करायचा. यातील पहिलं पाऊल म्हणजे, उद्या शहरातील सर्व वखार कामगारांनी काम बंद ठेवून हरताळ पाळायचा व बिडी कामगारांच्या लढ्यास पाठिंबा म्हणून सर्वांनी दिवसभर फॅक्टरीसमोर बसून राहायचं.

'आता शेवटची गोष्ट म्हणजे आपल्यातील सर्वच कामगार भगिनी नियमित वर्गणी देत नाहीत; ती त्यांनी नियमित द्यावी, तरच ही आपली युनियन भक्कम आर्थिक पायावर उभी राहणार आहे. पूर्वी आपल्यातच काम करणारे काही कार्यकर्ते युनियनमधून फुटले आहेत व तेच बाहेर पडून माझ्यावर आरोप करू लागलेत काय तर म्हणे मास्तर कामगारांचे पैसे खातो! मी आपल्या पैशातील नया पैसा जरी खाल्ला असेल तर शेण खाल्लं! युनियनचे हिशेब स्वच्छ आहेत. कुणीही येऊन पाहू शकतात. वास्तविक, पक्षीय भुतावळी उभ्या करून वखारवाल्या मालकांनी व बिडी फॅक्टरीवाल्यांनी युनियन फोडण्याचा प्रयत्न केला आहे. तुमचा राबलेला पैसा खायला मला स्वतःला काय कमी आहे? सरकारतर्फे हजारांहून अधिक पैसा मिळतो मला! तेवढा मला पुष्कळ आहे! एवढा तुमच्या कामाचा पैसा खाण्याइतका मी नीच नाही! चांगलं काही कार्य करीत असेल तर पाय आडवा घालून त्याला पाडायचं, फजिती करायची, एवढंच अशा विघ्नसंतोषी लोकांना ठाऊक आहे!!

'माझ्या आया-बहिणींनो, तुम्हाला आताच सांगतो, हा पठ्ठ्या पुढल्याच महिन्यात मुंबईला जाणार आहे नि तेथील सामाजिक संस्थेकडून दीड लाखाचा चेक तुमच्यासाठी दवाखाना काढण्यासाठी घेऊन येणार आहे! हे सारं कुणाच्या जीवावर तर माझ्या आया-बहिणींनो, तुमच्या जीवावर! नाही तर मास्तर कोण तर एक सामान्य माणूस! पण माझ्या मागं तुमच्या एकीचं, ताकदीचं, युनियनच बळ आहे...आपली ताकद मोठी आहे. आपली युनियन मोठी आहे बोला- कामगार युनियनचा...'

'विजय असो!!'

'तर आता आजच्या सभेचं कामकाज संपलं; आता आपण शांतपणे आपापल्या घरोघरी परतायला हरकत नाही.'

दुसऱ्या दिवशी कामगार स्त्रियांचे खिंडच्या खिंड बिडी फॅक्टरीपुढे जमू लागले...

कामगार विश्वात महिनाभर ही उलघाल होऊनही लेबर इन्स्पेक्टर अजूनही इकडे फिरकला नव्हता! दहा हजारांहून अधिक कामगारांची संख्या सहज होईल अशा या शहरात लेबर ऑफिस नव्हतं. ते होतं खेडदाळ्या चिक्कवडी या गावात. भाषावार प्रांतरचनेच्या वेळी पुढाऱ्यांच्या स्वार्थी राजकारणामुळे पंधरा लाखांच्या घरात लोकसंख्या असलेला हा मराठी भाषिक प्रदेश अरुणाटकात घुसडलेला होता. सीमा प्रश्न सुटण्यासाठी उत्तर प्रदेश हायकोर्टाचे निवृत्त न्यायाधीश मेहरांचे एक सदस्य कमिशन केंद्राने नेमले होते; पण या मेहराने अरुणाटकाची राजधानी बंगलोर येथे जाऊन दोन-तीन लाख खिशात घालून अरुणाटकाला अनुकूल असा अहवाल लिहिला होता, अशी सीमा भागात समजूत पसरली होती. तरी पण मेहरा अहवालानुसार निगवणी व त्याच्या भोवतालची दोन-अडीच डझन खेडी मराठी प्रदेशास जोडण्याची शिफारस केलेली होती. पुढे-मागे मेहरा अहवाल स्वीकारून हा भाग अरुणाटकातून मराठी प्रदेशास जोडला गेलाच तर आपण तालुका करून केलेल्या सुधारणा अन्य राज्यात जायला नकोत म्हणून चिक्कवडीसारखा वादग्रस्त नसलेल्या प्रदेशात असलेल्या खेडदाळ्या गावात तालुक्याचं ठाण केलेलं होतं नि त्याच्या दुप्पट-तिप्पट मोठे असलेल्या निगवणीचा विकास व सुधारणा खुंटवून टाकलेल्या होत्या.

यामुळे, अर्थात लेबर ऑफिसरचं ऑफिस निगवणीला न ठेवता चिक्कवडी या तालुक्याच्या गावी ठेवलं होतं! लेबर ऑफिसरला वखार मालकांकडून हजारो रुपये मिळत. प्रत्येक वखार मालकाकडून पन्नास-पन्नास रुपये काढले जात. जमलेली सारी रक्कम लेबर ऑफिसरच्या ताब्यात दिली जाई. महिना पन्नास हा हप्ताच होता. पहिला ऑफिसर बदलून त्या जागी दुसरा आला म्हणजे त्याला पहिल्याकडून ही हप्तेवसुलीची मौलिक माहिती सांगितली जाई. असे मिंधे झालेले ऑफिसर निगवणीला व्हिजिट देण्यापूर्वी संबंधित वखारवाल्यांना एक दिवस आधीच पूर्वसूचना देत. 'साहेब येणार आहे' म्हटल्यावर मग अकरा-अकरा बारा-बारा तास राबवून घेतल्या जाणाऱ्या मजूर स्त्रियांना सरकारी नियमानुसार संध्याकाळी सहाला सोडले जाई आणि त्या दिवशीच्या रात्रपाळ्या व पहाटपाळ्या देखील बंद ठेवल्या जात! स्त्रियांतच जागृती निर्माण होऊन त्यांनी मास्तरच्या नेतृत्वाखाली युनियन स्थापन केल्यापासून 'आठ तास काम, पाच रुपये दाम' हे सुरू झालं असलं तरी लेबर ऑफिसर विशेष बदलले नव्हते, त्यांना मिळणारा वखारवाल्यांचा मलिदा बंद झाला असला तर तेवढाच; पण त्यांच्याकडून ज्या कामांची अपेक्षा करून सरकारने नेमणूक केलेली

असते, त्या कामाची बोंबच होती!

फॅक्टरीसमोर जमलेल्या बायका कलकलाट करीत होत्या. खेडेगावच्या बायका आज हरताळ म्हणून आल्याच नव्हत्या. गावातल्याही बऱ्याचशा गैरहजर होत्या आणि ज्या थोड्या बहुत जमल्या होत्या, त्यांची संख्याही काही कमीं नव्हती! मोजायलाच बसलं तर तीन-चार हजार सहज संख्या झाली असती!

इतका मॉब समोर असेल तर नेत्यांना, कार्यकर्त्यांना भाषण करावयाची हुक्की येतेच...

मास्तरच्या कार्याच्या आकर्षणाने मुंबईहून विनय करुळकर 'हे आहे तरी काय, पाहू' या उत्सुकतेपोटी आला होता. त्याच्यासह त्याची मूळगावकरांच्या चित्रातल्यागत देखणी पत्नीही होती. विनय करुळकरचं विलक्षण पत्रकार म्हणून त्यापूर्वी थोडंफार नाव झालं होतं. काही महिन्यांपूर्वी नवशीक-दनवाड भागात शेतकऱ्याचं बटाटा आंदोलन झालं होतं. बटाट्याला योग्य भाव मिळावा, म्हणून झालेल्या त्या आंदोलनात शेवटी गोळीबार होऊन पाच-सहा शेतकरी मेले होते. कृषीबल संघटनेतर्फे ते आंदोलन झालं होतं आणि तेव्हापासून उमेश कुलकर्णीचं नाव सर्वांसमोर आलं होतं... उमेश कुलकर्णीनं अमेरिकेतील बड्या पगाराची नोकरी सोडली होती व तो भारतात आला होता. इथं आल्यावर त्याने वीस-एक एकर शेती खरेदी केली होती. शेतीविषयक विकसित झालेले आधुनिक तंत्रज्ञान वापरून त्याने शेती चांगल्या प्रकारे पिकविली होती, पण बाजारभाव व लागवडीसाठी केलेला खर्च यांचा ताळमेळ काही जमत नव्हता.

भारतातील शेतकरी वर्गाची प्रचंड प्रमाणात फसवणूक होतेय्, हे सत्य तीव्रतेने त्याला जाणवलेले. अन् मग त्याने दंड थोपटले. खेड्याखेड्यांबर सभा घेतल्या व शेतकऱ्यांत जागृती सुरू केली... तुमच्या मतांवर निवडून आलेले हे आमदार-खासदार तुम्हाला कसे हाताळतात, सत्तारूढ पक्षाचे सरकार शेतकऱ्यांचे व गरिबांचे देखील कसे नाही, येथील शेतीमालाला जास्त भाव मिळू नये म्हणून सरकार वेळोवेळी परदेशातून धान्य आयात करून येथील शेतकऱ्यांना सतत कसं गरीब ठेवीत आलंय...

शेतकऱ्यांना समजेल अशी भाषा, त्यांच्या ग्रामजीवनातील नित्य परिचित अशा उपमा व उदाहरणे देऊन तो भाषण करायचा, त्यामुळे ते शेतकऱ्यांना अपील व्हायचं, काळजाला भिडायचं. त्याची वाणी अस्खलित नव्हती, त्याची भाषणाची पद्धत शैलीदार नव्हती, तरीही हजारोंच्या संख्येने ग्रामीण जनता त्याच्या व्याख्यानाला जमायची. बोबडा माणूस प्रयत्नाने जीभ वळवून बोलावा, तसं तो बोलायचा. पण तो शेतकऱ्यांच्या मनात सलणारे प्रश्न घेऊन सरकारविरुद्ध लढायला उभा राहिला होता. त्यामुळे आपसुक त्याच्या भोवताली गर्दी जमत होती. तो काही आमदार-

खासदार होणार नव्हता, की साखर कारखान्याच्या डायरेक्टर बोर्डावर जाणार नव्हता; उलट, 'मी निवडणुकीला उभा राहिलो तर माझ्या गळ्यात जोड्यांची माळ घालून गाढवावरून माझी धिंड काढा,' असे तो जाहीर सभेत सांगत फिरत होता!

साखर सम्राटांची, सहकार सम्राटांची संस्थानं त्यानं नुकतीच कुठे हलवायला सुरुवात केली होती. पांढऱ्या टोप्यांखालच्या कपाळावर नुकत्याच कुठे आठ्या उमटू लागल्या होत्या. 'आयला, यो कोण बामण मधीच उपटला. आम्ही जनतेचे पुढारी असतापैकी!'

तर असा उमेश कुलकर्णी शेतकरी नेता झाला होता. त्याच्या या अनोख्या आंदोलनाकडे विनय करुळकर आकर्षित झाला होता. बटाटा आंदोलनाच्या वेळी तो जातीने सपत्नीक नवशीक-दनवाड भागात हजर राहिला होता. त्याची पत्नीही उत्तम फोटोग्राफर होती व त्याला मदत करण्यासाठी सावलीसारखी त्याच्यासोबत असत होती. बटाटा आंदोलनावर 'लढवय्या' नावाची एक लेखमालाच त्याने मुंबईच्या एका साप्ताहिकात लिहिली होती.

निगवणीतील तंबाखू कामगारांच्या चळवळीबद्दल त्याने वेळोवेळी दैनिकांतून वाचले होते, तेव्हा हे आहे तरी काय हे पाहावे, या उत्सुकतेपोटी तो येथे आला होता.

फॅक्टरीसमोर जमलेल्या कामगार बायकांपुढे भाषणे ठोकून स्थानिक कार्यकर्ते आपले घसे खरबडून घेत होते आणि हा मॉबमध्ये उभा होता. त्याला हे सारे नवीन होते. अत्यंत श्रीमंत घराण्यातला तो. कसली ददात नव्हती, कसली कमतरता नव्हती, पण कसलाही ओरखडा नसलेल्या त्या सुखानेच तो बोअर झाला... मूख जनता, मतलबी नेते, कृतिशून्य, हताश विचारवंत, लेखक, कलाकार यांमध्ये उमेश कुलकर्णीचं कार्य त्याला वेगळं वाटलं... कसलाही राजकीय स्वार्थ मनात नाही, तरी हा ग्रामीण जनतेच्या समस्यांत स्वतःला झोकून देतो आहे. आणि इकडे अरुणाटकातल्या सीमा भागात तंबाखू कामगारांच्या मध्ये कुणी हा दुसराच कुलकर्णी कार्य करतो आहे, हे समजताच त्याने आपली स्कूटर इतक्या दूरवर दौडविली होती!

कार्यकर्ते भाषण करताहेत, स्त्री कामगार तन्मयतेने ऐकताहेत'... अशी सभा चालली होती, तोवर आवई उठली, 'मालक आला... मालक आला...'

फॅक्टरीच्या फाटकात येण्यासाठी जो मोठा दरवाजा होता, त्या दिशेने सर्वांच्या माना फिरल्या...

तर खरंच, मालक येत होता. मालकासह लेबर ऑफिसरही होता. मालक गोरापान, गिड्डा, डब्बल हाडापेराचा व आडवा सुटलेला होता, त्यामुळे तो कोल्हापुरी पैलवानागत वाटत होता; त्याच्या तोंडावर देवीचे व्रण होते; त्यामुळे तो क्रूरही वाटत होता. त्याने मिशांचे कंगाल राखले होते व त्यांना छानशी टोकंही दिली होती.

त्याच्यासह सुटाबुटातील चष्मिस्ट लेबर ऑफिसरही दिसत होता. सरकारी नोकरी असल्याने तो पैसे खा-खाऊन छान सुटला होती. ती साय त्याच्या शरीरावर दिसत होती. त्या ढेरपोट्याला टक्कलही पडलेलं होतं...

मालकानं कोर्टात जाऊन हे सारं झेंगट आपल्यातर्फे करून घेतलं होतं. बिडी फॅक्टरी बंद करायला परवानगी मिळविली होती! त्यासाठी तीस-पस्तीस हजार रुपये उडविले होते आणि आता ताबा घेण्यासाठी तो आला होता. जणू त्याचा नोकरच असल्यागत लेबर ऑफिसरही सोबत होताच...

पण हे दोघे अनायसेच बायकांच्या तावडीत गावले!

बायका त्यांना घेराव घालून कलकलाट करीत होत्या... कुणाचंच कुणाला काही ऐकू येत नव्हतं, तोवर दिवाणजीनं कचेरीत फोन मारला अन् पाच एक मिनिटांतच भार्रदिशी पोलिस जीप आली... मालकाला, लेबर ऑफिसरला व कामगार नेता म्हणून मास्तरला त्यांनी जीपमध्ये घेतलं आणि जीप सुरू झाली.

तोवर काही धीट बायका तीरागत पुढे धावल्या व त्यांनी त्वेषाने जीपची मागील बाजू ओढून धरून ती रोखण्याचा प्रयत्न केला...

पण जीपसह त्या फरफटत कासराभर अंतरावर गेल्या न् मग त्यांची पक्कड सैल पडली...

'भाड्यानू... तुमच्यावर मरगाईचा तडाखा पडला, तुम्हाला हांट पाजला!'

शिव्या देतच चार-पाच हजारांचा तो मजूर बायकांचा मॉब घोंघावत कचेरीकडे धावू लागला...

तिथून दोन-एक फर्लांगावरच कचेरी. चिडलेल्या बायकांचा तो मॉब कचेरीवर चालून येतो आहे, हे दिसून येताच पोलिसांनी लाठीहल्ला केला...

बायका उलट दिशेने सैरावैरा धावू लागल्या. दिसेल त्या बाईला झोडपण्याचा पराक्रम पोलिस करू लागले!

जरीनाबाय् ही उंच, धिप्पाड अशी डब्बल हाडापेराची बिडीकामगार स्त्री होती. स्त्री कसली 'पैलवान' म्हणूनच ती मजुरांच्या जगात ओळखली जात होती. स्त्रीच्या नाजूकपणाचा तिच्या ठायी लवलेशही नव्हता. सारं मर्दानी काम. मांजऱ्याअण्णाला ऑफिसातून बाहेर आणून घेराव घातला होता तेव्हा याच 'पैलवाना'नं त्याला उचलून बाहेर आणलं होतं, अशी तेव्हा गावभर भूमका उठली होती... पोलिसांनी या पैलवानला बरोबर टिपलं. तीन-चार पोलिस तिच्याबर तुटून पडले. हातातील काठ्यांनी झाम् ऽ ऽ झाम् झोडपू लागले... वावभर धावण्याचा प्रयत्न करता-करता ती धाडदिशी खालच्या धुळीत कोसळली.

जरीनाबायसारखीच आवुबाई माने ही वखार-कामगार स्त्री, बायकांची लीडर म्हणून ओळखली जात होती... तिलाही पोलिसांनी बेदम चोपले होते...

या दोन्ही जखमी स्त्रियांस ॲडमिट करून घेण्यास गावातील डझनवारी दवाखान्यांतील डॉक्टर्स तयार नव्हते; अखेर म्हैसूरला जाऊन कसलासा वैद्यकीय कोर्स देऊन आलेल्या एका मॅट्रिक्युलेट 'डागडर'ने त्या दोघींस ॲडमिट करून घेण्याची माणूसकी दाखविली! डॉक्टर निकम त्यांचं नाव!'

विनय करुळकरला या गदारोळात काय करावं समजत नव्हतं... बायका कचेरीच्या दिशेने पळत सुटल्या, तेव्हा तो मास्तरांच्या घराकडे निघाला आणि सोबत त्याची पत्नीही होतीच. वाटेत ती वारंवार बायकांच्या निडरपणाबद्दल आश्चर्य व्यक्त करीत होती. विनयलाही मजूर बायकांचं हे असं कचेरीवर चालून जाणं अजब वाटत होतं व पराक्रमीही! आणि आपल्या मुंबईचा बोकड दाढीवाला लेखक डॉ. सुनील अचलापूरकरने या बायकांबद्दल काय काय खरडून कशी विकृत प्रतिमा निर्माण केली होती!! त्या साल्यानं बायकांचं हे रूप, हा वेगळा आवेश पाहायला हवा होता! आणि हा लेकाचा म्हणे, गावगन्ना फिरून तळागाळातल्या माणसांचं जीवन अभ्यासतोय! दोन-तीन दिवस राहून, पाच-पन्नास माणसांच्या मुलाखती घेऊन याला त्यांचं जीवन कळणार म्हणे! आणि अशा 'श्यार गावातल्या' माणसांसमोर हे तळागाळातले लोक सारं काही सत्य बोलणार किंवा ते बोलतील वा सांगतील ते सारं ही वडिंग्याची खुळी सत्य समजणार!! विनय करुळकरचं आजोळ कोल्हापूर. हायस्कूलपर्यंतच त्याचं शिक्षण आजोळीच झालेलं. त्यामुळं अशा प्रसंगात वापरला जाणारा वाक्प्रचार 'वडिंग्याचं खुळं,' त्याला नेहमीच आठवत असे! कारण कोल्हापूरजवळ 'खुळ्याचं वडिगं' नावाचं गाव होतंच!!

सत्य परिस्थिती व हे पत्रकार-लेखक म्हणवून घेणारे लोक यांना जाणवून आलेली वस्तुस्थिती, यांत किती फरक असतो!! या लोकांनी लिहिलेलं जसंन्‌तसं स्वीकारणं वा ते सारंच सत्य आहे असे समजणं, हे किती चुकीचं ठरतं!!

८

मास्तरकडे येणाऱ्या पुण्या-मुंबईकडील पाहुण्यांना जीवजीभायकडून चहापाण्याचं आमंत्रण असेच. पुण्या-मुंबईकडून येणारे हे पाहुणे लेखक पत्रकार वा पुढारी असत... त्यांना अगदी आग्रह करून, ओढून जीवजीभाय आपल्या बंगल्यावर नेत असे. त्या लोकांना हे अतीव अगत्य भारावून टाकत असे. आपल्या फियाटमध्ये पाहुण्यांची ही बोचकी टाकून तो बंगल्यावर नेई व त्यांना भरपूर खायला-प्यायला घाली. बंगल्यावर चरून मिंधे झालेले हे ढोंचू लोक भायच्या या तथाकथित मोठेपणाने चित होत! काही मग भायवर एखादा लेख वा शब्दचित्र खरडीत व ते आपल्या ओळखीच्या साप्ताहिकातून वा दैनिकाच्या रविवार आवृत्तीतून छापून

आणण्याची व्यवस्था करीत! 'जीवजीभायच्या दारात मध्यरात्रीही जाऊन उभे राहावे; आपले स्वागतच होईल... त्यांच्या मधुर हास्याच्या चांदण्याची बरसात आपणाला... 'वगैरेंसारखा आपणाविषयीचा मजकूर वाचून भाय आकाशात तरंगू लागे. त्या त्या नियतकालिकांचे डझनवारी अंक स्वत: खरेदी करून आपल्या चाहत्यांमध्ये वाटून टाकी.

जीवजीभायला प्रसिद्धीचा सोस तसा खूप पूर्वीपासूनच...प्रसिद्धीची एकही संधी तो सोडीत नसे... त्यांच्या सर्कलमधील एका कार्यकर्त्याचं काही वर्षीपूर्वी अपघाती निधन झालं होतं, तेव्हा भयानं त्याच्या स्मरणिकेत एक लेख लिहिला होता, त्यात केवळ दोन-तीन परिच्छेद त्या कार्यकर्त्याबद्दल लिहून बाकीचा सर्व मजकूर स्वत:बद्दल लिहिला होता! स्वता:चं अल्पचरित्र त्यात लिहिलं होतं...

अशी अनेक गंभीर कार्ये जीवजीभाय आपल्या माकाडचेष्टांनी हास्यास्पद करून टाकीत! त्यांच्या अपरोक्ष त्यांच्याच सर्कलमधील लोक त्यांची मन:पूत टिंगल करीत आणि संधी मिळताच भायच्या बंगल्यात जाऊन चरून येऊन आपला आत्माराम गार करून घेत! विनय करुळकरलाही जीवजीभायचं आमंत्रण आलं... ड्रायव्हरनं गाडीच आणून मास्तरच्या दारात उभी केली.

'मालकांनी बलीवल्यात च्या-पाण्याला!' ड्रायव्हर शंकर तावदाने म्हणाला, 'मदी एकदा तुम्हाला बोलल्यातबी म्हणं' च्याला या 'म्हणून!'

'होय, म्हणाले होते एकदा फॅक्टरीपुढल्या त्या घेरावाच्या ठिकाणी. या एकदा आमच्या घरी चहाला, बोलू थोडा वेळ!' आणि करुळकराने मास्तरकडे पहिले.

'बोलावलंय तर जाऊन यावयास हरकत नाही.' मास्तर म्हणाला. 'एका वेगळ्याच व्यक्तीची अनायसे ओळख होईल!'

मास्तरला खरं तर म्हणायचं होतं, एका वेगळ्या व अजबही, पण भायचा ड्रायव्हरही समोर असल्यानं तसं बोलणं त्याला उचित वाटलं नाही.

'बरय तर, येतो जाऊन!' विनय कारुळकर म्हणाला आणि ड्रायव्हरसह बाहेर पडला... 'या...!' म्हणत जीवजीभायनं आपल्या अलिशान बंगल्यात त्याचं स्वागत केल...जीवजीभाय काळासावळा होता. मध्यम उंचीच्या जीवजीभायच्या डाव्या भुवईवर एक व्रण होता. कार बाळगण्यागत परिस्थिती सुधारल्यावर त्यानं वॉक्झल ४८ मॉडलचं एक सेकंड हॅण्ड डबडं खरेदी केलं होतं अन् ते घेऊन ड्रायव्हिंगचे प्राथमिक धडे गिरवल्यावर आत्मविश्वासाने जीवजीभाय स्वत: ड्रायव्हिंग करीत आपल्या शेताकडे चालला होता. समोरून एक ट्रक येत होता; अलीकडे जीवजीभाय अन् मध्ये एका ओहोळावरचा छोटासा पूल. जीवजीभाय काचबावरून गेला अन् ब्रेक दाबून गाडी थांबविण्यासाठी त्याने प्रयत्न केला. पण ब्रेक पॅडलऐवजी ॲक्सिलरेटरवर पाय पडला आणि थांबण्याऐवजी पूर्वीहून वेगाने पळणारी गाडी कशी आवरावी हे

न समजून त्याने ती पुलावर घातली! एक पलटी खाऊन गाडी ओहोळात! तरी ओहोळाची उंची फार नव्हती डाव्या भुवईवरच्या केवळ एका खोल जखमेवर निभावलं; नपेक्षा जीवजीभायनं तेव्हाच मान टाकली असती! पण काही व्यक्ती एकट्या मरत नाहीत; मरण्यापूर्वी अनेकांना पोहोचवून वा पोहोचविण्यात कारणीभूत होऊन, अनेकांचे संसार न् आयुष्य उद्ध्वस्त करून मरतात! जीवजीभायच्या हातून असं बरंच वादळ उठणार होतं. करुळकरांच्या या भेटीनंच त्याची सुरुवात होणार होती, हे त्याला व जीवजीभायला तरी कुठे ठाऊक होतं?

बंगल्यापुढं पोर्च होतं. त्यात छोटेखानी सुसज्ज बगीचा होता'. बागेत अनेक तऱ्हेची फुलझाडं होती, त्याचप्रमाणे देशावर क्वचितच कुठे दिसणारी नारळी, पोफळी, फणस, चिक्कू आदी खास कोकणातून आणलेली झाडेही लावली होती. बागेत एका कोपऱ्याला जाळी होती व त्यात पाच-सहा ससेही पाळलेले दिसत होते.

'हा आमचा बगीचा 'पोर्चमधून जाताना जीवजीभाय करुळकरला सांगत होते, '' मी स्वत: ही सारी झाडे लावली आहेत!'

सशांच्या जाळीत कोवळी-कोवळी पाने टाकीत बंगल्यातला म्हातारा गडी तुकाकाका उभा होता; त्याच्या कानी मालकाचं हे बोलणं पडताच, मनातून तो खुदकन हसला! या श्रीमंतांचं एक बरं असतं, आम्ही गड्यांनी राबून बगीचा फुलवायचा आणि हे मालक लोक येणाऱ्या जाणाऱ्यापुढे बढाई मारणार, हा बगीचा मी...मी...' शेतातही रोजगारी गडी राबायचे आणि हे मालक लोक एखादं मोठं कणीस गदेगत खांद्यावर टाकून पेपरातून फोटो छापून आणायचे! च्या आयला, पेपरवाले तरी काय, हितं ईवुन खिसं गरम करून 'जात्यात नि दुसऱ्या दिवशी मग आलाच फोटो नि बातमी छापून!'

'म्हणजे, आपणाला बागकामाचाही छंद आहे तर!' करुळकर म्हणाला.

'हॅं.ऽ हॅं:ऽ! जीवजीभाय मनःपूर्वक हसला,' केवळ हाच नव्हे, तर मला वाचनाचाही छंद आहे. माझी अशी खास लायब्ररी आहे. मला आवडलेली पुस्तके मी स्वत: विकत घेऊन वाचतो. आपली बटाटा आंदोलनावरची 'लढवय्या' ही लेखनमाला पूर्णत: वाचावयास मिळाली नव्हती; नंतर तिचं पुस्तकच निघालंय म्हटल्यावर मी ते त्वरित खरेदी केलं होतं. उमेश कुलकर्णीच्या रूपाने शेतकरी वर्गाला नवी दिशा दाखविणारे उमदं नेतृत्व मिळालंय असे मला वाटतं!'

यावर करुळकराने काही मल्लिनाथी केली नाही, नुसतं स्मित केलं..

तोवर पोर्च संपवून दोघे बंगल्यातील दिवाणखान्यात आले होते.

चांगली पंचवीस-तीस माणसांची उठ-बस होईल असा प्रशस्त दिवाणखाना होता. भिंतीच्या कडेने कोच व खुर्च्या ठेवलेल्या होत्या. मधोमध एक राऊंड टेबलही होतं व त्याच्या भोवतालीही वेताच्या खुर्च्या मांडलेल्या होत्या, भिंतीवर उच्च

अभिरुची दाखविणारी देखाव्यांची पेंटिंग्ज होती. फ्रेम केलेली ती चित्रे वा कलाकृती त्या-त्या कलाकारांच्या चित्र प्रदर्शनातून खरेदी केलेली दिसत होती... भिंतींना फिक्कट आकाशी रंग लावलेला होता आणि पश्चिमेकडील त्या दोन लांबट खिडक्यांतून गारसर वाऱ्याच्या झुळका येत होत्या. बंगला गावाच्या एका बाजूला होता आणि खिडकीतून बाहेर पाहिल्यावर त्या बाजूस दूर-दूर अंतरापर्यंत पसरलेली शेती दिसत होती. पार क्षितीजरेषेपाशी एक डोंगर होता व त्याच्या माथ्यावर सतत आकाश टेकून राहत होतं.

'बसा!' जीवजीभायनं म्हटलं.

तसा करुळकर एका सोफ्यावर बसला. दिवाणखान्याभर दृष्टी फिरवीत व 'भाय'च्या रसिकतेचा नि पर्यायाने स्वभावाचा अंदाज बांधीत...

'अहो...!' आतमध्ये पाहत जीवजीभाय म्हणाले.

आणि मग त्यानी, मघाच पाठोपाठ आलेल्या व त्यांच्या पुढील आज्ञेची वाट पाहत दाराजवळ उभ्या असलेल्या ड्रायव्हरकडे पाहिलं. त्या नजरेचा अर्थ अनुभवी ड्रायव्हरने ओळखला व तो आत गेला...

'इतक्या दुरून आपण आमच्या गावी आलात याचं मला विशेष वाटलं न् मी विचार केला की, आपणाला एकदा चहाला बोलवायचंच! ''इथल्या स्त्री कामगार संघटनेचं मला अप्रूप वाटलं. इतक्या प्रचंड संख्येनं स्त्री कामगार एकत्र आल्याचं जगातील हे पहिलं व एकमेवही उदाहरण म्हणता येईल!'

'खरंय् आपलं म्हणणं... हे सारं अप्रूपच आहे, मलाही सुरुवातीला वाटलं नव्हतं. स्त्री-कामगारांची अशी एकी होईल असे! कारण बहुसंख्य कामगारवर्ग हा अशिक्षित, अडाणी व असमंजस असतो; त्यांच्यात अशी एकी घडवून आणणं, हेच मुळी कठीण काम होतं...

तोवर आतून तुकाकाकाने अल्पोपहाराच्या बशा असलेला ट्रे बाहेर आणला...त्याच्या पाठोपाठ ड्रायव्हरच्या हाती, अननसच्या आकाराचा पाण्याचा गेळा व स्टेनलेस-स्टीलचे दोन ग्लास होते.... राऊंड टेबलावर हा सारा सरंजाम प्रथम ठेवण्यात आला न् मग त्वरेने तुकाकाकाने कोपऱ्यातले टीपॉय उचलले व दोघांपुढे आणून ठेवले. त्यावर ड्रायव्हरने अल्पोपहाराच्या त्या बशा ठेवल्या आणि मग ग्लास ठेवून गेळ्यातील पाण्याने भरले...

'घ्या!' जीवजीभाय म्हणाला व त्याने स्वत: एक बशी उचलली.

दुसरी करुळकरने घेतली...

वाफाळलेल्या गरम गरम शिऱ्याने दोन्ही बशा भरलेल्या होत्या. बदाम-बेदाणे घालून खास केलेला तो केशरी तुपाळ शिरा होता स्टीलचे दोन चमचेही त्यात टोचलेले होते...

बशी हातात घेताच करुळकरने शिरा खायला सुरुवात केली,

'प्रा. कुलकर्णींनी हे कठीण काम यशस्वीपणे करून दाखविलंय, याबद्दल त्यांचं खरोखर अभिनंदन करायला हवं!' संभाषणाचा सुटलेला धागा करुळकरने हाती घेत म्हटलं.

'होय, कामगारांच्या प्रश्नाला युनियनमुळे चालना मिळाली. काही प्रश्न सुटलेत, काही सुटतील. काहींसाठी भविष्यात आंदोलनं करायला लागतील; पण तंबाखू पिकविणारा शेतकरी वर्ग आहे, तो मात्र अजूनी असंघटित आहे. यामुळे इथला जो तंबाखू व्यापारी आहे, तो शेतकऱ्यांची वर्षानुवर्षे पिळवणूक करीत आला आहे. व्यापारी म्हणेल तो तंबाखूचा दर...तो म्हणेल तशी काडीमाती सूट, बारदान सूट, हवा सूट. इतके होऊनही तंबाखूचे पैसे एकरकमी त्यांच्या हाती कधीही पडत नाहीत, त्यासाठी सत्राशे साठ वेळा त्याला व्यापाऱ्यांचे उंबरठे झिजवावे लागतात.

जीवजीभाय बोलायला लागला की ते मग संभाषण राहत नाही. व्याख्यान होत. समोरच्याला बोलायला संधीही न देता किंवा त्याचा किमती वेळ आपण घेतो आहोत किंवा त्याच्या या वेळी काही ठरलेल्या कामांचे वेळापत्रक आपण उलटेपालटे करून टाकतो आहोत, याचे किंचितही भान न ठेवता तो तासन्तास बोलत राहील. काही वेळाने समोरचा माणूस चुळबूळ करू लागला तरीते त्याला दिसत नसे; वा तो बोअर झाला असेल, तर तेही त्याला जाणवत नसे.

आणि व्यापाऱ्यांच्या विरुद्ध तर जीवजीभायचा सल बहुत जुना! म्युनिसिपालिटीचं इलेक्शन, बँकेचं इलेक्शन, विधानसभेच्या निवडणुका... जिथं-जिथं जीवजीभाय काही सामाजिक व राजकीय कार्य करण्यासाठी वा पुढारीपण मिळविण्यासाठी डोके वर काढू पाही, तिथे तिथे व्यापारी जणू संगनमत करून त्याला तळाला बसवीत! पराभूत झालेल्या जीवजीभायला आठवडा आठवडा घरातून बाहेर तोंड काढणे मुश्कील होऊन जाई... त्याची छी: थू: होई. जीवजीभायला राजकारणात समाजकारणात यश नाही, असं बोललं जाई...अनेक ठिकाणी पराभव होऊनही हा प्रत्येक वेळा प्रत्येक ठिकाणी का कडमडत असतो, हे लोकांना समजत नसे आणि मग ते त्याची टिंगल काढीत राहत! काही तर 'आमचा भाय, आमचा भाय' हणत त्याच्या भोवताली घोटाळत राहत. त्याच्या बंगल्यात जाऊन भरपूर पुख्खा झोडीत आणि पाठीमाघारी त्याचीच टवाळी करीत राहत. सभेत व्याख्यान देताना तो शर्टात ढेकूण शिरलेल्या माणसागत कशी चुळबूळ करीत राहतो, शिंप्याने प्रमाणापेक्षा लांब बाह्यांचे शर्ट शिवल्यावर हात वर क-करून माणूस त्या बाह्या खाली आणण्यासाठी जशा हालचाली करील, तशा बोलताना करीत गंभीर व्याख्यानाला विनोदी स्वरूप कसे देतो, याची काही नक्कल करीत राहत!

या वेळीही जीवजीभाय तावातावाने बोलत होता नि त्या धो-धो धबधब्यात

करुळकर चिंब भिजून जात होता. दोन-चार चमचे मटकावल्यावर त्याच्या हातातील शिऱ्याची बशीही तशीच राहिली होती.

बऱ्याच वेळाने जीवजीभायचं तिकडं लक्ष गेलं अन् आपला वाग्वौध आवरता घेत तो म्हणाला,

'अरे शिरा, खा ना - थंड होईल!'

'मीही आपणाला हेच म्हणणार होतो भाय! मी थोडा तरी खाल्ला आहे, पण आपण अजून एक देखील चमचा घेतलेला नाही!!' हसून करुळकर म्हणाला.

यावर जीवजीभायही हसला अन् शिऱ्याचा एक चमचा लपकावीत म्हणाला,

'बोलण्याच्या ओघात हे असं होतं पाहा!' अन् मग शिरा खात खात तो बोलू लागला, 'या शेकडो खेड्यांवरील हजारो शेतकऱ्यांना एकत्र आणून एक संघटना बांधावी व या अन्यायाविरुद्ध दंड थोपटून उभं राहण्यास त्यांना प्रवृत्त करावं, असं मला वाटतं!!'

'बरोबर आहे. असं केव्हा तरी व्हायला हवंय शेतकऱ्यांची ही लूट थांबवायचा प्रयत्न करायला हवाय्!'

'शेतकरी नेते श्री. उमेश कुलकर्णी हे पिळल्या जाणाऱ्या शेतकऱ्यांचे आशास्थान आहेत. त्यांचा एखादा दौरा किंवा एखादं व्याख्यान तरी आयोजित करता येईल का? बटाटा आंदोलनात आपण त्यांच्या खूप निकट होता, म्हणून मी आपणास विचारतो आहे.

'येथून गेल्यावर मी त्यांच्याशी संपर्क साधतो आणि आपणास काय ते कळवितो!'

'माझ्याकडे या तंबाखू धंद्याच्या एकंदर व्यवहाराविषयी माहिती देणारी काही टिपणे आहेत; बरीचशी आकडेवारी आहे; ती सारी फाईल आपणाकडे देऊ का? त्यांनी इकडे येण्याचं जर मान्य केलं तर ती फाईल त्यांना अभ्यासासाठी उपयोगी पडेल...'

'द्या. पाहतो मी प्रयत्न करून!'

चहापानानंतर करुळकर निरोप घेऊन निघून गेला; अर्थात जीवजीभायनं आपल्या ड्रायव्हरला त्याला मास्तरच्या घरी सोडून येण्यास सांगितले.

करुळकर निघून गेला अन् जीवजीभाय मनात जाळं विणीत बसला...

शेतकरी नेता म्हणून ओळखला जाणारा कुलकर्णी एकदा इथे यावयास हवा...

आपण मधाळ बोलण्याने पुरेपूर त्याला गुंडाळू शकतो...

मग हे तंबाखू व्यापारी आहेत अन् आपण आहोत...

आणि तो टोबॅको किंग म्हणवून घेणारा शेठ जयपुरीया...!!

कित्येक दिवसांपासून नव्हे, नव्हे वर्षापासून ही लढत सुरू आहे... हे झोंबडं

सुरू आहे.

आता या भायचा हिसका दाखवितो, त्या किंगलाही व त्याच्या बगल-बच्च्यांनाही; पण हा बामन मात्र...

९

उमेश कुलकर्णीशी मास्तरनेही संपर्क साधला होता, त्याला पत्र आलं-

कृषीबल संघटना कार्यालय,
दनवाड.
५ डिसेंबर,
प्रा. सतीश कुलकर्णी यांना

स. न. वि. वि.

आपले आमंत्रण पोहोचले, आभारी आहे. आपल्या कामगार वर्गातील कार्याचा डिंडिंब माझ्या कानांपर्यंत आलेला आहे. त्यामुळे तिकडे येण्यास मी उत्सुक आहेच. शिवाय जीवजीभायचा पत्रकार श्री. विनय करुळकरांकडून निरोपही आहे. त्यानी श्री. करुळकरांकडून पाठविलेल्या धंद्यावरील फाइलचे सध्या मी वाचन करीत आहे.

आपले आमंत्रण मी स्वीकारले असून, या महिन्याच्या अखेरच्या आठवड्यात माझी सभा ठेवावी. तारीख नंतर कळवितो.

जीवजीभायना नमस्कार कळवावा.

अधिक भेटीअंती

आपला
क. लो. आहेच. **उमेश कुलकर्णी**
अध्यक्ष, कृषीबल संघटना
महाराष्ट्र राज्य

पत्र आल्यावर मास्तरला बरे वाटले. शेतकरी नेता म्हणून उदयास आलेल्या उमेश कुलकर्णींनी आपल्या युनियनच्या कामगारांपुढे चार शब्द बोलावेत, सांगावेत एवढीच मास्तरची अपेक्षा होती.

कधी लहर फिरली की, जीवजीभाय आपली गाडी ड्रायव्हरला मास्तरच्या घराकडे वळविण्यास सांगे. बहुधा रात्री आठच्या दरम्यान कुणाशी तरी बोलावं, चर्चा

करावी अशी हुक्की जीवजीभायला येई. अशा भेटीत आपल्या स्वभावानुसार तोच बडबडत राही व ती बडबड समोरच्यास ऐकण्याची पाळी येई!

कित्येक वेळा, गाडीचा हॉर्न वाजला की, मास्तरचा हात कपाळाकडे जाई! कॉलेजातील मूर्ख कार्ट्यांना घसा खरडवून शिकवीपर्यंत त्याचा उत्साह व मनाची उभारी संपून जाई. घरी येऊन बसावं तर कामगारांच्या तक्रारी सुरू होत! रोज कुणी ना कुणी येतच. बिडी व वखार कामगारांच्यात स्त्रियांचाच भरणा अधिक असल्याने तक्रार घेऊन येणाऱ्यांत त्याच प्रामुख्याने असत. कुणाची दिवाणजीबद्दल तक्रार, तर कुणाची मालकाबद्दल, तर कुणी निराधार योजनेत सरकारकडून आपल्या ओळखीच्या वा नात्याच्या कुणाला तरी मदत मिळावी म्हणून अर्ज करण्यास आलेले. युनियनतर्फे हेही काम केले जाई आणि हे सारे आवरून निवांतपणे जेवून मस्त ताणून द्यावी, असा विचार करतो आहे तो जीवजीभायच्या कारचा दारात हॉर्न वाजे... अन् मग मनाविरुद्ध उठून स्वागत करावं लागे.

'या... या ना!'

घराच्या दर्शनी भागाच्या सोप्यात एक टेबल व तीन-चार खुर्च्या टाकलेल्या होत्या; त्यांतील एका खुर्चीवर भाय निवांतपणे बसत नेहमीचा सवाल करी,

'काय चाललंय?'

कधी यात बदल झाला तर एवढाच होई, 'काय म्हणता?'

आत आल्यावर जीवजीभाय खुर्चीवर बसला. मग त्याने दोन्ही हात वर करून नेहरू शर्टाच्या बाह्या खाली घेतल्यागत केल्या. बडा ख्याल गाण्यापूर्वी गवयाने पूर्वतयारी करावी, तसं हे सारं सुरू होतं. म्हणजे आता जीवजीभाय काही तरी (त्याच्या दृष्टीनं तरी निदान) महत्त्वाचं बोलणार होता...! मोठी शिंक येण्यापूर्वीची ही सारी लक्षणं, ती येऊन गेल्यावर माणसाला कसं हलकं हलकं वाटत राहतं, तसं मग जीवजीभायला वाटणार होतं!

'मी म्हणतो की... नाही, म्हणजे मला असं वाटतं की, या भागातल्या शेतकऱ्यांची, विशेषत: तंबाखू पिकविणाऱ्या शेतकऱ्यांची संघटना करावी, त्यांच संघटन करावं. तंबाखुच्या सीझनमध्ये व्यापारी त्यांना कसे लुबाडतात, हे तुम्हासही ठाऊक आहेच... '

आणि मग जीवजीभायनं तंबाखू व्यापारी शेतकऱ्यांना कसे-कसे लुबाडतात याचं एक छोटंसं व्याख्यानच दिलं, मधून-मधून 'हे तुम्हासही ठाऊक आहेच' असं त्याच पालुपद होतंच! मास्तरला अर्थात हे ठाऊक होतंच; तरी पण जीवजीभायच्या तोंडून हे नव्यानं ऐकण्याची पाळी आली होती...!

कंटाळून मास्तरनं एक जांभई दिली नि मग म्हटलं,

'बरं तर भाय, तुमचं म्हणणं तरी काय?'

'मला असं म्हणायचं आहे की, शेतकरी नेते उमेश कुलकर्णी यांना इकडे एकदा... 'आणि आपलं वाक्य अर्धवट सोडीत त्यानं कोल्ह्याच्या नजरेनं मास्तरकडं पाहिलं अन् म्हटलं, 'पत्रकार करुळकरांच्या मार्फत मी त्यांच्याशी संधान बांधण्याचा प्रयत्नही केला आहे; पण त्यांच्याकडून अजून तरी काही प्रतिसाद मिळालेला नाही...'

'दोन दिवसांपूर्वी पत्र आले त्यांचं. या महिनाअखेर इकडं येण्याचं आश्वासन त्यानी दिलंय..'

असे पत्र आपणाकडे प्रथम आले असते तर जीवजीभायला फार आनंद झाला असता; पण हे मास्तरला प्रथम... तरी पण व्यापारधंद्यात निम्मे आयुष्य गेल्याने मनातील भावना चेहऱ्यावर उमटू न देता खोटं-खोटं कसं हसावं, बोलावं ते जीवजीभायला चांगलंच अवगत होत... 'छान,छान!' हसून तो म्हणाला, 'अगदी माझ्या मनासारखं झालं बघा!!'

'त्यांनी तुम्हालाही नमस्कार कळविला आहे!' आणि मास्तरने टेबलाच्या ड्रॉव्हरमधील 'ते' पत्र काढून त्याच्या हाती दिलं.

'म्हणजे, आमचीही आठवण आहे तर त्यांना!' थोडं खुषीत येऊन जीवजीभाय म्हणाला व मास्तरच्या हातातील पत्र घेऊन त्याने घडी उलगडली अन् खिशातील चष्मा काढून डोळ्यांवर चढविला.

संध्याकाळचे सात वाजले. वखारीची सुटी झाली. लुगड्यावर बसलेली तंबाखूची पिवळसर धूस झटकीत मजूर बायका बाहेर पडल्या. दुपारीच युनियनची पोरं येऊन सांगून गेली होती. आज सभा हाय, नेताजी चौकात. सभा म्हणजे नऊ-साडेनऊ होतातच. दिवसभर वखारीतील तंबाखूच्या धुस्काटात राब-राबून मरायचं आणि सुटी झाल्यावर घरात जाऊन जरा ईस्पाटा घ्यावा, आपल्या पोराबाळांतनी निर्मळ बसावं, रमावं म्हटलं तर सभेची खबर येते! युनियनचा नोकरच सायकलीवरनं येतो आणि 'आज सभा हाय, लक्ष्मी मंदिरात यायचं!' असं सांगून निघून जातो. आज तर सांगून गेलाय नेताजी चौकात सभा... केव्हा लक्ष्मी मंदिर, तर केव्हा नेताजी चौक, कुठेही सभा असे...!

युनियन झाल्यापासून प्रत्येक वखारीत लीडरकी करणाऱ्या दोन-चार बायका निर्माण झाल्या होत्या. अशी सभा असल्याची खबर आलेल्या दिवशी सुटी झाली की त्या वखारीबाहेर थांबत व घरी पळून जाण्याचा प्रयत्न करणाऱ्या परगावच्या व गावच्याही बायकांना ताणून सभेच्या ठिकाणी नेत!

साडेसात वाजून गेले... साऱ्या वखारीतल्या बायकांनी चौक भरून गेला. या चौकात म्युनिसिपालिटीने स्टेज बांधले होते. स्टेजच्या उजव्या कोपऱ्यातील एका

खांबावर इलेक्ट्रिक कनेक्शनची बॉक्स होती. तिथून प्लग जोडून घेतला की, लाऊड स्पीकर चालू करता येत असे.

बहुतेक वखारीतील बायका आता जमल्या आहेत, अशी खात्री होताच, युनियन ऑफिसमधील कार्यकर्ता बशीर आपल्या जोडीदाराला म्हणाला,

'जगन्नाथ, मी जाऊन येतो, सरांना बोलवून आणतो. मघा मास्तरनेच सांगितले होते, सर्व वखारींतील बायका आल्या म्हणजे मला बोलवायला या.'

'बरं, जा. बोलवून आण जा सरास्नी!' जगन्नाथ म्हणाला, 'तंवर मी इथं जरा वातावरण तयार करतो!'

युनियन ऑफिसमधील हे पगारी कार्यकर्ते मास्तरला 'सर' म्हणूनच बोलावीत.

बशीर निघून गेला आणि जगन्नाथ माईकपुढे उभा राहिला.

'हॅलो ऽ हॅलो ऽ, माईक टेस्टिंग!!' माईकवर उजव्या हाताच्या टिचक्या मारीत थोडा वेळ त्यानं सुरू केलं, 'हॅलो ऽ हॅलो ऽ ऽ ! युनियनच्या बऱ्याच सभांतून या साऱ्या प्रकाराची मजूर स्त्रियांना सवय झाली होतीच; त्यामुळं त्यांच्या आपापसांतील कुजबुजीला त्यानं काही बाध आली नाही...!

'हॅलो ऽ हॅलो ऽ माईक टेस्टिंग!' जगन्नाथ माईकवरून म्हणाला, 'हे पाहा, थोड्याच वेळात आपले मास्तर येताहेत. तोवर आम्ही आमचं कामगार गीत गाऊ!' आणि त्यानं सुरू केलं-

'आमच्या घामानं हो ऽ उठल्या यांच्या माड्या आमच्या श्रमानं हो ऽ घेटल्या यांनी गाड्या...'

गाणं सुरू होताच श्रोत्यांत बसलेले, वखारीत काम करणारे दोघे-तिघे गडी उठले व जगन्नाथच्या मागे उभे राहून सूर धरू लागले -

'आमच्या घामानं हो ऽ घामानं हो ऽ उठल्या यांच्या...'

जगन्नाथचा आवाज खणखणीत होता... या तंबाखू वखार मालकांनी कामगारांना पिळून आजवर कशी स्वत:ची वाडीदिडि केलीय नि आजवर हे सारं कसं हा कामगार सोसत आलाय, पण यापुढे तो असा गप्प बसणार नाही. त्याची सहनशक्ती संपलीय त्याचं आता एकच ध्येय आहे, आपल्या हक्कासाठी झगडा...! आणि मग सततचा झगडा...!! मग या लढ्यात आपलं बलिदान झालं तरी हरकत नाही. अशा अर्थाचं ते गाणं होतं.

गाणं संपता संपता मास्तर आला. या गाण्यामुळं सभेसाठी एक प्रकारचं वातावरण तयार झालं होतं; त्यामुळे मास्तरला लगेच सभेचा कबजा घेता आला. तो बोलू लागला,

'माझ्या आया-बहिणींनो, आजवर आपण वेळोवेळी लढा देऊन आपल्या मागण्या पदरात पाडून घेतल्या आहेतच. पण आपले शेतकरी बांधव जे आहेत,

त्यांच्या तंबाखूला हे व्यापारी लोक योग्य भाव देत नाहीत, त्यांची अनेक प्रकारांनी पिळवणूक करतात. आजूबाजूच्या खेड्यांतून अनेक मजूर भगिनी चार-चार, पाच-पाच मैलांचे अंतर तुडवून वखारीत कामाला येत असतात. त्यांचीही थोडीबहुत शेती असेल, ती त्यांचा भाऊ वा पती करीत असेल आणि व्यापाऱ्याकडून हे आपलेच लोक अशा प्रकारे लुबाडले जात असतील, तर त्यांच्या न्याय्य मागण्यांसाठी लवकरच सरकारकडे अर्ज-विनंत्या केल्या जाणार आहेत. सरकारने शेतकऱ्यांच्या या प्रश्नात लक्ष घातले तर बरे आहे. नपेक्षा लढा उभा करावा लागणार आहे आणि त्या वेळी आपल्या कामगार युनियनला आपल्या शेतकरी बंधूंच्या खांद्याला खांदा लावून त्या लढ्यात उतरावे लागणार आहे. आजची ही सभाही त्यासाठीच बोलाविण्यात आलीय. तेव्हा आपण हे लक्षात ठेवायचे की...'

अरगोळमध्यें डॉ. चौगुले हे प्रॅक्टिस करीत असत. गावात आणखी दोन डॉक्टर होते. डॉ. चौगुल्यांची प्रॅक्टिस विशेष चालत नव्हती; पण त्यांची बरीच शेती होती. त्यावर त्यांचा निर्वाह चाले. इतर शेतकऱ्यांगत डॉ चौगुलेही तंबाखू पिकवीत. तंबाखू खरेदीस निगवणीचे व्यापारी आल्यावर काडी-माती सूट, हवा सूट, बारदान सूट आदी धरून ते शेतकऱ्यांना कसे लुबाडीत असत, याचा चांगलाच अनुभव डॉ. चौगुलेंना आला होता. त्यांनी याविरुद्ध आवाज उठविण्याचे ठरविले. गावातील तरुणांचे एक टोळके त्यानी तयार केले. त्यात शहानवाझ शेख नावाचाही तरुण होता, हा वीसेक मैलांवरील मुरळनोड या तालुक्याच्या गावी नव्यानेच निघालेल्या शिवशक्ती कॉलेजमध्ये क्लार्क होता. हाही त्या तरुणांच्या टोळक्यात नेहमी असे. गावातल्या झेंडा चौकात वेळोवेळी सभा घेऊन या लोकांनी वातावरण चांगलेच तापविले होते व व्यापाऱ्यांना कोंडीत पकडून काडीमातीचा रिवाज बंद करायला भाग पाडला होता. अरगोळ भागातल्या आठ-दहा खेड्यांतील शेतकऱ्यांची एक संघटना काढून या लोकांनी एक सोसायटी काढली होती, या सोसायटीस बँकेचे बऱ्याच मोठ्या रकमेचे कर्जही मिळाले होतं; पण या सोसायटीने जमा केलेल्या तंबाखूला विकायचे कुठे? त्यासाठी परत व्यापाऱ्यांचेच पाय धरायची पाळी येऊ लागली, तेव्हा हाही प्रयोग फसला!

पण निगवणीमध्ये शेतकरी मेळावा घेतला जाणार आहे हे समजल्यावर अरगोळमधील कार्यकर्त्या तरुणांवर आलेली मरगळ कुठल्या कुठे पळून गेली. डॉ. चौगुलेंसह साऱ्यांनाची मनं उत्साहाने निथळू लागली आणि जीवजीभायच्या ऑफिसमध्ये मेळाव्याबाबत मीटिंग आहे, हे समजल्यावर आजूबाजूच्या चाळीस-पन्नास खेड्यांवरील कार्यकर्त्यांप्रमाणे अरगोळमधील कार्यकर्तेही निगवणीस आले. मीटिंग जीवजीभायच्या 'बालाजी एन्टरप्राईझ'च्या ऑफिसमध्ये होती. चार-पाचशे कार्यकर्ते जमले होते.

प्रथम मजूर नेता प्रा. कुलकर्णी, जीवजीभाय व डॉ. चौगुले आदींची दहा पंधरा मिनिटांची छोटी-छोटी व्याख्यानं झाली. शेतकऱ्यांची आजची हालत व व्यापाऱ्यांनी त्यांची कशी कोंडी केली आहे, याचे चित्र सर्वांनी आपल्या व्याख्यानातून रेखाटलं. मग चर्चा सुरू झाली. प्रा. कुलकर्णी उत्साहाने म्हणाला,

'आणखी एक आनंदाची गोष्ट म्हणजे, शेतकरी नेते श्री. उमेश कुलकर्णींनी या भागात येण्याचे मान्य केले आहे. या महिन्याच्या अखेरच्या आठवड्यात ते येतो म्हणालेत, तेव्हा त्यांच्या येण्याचा दिवस मुक्रर करून मगच मेळाव्याची तारीख जाहीर केलेली बरी.'

'पण त्या आधी आपणास गावा-गावातून छोट्या-मोठ्या सभा घेऊन मेळाव्यासाठी पोषक असे वातावरण तयार करायला हवे, तरच हजारोंच्या संख्येने लोक जमू शकतील, नाही का...?'

'तिकडे उमेश कुलकर्णी यांना पत्र टाकायचे आणि इकडे आपण सारी खेडी पिंजून काढायचीच की; काय जीवजीभाय?'

'माझी गाडी तर नेहमी तयार असते, केव्हाही चला; आपली तर बुवा तयारी आहे!!'

अखेर मेळाव्याचा तो दिवस उजाडला. जीवजीभायच्या 'बालाजी एन्टरप्राइझ' मधील व तेल गिरिणीतील सारे नोकर व हमाल सकाळपासून मेळाव्यासाठी मंडप व स्टेज घालण्यात गुंतले होते. त्यांच्या शेतातील गडीही राबत होते.

देसाई अड्डा म्हणून बाजारपेठेच्या जवळच एक बैलगाडीचा अड्डा होता, तिथे हा मेळावा भरणार होता. दहा हजारांहून अधिक लोक सहज मावतील, असा हा अड्डा होता.

दोन प्रहर होऊ लागला, तसे अड्ड्यात पटके-टोप्या जमू लागल्या. जथ्याजथ्याने, टोळ्या-टोळ्याने खेडूत येत होते... बाजार व जत्रा भरलेलं मैदान जस कलकलू लागतं, तसा अड्ड्यात कलकलाट माजला....तीन वाजायचा सुमार होत आला आणि तो शामियान्यागत भव्य मंडप भरून बाहेरच्या मैदानात गर्दीचा पूर उसळी मारू लागला.

जीवजीभाय आत आला. 'साहेब' सोफासेटवर सिगारेटचे झुरके मारीत बसला होता. त्यांच्याजवळच मास्तरही होता. जीवजीभायच्या भोवताली वावरणारी दोन-चार नेहमीची खूषमस्करी मंडळीही दिसत होती. दोन-चार खेड्यांवरले तितकेच कार्यकर्तेही दिसत होते.

'साहेब, आपणाला आता जायला हवं!' आत येताच जीवजीभाय म्हणाला, 'आताच सभास्थानाकडून दोघे कार्यकर्ते आले होते. खूप गर्दी जमलीय म्हणत होते.

आपण आता निघालेलं बरं, नाही का?'

'हो तर! मेळावा सुरू करून दिवसाबरोबर संपायला हवा; तरच बाहेरगावच्या लोकांना आपल्या गावी परतणं सोईचं होईल' साहेब म्हणाले, 'तर निघू आपण लगेच...!'

'साहेबां'च्या जीभेत काही दोष असावा. बोबडा माणूस प्रयत्नाने स्पष्ट बोलण्याचा प्रयत्न करतो, तसे त्याचे उच्चार होत असत'.

'निघण्यापूर्वी थोडा चहा घेऊ...!'

'चहा तर मघाच झालाय. आणखीन परत म्हणजे त्यातच वेळ होईल...'

'तसं नाही साहेब... चहा तयारच आहे; घ्यायचा ते निघायचंच...!!'

जीवजीभायच्या दोन्ही कारमधून सारेच सभास्थानाकडे निघाले.

अड्ड्याजवळून गावात घुसलेल्या रोडवर गाड्या थांबल्या... साहेब, जीवजीभाय, मास्तर व सारा लवाजमा खाली उतरून स्टेजच्या दिशेने चालू लागला, तशा मेळाव्यास जमलेल्या जनसमुदायातून घोषणा झडू लागल्या...

स्टेजवर येताच पुढारी मंडळी खुर्चीवर बसली. खुर्चांच्या मागे भला मोठा कापडी फलक लावला होता- 'निगवणी भाग तंबाखू उत्पादक कृषी संघटना.'

स्टेजवर पाय ठेवताच जीवजीभायचं निम्मं डोकं आऊट होत असे...!

स्टेजवर येऊन खुर्चीवर बसल्यावर तो सारखा चुळबूळ करीत होता... मास्तरचा एक डोळा मघापासून त्याच्याकडे होताच. आता तो केव्हाही उठून माईकचा ताबा घेईल अशी भीती मास्तरच्या मनात निर्माण झाली. त्यामुळे तो जागचा उठला व माईकजवळ जाऊन त्यानं बोलायला सुरुवात केली, 'शेतकरी-कामगार बंधूनो व भगिनींनो, शांत राहा, शांत बसून घ्या! आता आपल्या मेळाव्याच्या कामकाजाला सुरुवात करायला हरकत नाही! आजच्या मेळाव्याचे अध्यक्षस्थान जीवजीभायनी स्वीकारावं, अशी मी त्याना नम्र विनंती करतो!'

खुर्चीवर पुढारी बसले होते अन् त्यामागील बाजूस खेड्यापाड्यांवरून आलेले ठळक ठळक कार्यकर्ते बसले होते. जवळच पाच मैलांवर असलेल्या कौंडलगे गावचा कार्यकर्ता बंडू पांगिरेही त्यांतच होता. मास्तरने माईक सोडून खुर्चीवर बसता बसता सूचकपणे पांगिरेकडे पाहिलं, तसा पांगिरे आपल्या जागेवरून उठला व माईकपुढे जाऊन त्यानं म्हटलं,

'आताच प्रा. कुलकर्णी यानी आजच्या मेळाव्याचे अध्यक्ष म्हणून आपले लाडके नेते श्री. जीवजीभाय यांचे नाव सुचविले आहे. त्याला माझे पूर्ण अनुमोदन आहे! '

'शेतकरी संघटनेचा...

'विजय असो!'

'तंबाखूला रास्त भाव...!

मिळालाच पाहिजे! 'श्रोत्यांतून आवेशाने घोषणा झडू लागल्या! पांगिरेचे बोल त्या गदारोळात कुणी ऐकलेही नाहीत! पांगिरे मग झटदिशी स्टेजच्या मागील बाजूस बसला.

तसा जीवजीभाय जागेवरून उठला व माईकजवळ जात त्यानं सांगितलं, 'येथील कामगार संघटनेच्या हजारो मजूर स्त्रियांचा आपल्या लढ्याला पाठिंबा मिळाला आहे. संघटनेच्या कार्यकर्त्या श्रीमती आवुबाई कांबळे या या संदर्भात आपले विचार आता येथे व्यक्त करतील. श्रीमती आवुबाई कांबळे...' सभाधीटपणा असलेली आवुबाई माईकजवळ आली नि ती मुलुखमैदान तोफेगत गर्जू लागली. वारंवार ती टाळ्या घेत त्या मेळाव्यावर आपली छाप पाडीत होती. त्यानंतर खेड्यावरील लहान-मोठ्या पुढाऱ्यांसह मास्तर व जीवजीभायची व्याख्यानं झाल्यानंतर शेवटी शेतकरी नेते उमेश कुलकर्णी बोलायला उभे राहिले. व्यापारी व सरकार यांच्याकडून शेतकरी कसा पिळला जात आहे, हे त्यांनी अनेकानेक उदाहरणांसह कथन करून शेवटी सांगितले, 'आम्ही सरकारला पंधरा दिवसांची मुदत देतो, त्याने भाव बांधून द्यावेत, नपेक्षा आम्ही रस्त्यावर येऊ!!'

अधिवेशन संपले तेव्हा दिवस मावळू लागला होता, एक नवा उत्साह घेऊन शेतकरी व कार्यकर्ते आपापल्या गावी परतू लागले... इकडे दिवस मावळत होता; पण तिकडे त्यांच्या हृदयात एक नवाच सूर्योदय होत होता! काही बड्या शेतकऱ्यांच्या ट्रॉल्या-ट्रॅक्टर्स आलेले. त्यांतूनही पुष्कळ परतले, तर उरलेले शेवटच्या एस. टी. बसेस पकडून...!

मूळचंद करमचंद तंबाखू पेढीवर काही दिवाणजी बसले होते. पांढरेशुभ्र धोतर, नेहरू शर्ट व कोचदार टोपी हा पेढीवरील दिवाणजी लोकांचा कॉमन पोशाख असे. ऐपतीप्रमाणे काहीजण शर्टवर जाकीट वा कोट घालीत, एवढाच काय तो फरक. यांतील सगळेच मघा शेतकरी मेळाव्यास जाऊन आले होते. पेढीचे मालक आज दुपारीच जिल्ह्याच्या गावी मौजमजेला गेले होते. सिनेमा वा नायकिणीच्या बैठका, अगदीच काही नसेल तर तमाशाचे थिएटर आदींत नोटा खर्च करून आले म्हणजे आठवडाभर मग मन शांत राहून नव्या उत्साहाने धंद्यात व्यग्र होत. मालक दुकानात नसल्यामुळे पेढीवरील दिवाणजी लोकांना मोकळेपणाने गप्पा मारता येत होत्या. भाव तंबाखूचा नसेना, इतर बऱ्याच गोष्टींचा व्यापारी आहे. त्यात त्यानं लाखो कमावलेले आहेत!! नि आता तो शहाणपणा लोकांना शिकविणार!

'आणि येंचा त्यो लीडर-कुलकर्णी, फॉरेनची बड्या पगाराची नोकरी सोडून तो 'भारता'त आलाय म्हणे! इंड्यावाल्यांविरुद्ध 'भारता'ला लढा द्यायला लावून त्याला

'भारता'ची गरिबी दूर करायची आहे! 'भारत-भारत'यांच्या भाषणात एवढ्या वेळ येते की, हा सिनेनट मनोजकुमारचा कुणी दुसरा अवतार असावा, असं मला तरी वाटायला लागल!'

'खॅऽ खॅऽ खॅऽ ऽ!!'

लेखक राम मोहितेचं एक छोटंसं किराणा दुकान होतं. दुकानात गिऱ्हाईक नसे तेव्हा तो पुढ्यात कागद घेऊन कथा, ललित लेख वा कादंबरीचं एखादं प्रकरण लिहीत बसलेला आढळे आणि जेव्हा लिहिण्याचा मूड नसे, तेव्हा हातात एखादं पुस्तक धरून त्यात डोकं खुपसून बसलेला आढळे!

रात्रीचे आठ होऊन गेले होते. संध्याकाळपासून टिकीटिकी असलेली गिऱ्हाईकांची वर्दळ आता बरीचशी कमी झाली होती. आता साडेआठ होत आले की दुकान बंद करावे व घरी जावे, असा विचार करीत तो होता, तोवर कामगार युनियनचा नोकर बशीर दारात...

आपली सायकल बशीरनं पायरीला लागून ठेवली व पायरी चढून वर येत म्हणाला,

'सरांनी बोलविलंय तुम्हाला.'

इतर कुणाचा असा निरोप असता तर मोहितेने आपल्या तिरसट स्वभावानुसार ठणकावून सांगितलं असतं, 'मला तिकडे बोलवायला स्वतःला तो कोण इनामदार समजतो की काय? तुझं काही काम आहे, तर तू इथं ये. मी तिकडे येणार नाही!!' पण हा दुसरा-तिसरा कुणी नव्हता, तर आपला प्रा. कुलकर्णी. आरपार स्वच्छ माणूस. आरशाहूनही जास्त. आरशाच्या मागे पारा तरी थापलेला असतो पण काचेगत. दोन्ही बाजूंनी स्वच्छ! शिवाय आपणास राज्य पुरस्कार मिळाला तेव्हा आपण होऊन पुढाकार घेऊन यानं आपला सत्कार घडवून आणलेला. त्याहूनही जास्त महत्त्वाची व मोलाची गोष्ट म्हणजे बिडी कामगार व वखार कामगार मजूर स्त्रियांचं यानं सुव्यवस्थित संघटन बांधून मालकाविषयीच्या भयोगंडातून त्यांना दूर केलेलं. लढवय्ये बनवलं!

'दुकान बंद करून आलो चल!' मोहितेनं बशीरला सांगितलं, तसा बशीर निघून गेला.

मग दुकान बंद करून मोहिते घरी आला, कपडे बदलून त्यानं सायकलीवरून तडक प्रा. कुलकर्णीचं घर गाठलं.

'या मोहिते! 'प्रा. कुलकर्णीने स्वागत केले. 'हे आले पहा राम मोहिते आणि हे मुंबईच्या साप्ताहिक 'सहवास'चे संपादक श्री. ग. बा. हेगडे!'

पन्नाशी उलटून गेलेला एक गोरापान टकलू गृहस्थ खुर्चीवर बसला होता.

दारूच्या वासानं दरवळणारं एक हास्य त्यानं केलं व आपला उजवा हात पुढे केला, तो हाती घेऊन मोहितेनं शेकहॅण्ड करीत म्हटलं,

'तसं नावावरून ओळखतो तुम्हाला, पण आज प्रत्यक्ष भेटीचा योग आला!'

हेगडे एका देखण्या नर्सला ठेवून घेऊन तिच्या मिळकतीवर आयुष्य घालवीत होता. चार पैसे आपणही मिळवावेत म्हणून तिच्याच पैशावर त्यानं 'घुंगरू' हे शृंगारिक मासिक प्रथम काढलं. त्यात थोडा—बहुत पैसा मिळून स्थिर झाल्यावर मग साप्ताहिक 'सहवास' काढलं होतं.

कुणी कुणाला शिव्या देत असेल तर त्या ऐकणे हे कुणाकुणाला करमणुकीचं वाटत असतं. यातही काहींना विचित्र सुख वाटत असतं! अशा वाचकांत साप्ताहिक 'सहवास' विलक्षण लोकप्रिय होत गेलं. बरीचशी पुंजी गाठीशी जमली. साप्ताहिक 'सहवास,' 'घुंगरू' मासिक यांच्यासोबत हेगडे 'कर्दळी' हा दिवाळी अंक काढू लागला. 'कर्दळी'त तीन-चार कादंबऱ्या असायच्या. लेखक म्हणून मोहितेचंही थोडं कुठं नाव होऊ लागलं होतं, एके दिवशी हेगडेकडून मोहितेला पत्र आलं -

स. न. वि. वि.

आमच्या 'कर्दळी' दिवाळी अंकास आपली एक कादंबरी हवी आहे. कृपया सप्टेंबरच्या पहिल्या आठवड्यापर्यंत कादंबरी पाठवावी. ती प्रसिद्ध होताच उचित मानधनही देऊ!

आपला,

क. लो. अ. ही वि. **ग. वा. हेगडे**

पत्र वाचल्यावर मोहितेने 'उद्ध्वस्त घरकूल' नावाची कादंबरी तेव्हा हेगडेंकडे (नापसंत पडल्यास) परतीच्या पोस्टेजसह पाठविली होती. पण हेगडेने कादंबरी 'कर्दळी'च्या दिवाळी अंकात छापली तर नव्हतीच, पण परतही पाठविली नव्हती की तीबद्दल पृच्छा करणाऱ्या मोहित्यांच्या तीन-चार पत्रांना उत्तरं देण्याचं सौजन्यही दाखविलं नव्हतं!

मध्यंतरी मुंबईहून डॉ. सुनील अचलापूरकर इकडे आला होता व चार पाच दिवस प्रा. कुलकर्णी यांच्या घरी राहून, गावभर फिरून, चार लोकांना भेटून मिळालेल्या जुजबी माहितीवर 'निगवणीतील अंधकार' हा प्रदीर्घ लेख लिहून त्यात मजूर स्त्रियांचं एकांगी, भडक व विकृत चित्रण त्यानं केलं होतं.

आणि आश्चर्याची गोष्ट म्हणजे स्वत:ला कामगार पुढारी म्हणवून घेणाऱ्या

मास्तरनेही त्या वेळी डॉ. सुनील अचलापूरकरच्या त्या लेखाचा निषेध केलेला नव्हता!

तेव्हा मोहितेने या लेखाला उत्तर म्हणून वस्तुस्थिती कथन करणारे छोटे-छोटे लेख लिहून पुण्या-मुंबईकडील संपादकांना पाठविले होते आणि ते प्रसिद्ध न करून त्या पांढरपेशा संपादकांनी मजूर स्त्रियांच्या अब्रूबद्दल आपली अनास्था दाखवून दिली होती. साप्ताहिक 'सहवास'च्या ग. वा. हेगडेकडेही तेव्हा मोहितेने असा एक लेख (कादंबरीबाबतचा पूर्वीचा कटू अनुभव जमेस धरूनही) पाठविला होता. तो त्याने प्रसिद्ध केलेला नव्हता.

बोलण्याच्या ओघात हेगडे आता म्हणाला,

'मोहिते, तुम्ही पूर्वी पाठविलेला एक लेख - मजूर स्त्रियांवरचा - माझ्याकडे आहे. तो परत पाठवितो. त्यात थोडी दुरुस्ती करा नि पुनःश्च माझ्याकडे पाठवा. या निमित्ताने छापू! या मेळाव्याला आलो, तुमची ओळख झाली, किती बरं वाटलं!!'

काही वर्षांपूर्वी आपले एक पत्र आल्यावर दिवाळी अंकासाठी मी एक कादंबरी पाठविली होती, ती प्रसिद्ध केली नाही वा परतही पाठविली नाही ! की त्याच्या चौकशीच्या माझ्या पत्रांना उत्तरंही दिली नाहीत.

'नाही नाही, असे होत नाही!' मोहितेच्या गुडध्यावर हात ठेवून दाबल्यागत करीत हेगडे म्हणाला, 'ग्रामीण भागातील नव्या लेखकांचं साधं पत्र आलं तरी त्याला आमचं उत्तर जातं. असं होणार नाही आमच्या ऑफिसात ।'

'अहो, मी तीन पत्रं पाठविली त्या कादंबरी संबंधात, पण एकाचंही उत्तर आपण दिलं नाही!' आणि मोहिते म्हणाला, 'तंबाखू कामगारांवरील तो लेखही आपण तेव्हा प्रसिद्ध केला नाही ! डॉ. सुनील अचलापूरकारांच्या लेखाला उत्तर म्हणून तो लेख मी लिहिला होता! त्यांच्या लेखात मजूर स्त्रियांच्याबद्दल गैरसमज पसरविणारा मजकूर होता!' वखार मालकांना हवी तेव्हा हवी ती बाई मिळते, 'असं तो सुनील अचलापूरकर आपल्या लेखात लिहितोय, आता हे प्रा. कुलकर्णी गेली दोन-तीन वर्षे कामगार स्त्रियांत काय करतात; विचारा यांना - ते विधान कितपत खरं आहे ते!!'

प्रा. कुलकर्णी आतून एक खुर्ची आणून जवळच बसला होता. त्यानं हसल्यागत करून मान हलविली. तसा परत मोहिते म्हणाला,

'आणि तुम्हीही कुलकर्णी, तेव्हा याबद्दल डॉ. अचलापूरकरचा निषेध केला नाहीत !!'

'आम्ही तेव्हा काही मोठे पुढारी नव्हतो!!' प्रा. कुलकर्णी म्हणाला. म्हणजे, एखाद्या गोष्टीचा निषेध करायला मोठे पुढारी होणं आवश्यक असतं तर! तेव्हा हा मोठा पुढारी नव्हता व आता झाला होता, तर करायचा होता निषेध! या उलट, तो लेख असलेल्या डॉ. अचलापूरकरांच्या संग्रहाच्या प्रकाशन समारंभात भाग घेण्यासाठी

हा मुंबईला गेला होता. मध्यरात्री तिथे उतरल्यावर त्याला पुसायला कुणी कुत्रंही आलं नव्हतं. तो सारा फजितीवाडा एकदा त्याने मोहितेला सांगितलाही होता! त्या प्रकाशन समारंभात देखील यात त्याबद्दल काही निषेधपर बोललेलं ऐकायला वा वाचायला मिळालं नव्हतं!!

मेळाव्याच्या दिवशीच या लोकांना ठाऊक होतं, प्रश्नाची सरकार काहीच दाखल घेणार नाही; आंदोलन हे करावंच लागणार! मग सरकारला सोळा मार्चपर्यंत मुदत दिली ते केवळ उपचार म्हणूनच का? परत येताना मोहितेंच्या मनात विचारचक्र सुरू झालं... जीवजीभायनं या हेगड्याला आज आपल्या मठीत बोलावून घेतलंय् म्हणजे तिथे त्याला खिलावून-पिलावून व खिशात काही नोटा सारूनही हा त्याला मिधं करून टाकणार. मग पुढं-मागं लेख साप्ताहिक 'सहवास'मध्ये आला तर त्यात जीवजीभायच्यावरही स्तुतिपर चार ओळींची फुलं यावयास हरकत नाही...! त्याची ही तरतूद आंदोलनाच्या आधीच! प्रसिद्धीचं महत्त्व किती आहे हे केवळ जीवजीभायच जाणून होता!! स्वतःच स्वतःचे ढोल बडविल्याशिवाय या जगात कुणाचे कुणाकडे लक्ष वेधत नाही!!

१०

सोमवार ता. १६ मार्चपासून आंदोलन सुरू झालं!

निगवणी शहरातून पूना-बंगलोर हायवे गेला आहे. शहरातून गेलेला हा महामार्ग खूप अरुंद, त्यामुळे दोन-चार महिन्यांतून एकदा तरी अपघात होईच व काहींना 'वर' पोहोचवून ड्रायव्हर लोकही सरकारी कुटुंब नियोजनाला हातभार लावीत. सरकारला ड्रायव्हरांचं हे एकमेव समाजकार्य पसंत पडलं नसावं; कारण त्याने शहराच्या पूर्वेकडून अर्धवर्तुळाकृती असा नवा महामार्ग काढून शहरातून गेलेल्या हायवेवरील वाहतुकीचा लोड कमी केला!

शहराच्या पूर्वेकडून आलेला नवा रोड, शहरातून बाहेर पडून उत्तरेस निघून गेलेल्या जुन्या हायवेला जुन्या मैलाच्या दगडाजवळ मिळे... इथेच सारा रस्ता अडविला गेला.

मोठ्या उत्साहाने गावोगावचे लोक येत होते. वाजत-गाजत. भजने म्हणत. लेझीम खेळत नाचत... 'तंबाखूला भाव बांधून - दिलाच पाहिजे!' अशा घोषणा देत!!

काही चालत येत होते, काही बैलगाड्यांतून, काही ट्रॅक्टर्सना जोडलेल्या ट्रॉल्यांतून, काही ट्रक्समधून, तर काही सायकलींवरूनही!

सगळ्यांच्या मनात उत्साह होता. अघटित असं काही आज घडत होतं. धर्म,

जाती, पोट जाती आदी सर्व भेद विसरून तंबाखूच्या प्रश्नावर अक्षरश: शेकडो खेडी एकत्र आली होती. कृषीबल संघटनेच्या पुढाऱ्यांनी व कार्यकर्त्यांनी शेकडो सभा घेऊन तंबाखू उत्पन्न करणारी सारी खेडी धगधगती ठेवली होती. त्यामुळे 'रास्ता रोको'ला प्रतिसाद कल्पनातीत होता.

१६ मार्चच्या त्या सकाळी सगळ्या खेडुतांचे एकच ध्येय होते - 'चलो निगवणी!' सगळ्या खेड्यांतून निगवणीकडे येणारे रस्ते माणसांनी नुसते फुलून गेले होते.

जगराट खेडं निगवणीपासून सहा मैलांवर होतं. तिथे दिवसाचा गोंडा फुटल्यापासून उत्साहाला उधाण आलं होत. पहाटेच काही बैलगाड्या आणि त्यांतून बरेचसे लोक निगवणीच्या दिशेने निघून गेले होते. मराठी शाळेपुढल्या यस्टी थांब्याजवळ जयपाल मगदूमची ट्रॉली थांबली होती. पुढल्या ट्रॅक्टरमध्ये बसलेला ड्रायव्हर बसगौंडा सारखी बडबड करीत होता,

'चला रे बेन्यानू; सारी गावं तिथं ईवून बसल्यावर मग आम्ही जाण्यात काय मजा हाय? चला लौकर! हालगूमलगू करीत आसं जायाय लागलाव तर हिथंच धा-आक्रा वाजतील!!'

ट्रॉली तरी फुल्ल भरली होती. अजूनी 'यो येणार हाय, त्यो येणार हाय' हे असं चालू होतं. 'बसगौंड्या, चल रे. मार स्टाटर, आता कुणाची वाट बघायची न्हाई! कोण सुक्काळीचा येणार हाय त्यो चालत ईना का!'

'न्हाय तर सायकलीवरनं येतील घे ज्येला आगत हाईत ते! गावात मा ऽ प्प दोन सायकल दुकानं हैत त्येंच्या सायकलीस्नी तरी भाडं लागंल!'

'हॅ ऽ हॅ ऽ, हॅ ऽ ऽ!'

बसगौंडानं स्टार्टर मारला... घुर्र ऽ घुर्र करीत इंजिन चालू झालं... तोवर म्हारवाड्यातील गायकवाड्याचं शिरप्या हॉटेलकडल्या अंगानं पळत आलं...

'आलो... आलो... मीबी आलो...!!' ओरडत ते ट्रॉलीच्या बॉडीला येंगलं!

बसगौंड्याला इंजिनच्या आवाजात शिरप्याची हाक ऐकू येणं शक्यच नव्हतं. त्यानं गिअर घातला व ट्रॉली पळू लागली...

इकडे तशाही अवस्थेत शिरप्याने ट्रॉलीच्या बॉडीला येंगता येंगता वर चढण्याचा प्रयत्न केला आणि पाय घसरून तो सपशेल खाली कोसळला!

ट्रॉलीचं मागचं चाक डोक्यावरून गेलं आणि चाकाखाली नारळ गावावा, तशी शिरप्याची अवस्था झाली.

'आरे ऽ.. ऽ ऽ हो ऽ हो ऽ ऽ! '

ट्रॉलीतील लोक ओरडेपर्यंत म्हणजे ट्रॅक्टर कासराभर पुढे जाऊन थांबला!

इकडे रक्ताच्या थारोळ्यात तडफडत शिरपा गायकवाड केव्हाच थंड झाला

होता...!!!

आंदोलनाच्या पहिल्याच दिवशी असा हा विचित्र प्रकारे पहिला बळी पडला होता...!!

निगवणीच्या दक्षिणेस जोगाईचा डोंगर आडवा पसरत पार खालती पूर्वेस चिक्कवडी या तालुक्याच्या गावच्या दिशेने गेला होता... जोगाईच्या घाटातून वेडीवाकडी वळणे घेत पूना-बंगलोर रोड बंगलोरच्या दिशेने निघून गेला होता. या घाटाच्या उजव्या बाजूच्या डोंगरमाथ्यावर जोगाई हे गाव होतं..., या डोंगरमाथ्यावरील गावात कुठे अभावानेच तंबाखू पिकवला जात होता, त्यामुळें 'रास्ता रोको'मध्ये तशी ही गावं सहभागी होण्याचा प्रश्नच नव्हता.

'आम्ही तंबाखू पिकवत न्हाय् तर मग तंबाखूला जास्ती भाव घिऊन आम्हाला काय आडवं मारायचा हाय!!' असं ज्याचं-त्याचं म्हणणं होत.

पण बयाजी थोरवत इतरांहून वेगळा होता. साडेपाच फुटांचा, आडवा फुटलेला बयाजी म्हणत होता,

'बायली, हे गावच आडमूढेंगं हाय! हितं ज्यो-त्यो आपल्या पुरताच ईच्यार करतोय! त्ये शेतकरी म्हंजे आपलं भाऊबंदच का न्हाई? आज त्येंच्यावर येळ आलीया, म्हणून तर ते घरदार, पोरंबाळं सोडून रस्त्यावर ईवून बसल्यात! उद्या आपल्यावर येळ आली म्हंजे मग आपल्यासाठनं कोण धावून येणार? आँ? आसा जरा लांबच्या पल्ल्याचा ईचार करायला शिका म्हणावं! कुणी न्हाय का ईना मुक्काळीचा, मी मतोर चालो! !'

आणि त्यानं दोन-चार दिवसांची वैरण गाडीत भरली, बैलं जुंपली. घरच्यांचा निरोप घेऊन 'हा ऽ ल्या' करीत कासरे ओढले, बैलं दबविली व निघाला...

गाडीच्या बावकाडाला भगवं निशाण बांधलेलं, डोईवर भगवा फेटा टेचात बांधलेला... आंदोलनात भाग घ्यायला नव्हे, तर लढाई मारून यावयास हा एकाकी सैतान नीडर छातीनं निघाला होता...

अशा माणसाला कुणाची पत्रास ठेवण्याची काही कारण नव्हतं... बैलं डोंगराच्या घसारतीच्या रस्त्यानं सुसाट निगवणीकडे सुटलेली नि ताठ छाती फुगवून बसलेला थोरवत!

बंगलोरपासून मुंबईपर्यंत साऱ्या हायवेवर निगवणीच्या 'रास्ता रोको 'ची बातमी मोटार लाइनीभर पसरली होती. पण दोन-चार राईट-बंडीवाले, मद्रासी वा केरळी आणि तितकेच शीखडे बरोबर या 'रास्ता रोको'च्या जाळ्यात गावले!

जुन्या मैलाच्या दगडापासून पुढे रस्ता अडवला गेला होता. निळ्या रंगाने

रंगविलेले आपापल्या गावाचे कापडी फलक ताणून धरून निरनिराळ्या गावचे लोक येऊन सामील होत होते. तसतसा माणसांनी गलबललेला रस्ता आणखीन लांब होत होता...!

दोन प्रहरपर्यंत चांगला दोन फर्लांग होईल एवढा रस्ता व्यापला गेला...!

इथे रस्ता बराच रुंद होता व रस्त्याच्या दोन्ही बाजूंस चिंचेची झाडं होती... झाडाखालच्या सावलीत बैलगाड्या सोडल्या होत्या. पथारी पसरल्या होत्या. काही गावची भजनी मंडळेही आली होती व भजनाला सुरुवात करीत होती, 'तो हा विठठल बरवा! तो हा माधव बरवा!'

हा माणसांचा समुद्र वाढतच होता आणि त्यात राईट बंडीवाल्यांच्या व शीखड्यांच्या त्या सात-आठ ट्रक्स दीनवाण्या होऊन उभ्या होत्या!! खेडुतांना नेहमी टुरकूर करून अरेरावी गाजविणारे शीख लोक आज पार गरीब गाय झालेले दिसत होते!

या आंदोलनाबद्दल लेखक राम मोहितेला अपार उत्सुकता वाटत होतीच! सोमवारी, पहिल्या दिवशी दुकानाच्या व्यापातून त्याला सवड झाली नाही; पण मंगळवारी दुकानाला आठवड्याची सुटी होती; दिवसभर वेळ मोकळाच होता.

सकाळची सारी आन्हीकं आटोपली आणि सायकलवर टांग टाकून मोहिते निघाला...

'रास्ता रोको' जिथं चालू होतं, ते अंतर शहरापासून अर्धापाऊण मैलावर होतं त्याचप्रमाणे उत्सुकता असलेले अनेक नागरिक गटागटाने आंदोलन पाहायला चालले होते. काही सायकली पळत होत्या, तर काही स्कूटरी!

राम मोहिते तिथे पोहोचला, तेव्हा उत्साहाने माणसे नुसती फुललेली त्याला दिसली.

सुरुवातीलाच प्रा. कुलकर्णींची भेट होताच त्यानं स्पष्ट बोलून दाखविलं' अपेक्षेहून किती तरी जास्त प्रतिसाद मिळाला आहे नाही?' राम मोहितेच्या कल्पनेतही नव्हतं, इतक्या प्रचंड संख्येने लोक या आंदोलनात भाग घेण्यास आले होते. जमून जमतील फार झालं तर दोन-चार हजार लोक, असं त्याला वाटत होतं, पण आज पाहतो तो, रस्त्यावर नजर पोहोचेल तिथंवर लोकच लोकं दिसून येत होते!

'गेले दोन आठवडे आम्ही कसली ती विश्रांती घेतली नाही, त्याचं हे फळ म्हणायला हवं!' प्रा. कुलकर्णी म्हणाला.

ए. एम. नाईकवाडी, बकस पटवेगार, टी. वाय. शेख, अरगोळचे डॉ. चौगुले असे अनेक ओळखीचे कार्यकर्ते तिथे दिसत होते.

ओळखीच्या लोकांना भेटत, बोलत, आंदोलन पाहत मोहिते पुढे चालला...

लोकांच्या जमावामध्ये अडकलेले ते सात-आठ ट्रक्स दिसले. एका ट्रकवर शीख क्लीनर चढला होता व लोकांनी मागितलेल्या दोऱ्या आणि ताडपत्री मुकाट्याने त्यांना देत होता. दोन्ही झाडांच्या बुंध्यांमध्ये ताडपत्री बांधून लोक सावली करीत असावेत. दोन-चार ट्रक ड्रायव्हर विमनस्कपणे एकत्र बसलेले दिसत होते. आता या तिढ्यातून कसं सुटावं? त्यांना पेच पडलेला दिसत होता.

रस्त्याच्या उजव्या बाजूस भाताची भुंडी ओपाडी होती. त्यातील एका ओपाड्याच्या बांधावर बाभळीचं झाड होतं. त्याच्या बुंध्याशी अरगोळचं भजनी मंडळ बसलं होतं. भजन-गायन रंगत आलं होतं, तोवर पत्रकार विनय करुळकर तिथं सपत्नीक आला... तसं भजन थांबलं.

'वहिनी, इथं या, इथं या!! 'म्हणत लोकांनी करुळकरच्या पत्नीला जागा करून दिली. पांढरपेशा वर्गातील त्या स्त्रीला सारं अनोखं, नवीन होतं. गेल्या वर्षीच्या बटाटा आदोलनापेक्षा इथं काही न्याराच उत्साह दिसत होता...!

ती एका सप्पय जागी बसताच करुळकरने म्हटलं,

'चालू द्या, चालू द्या तुमचं!' तसं भजन चालू झालं आणि करुळकर वेगवेगळ्या अँगल्सनी त्या समुदायाचे गळ्यातल्या कॅमेऱ्याने फोटो मारू लागला... चार दिवसांपूर्वीच तो मुंबईहून इकडे आला होता व प्रा. कुलकर्णीच्या घरी तळ मारून होता. त्याला या आंदोलनाचा अभ्यास करायचा होता व बटाटा आंदोलनावरील 'लढवय्या' या गाजलेल्या लेखमालेसारखी दुसरी एक लेखमाला या आंदोलनावर लिहायची होती....

जवळच एका झाडाखाली म्युनिसिपालिटीने नळाला चाव्या जोडून दिल्या होत्या व आंदोलकांना पिण्याच्या पाण्याची सोय उपलब्ध करून दिली होती. मागे राहिलेल्या जुन्या मैलाच्या दगडाजवळच म्युनिसिपल हद्द संपत होती. हद्दीबाहेर पाण्याचं कनेक्शन देणं, हे खरं तर म्युनिसिपालिटीच्या नियमात बसत नव्हतं; पण माणूसकीच्या दृष्टीने, या नियमाकडे कानाडोळा करून हे सारं करण्यात आलं होतं.

चाव्यांपासून थोडे अंतर चालून गेल्यावर एका चिंचेच्या बुंध्याखाली बेन्वाडी गावचे लोक बसलेले दिसत होते. बेन्वाडीचे पाटील वाचनाचे वेड असलेले व म्हणून लेखक मोहितेला ओळखत असलेले. कधी भेटले की म्हणत, 'मोहिते, चला आमच्या गावी. मळ्यात दोन-चार महिने ऱ्हावा चला निवांत आणि एक झक्कास कादंबरी लिवा चला! तुमचं खाणं-जेवण सारा खर्च आमच्याकडं लागला. तुम्ही कायबी काळजी करायची नाही. तुम्ही फक्त लिवायचं. अक्षर वाङ्मयात जमा हुईल, अशी एक झक्कास कादंबरी लिहायची!! बस्स!!' असे हे पाटील लेखक मोहिते दिसताच डोळ्यांत ओळख नाचवीत जवळ आले व म्हणाले,

'मोहितेसाहेब, कालपास्नं आम्ही इथं रस्त्यावर ईवून पडलाव, आनी आमचा

बाबुकाका कुठं हाय? सगळी लोकं हेच विचाराय लागल्यात - कुठं हाय बाबुकाका म्हणून! तुम्ही निंबाळकरच्या दुकानात सारखं दिसता, तिथं बाबुकाकाबी येतोय, तर त्येला सांगा जरा हिकडं फेरी मार म्हणून!!'

'बाबुकाका' हा उल्लेख आमदार बाबुकाका चौगुलेना उद्देशून होता. या सीमा भागातील सीमा संग्राम समितीचा तो आमदार होता. वृत्तपत्र विक्रेते बी. आर. निंबाळकरांच्या दुकानात अधूनमधून मोहिते दैनिक चाळण्याच्या निमित्ताने गप्पा मारावयास जाई. अशाच उद्देशाने बाबुकाका चौगुलेही तिथे येई. शिवाय गेल्या इलेक्शनमध्ये बाबुकाका विरुद्ध जीवजीभाय अशी लढत होती तेव्हा मोहितेने तीन-चार दणदणीत लेख लिहून व ते पत्रकाच्या स्वरूपात प्रसिद्ध करून बाबुकाकांचा चांगला प्रचारही केला होता. ही पत्रकं खेड्यापाड्यांवर तेव्हा वाटल्याने लेखक मोहिते हा बाबुकाकाच्या सीमा संग्राम समितीच्या बाजूचा, असा सर्वत्र समज होणे स्वाभाविक होते...!

'बाबुकाका भेटताच मी अवश्य सांगतो!' मोहिते म्हणाला.

समोरून दाढीवाला प्रा. श्याम आडारकर येत होता. जिल्ह्याच्या गावी असलेल्या कॉलेजात तो नोकरीस असला तरी रजा काढून तोही कालपासून आंदोलनात उतरला होता...

'कालपासून तुम्ही 'प्रेस प्रेस' म्हणत होता, हे पाहा, मी 'प्रेस'च इकडे आणले!' आडारकर कार्यकर्त्यांना सांगत होता, 'हे आनंद ठोंबरे. दैनिक 'नवप्रभा'चे संपादक!'

'नवप्रभा' हे मुंबईच्या दै. 'नवप्रभा' या साखळी पत्राचं जिल्ह्याच्या गावी पाच-सहा महिन्यांपूर्वी निघालेलं भावंड! पुणे-नागपूरप्रमाणेच कुबलापूर या जिल्ह्याच्या गावी 'नवप्रभा' शाखा दैनिक म्हणून प्रकाशित होत होतं व मुंबईच्या कार्यालयात सहसंपादक म्हणून असलेल्या आनंद ठोंबरेंची संपादक म्हणून बढती करून कुबलापूरला बदली करण्यात आली होती...!

'दै. 'नवप्रभा'चा संपादकच स्वत: आलाय म्हटल्यावर प्रा. कुलकर्णीसह सारे कार्यकर्ते भरभर तिथे जमले. प्रा. कुलकर्णीला तर दैनिक निघाल्यावर दोन-एक महिन्यांत निगवणीतला बातमीदार म्हणूनच नेमलं गेलं होतं. तो म्हणाला,

'आजचा 'नवप्रभा'चा अंक अजून येथे आला नाही!!' 'ते का? मी रिक्षातून तीन हजार अंक सकाळीच पाठवून दिले होते!' आनंद ठोंबरे म्हणाला.

ठोंबरे लंबाटा, मागे केस वळविलेला, शर्ट व मॅनिला हा कॉमन ड्रेस घातलेला व डोळ्यांवर जाड भिंगांचा चष्मा असलेला होता. काळ्यासावळ्या ठोंबरेचं वय तिशीच्या घरात होतं...

'पण रिक्षा इकडे आलीच नाही! 'रास्ता रोको' मुळे एस. टी. वाहतूक तर

केव्हाच ठप्प झालीय! आम्ही मग स्कूटर पाठवून 'नवप्रभा'चे अंक मागवून घेतले!' प्रा. कुलकर्णी म्हणाला.

'मी हेड्लाइन टाकून आंदोलनाची बातमी टाकलीय आज! दोन ब्लॉक्सही वापरलेत! चांगला प्रचार व्हावा म्हणून तीन हजार अंकही पाठवून दिले होते, ते फुकट वाटले असते तरी चालले असते. पण अजून ते मिळाले नाहीत, म्हणजे आश्चर्य आहे!!'

तोवर प्रा. आडारकर बेन्वाडीकर ग्रामस्थांना म्हणाला,

'कालचा आंदोलनाचा पहिला दिवस व रात्र कशी गेली, ते सारं सांगा संपादकसाहेबांना! उद्या सगळं पेपरात छापून येणार आहे!! '

'काय आमची तक्रार न्हाई!'

'चांगला गेला कालचा दिवस!'

'रातीबी काय तरास झाला न्हाई!!'

खेडूत सांगू लागले... पिछाडीला हात हातात गुंफून सारं उत्सुकतेने आनंद ठोंबरे ऐकू लागला... या आंदोलनाला आपण एक्स्पोज करायचं... आपलं 'नवप्रभा' लोकप्रिय करायला व खेड्यांपाड्यांवर त्याचा जम बसायला हे आंदोलन ही एक संधी निर्माण झाली आहे. पंधरा दिवसांपूर्वी मेळावा झाल्यापासून आपण हे सारं 'नवप्रभा'तून उचलून धरलंयच! वेळोवेळी तंबाखू उत्पादन, प्रक्रिया, व्यापार व व्यापाऱ्यांकडून होणारी शेतकऱ्यांची पिळवणूक आदीसंबंधाने आपण चार-पाच लेखही टाकलेत । सारं काही चांगलच चालू आहे! पन्नास वर्षांची परंपरा असलेल्या दै. 'कुठार' बरोबर आपणाला सामना द्यावयाचा आहे. हे आव्हान स्वीकारूनच तर आपण मुंबईहून...

प्रा. आडारकर व आनंद ठोंबरे यांनी वीसेक मैलांवरील कुबलापूर या जिल्ह्याच्या गावाहून आणायला स्पेशल टॅक्सी इकडून पाठविण्यात आली होती. त्या टॅक्सीतून दोघे आले होते. मैलभर रस्ता अडविलेल्या जनसमुदायाच्या पलीकडे टॅक्सी उभी करून तिथून दोघे चालत आले होते. त्यांच्याबरोबर टॅक्सी ड्रायव्हर काडापुरेही होता.

तोवर कुणीसा कार्यकर्ता आला व म्हणाला, 'आपण आल्यावर जीवजीभायनी आपणास बंगल्यावर घेऊन येण्यास सांगितले आहे!'

'हे काय, आम्ही आलोच, सगळ्या गावच्या लोकांशी भेटत बोलत!!'

राम मोहितेला वाटलं, जीवजीभायच्या बंगल्यात गेलेला कुठला पत्रकार, संपादक रिकाम्या खिशाने परत आलाय? आता हे आंदोलन संपेपर्यंत ठोंबरेला बरं झालं!! त्याशिवाय, त्याला रोज जिल्ह्याच्या गावाहून आणायला व सोडायलाही स्पेशल टॅक्सी पाठविण्यात येईल. तीतून आडारकरला पण आपल्या घरी जाण्यास व दुसऱ्या दिवशी परत येण्यासही सोयीचे होईल!!

चला, सामाजिक बांधिलकी-बांधिलकी म्हणजे तरी दुसरी काय असते...?

तंबाखू पिकविणाऱ्या गावांपैकी ऐंशी गावांनी आंदोलनात सहभाग घेतला होता. काही गावांतून पाच बोदांहून ज्यांची अधिक तंबाखू होत असेल त्यांनी आंदोलनात बसायला आलं पाहिजे असा दंडक घातला गेला होता; तर काहींतून घरटी एक माणूस, मग त्याचं शेत असो-नसो, त्याचा तंबाखू होवो न होवो, आलंच पाहिजे असं सांगण्यात आलं होतं.

ज्यांची चार-सहा मैलांच्या आत गावं होती त्यांची जेवणं स्कूटर वा सायकलींवरून येत आणि दूर-दूर गावच्या खेडुतांना जीवजीभायच्या फर्ममधून जेवण जात होतं. रोज दोन-तीन पोती ज्वारी दळून आणली जात होती आणि झुणक्यासाठी डाळीचं पोतंच दळून नेलं जात होतं. कामगार युनियनमधील पन्नास-साठ स्त्रिया तिथे भाकरी बडविण्याचे, झुणका करण्याचे तसेच जोंधळे वा डाळ निवडण्याचे काम करीत असायच्या. या स्त्रिया दिवसभर वखारीत राब-राब राबायच्या आणि रात्री 'रास्ता रोको'च्या ठिकाणी जाऊन आंदोलकांच्या पंगतीत वाढायच्या, त्यांची उष्टी-खरकटी काढायच्या...

आंदोलक मात्र दिवसभर झाडांच्या वा ताडपत्रीच्या सावलीत आरामात लोळत पडलेले असायचे. पत्त्यांचे डाव चालायचे, भजन-गाणी चालायची व याचाही कंटाळा आला की, शहरात जाऊन एखादा चित्रपट...

आंदोलनात जी गावं सहभागी झाली नव्हती, त्या गावचे लोक ताशा-वाजंत्री वा बॅण्ड लावून वाजत-गाजत व घोषणा देत, आंदोलनाला पाठिंबा देण्यासाठी येत व सोबत आणलेल्या भाकरी व आंबिलीने भरलेले मोगे आंदोलकांना देऊन जात...!

निगवणीतील बिडी कामगार स्त्रियाही बॅण्ड वा ताशा लावून आंबील व भाकऱ्या आणत व आंदोलकांना देऊन जात... आज या गल्लीच्या बायका, तर उद्या त्या गल्लीच्या- त्या गेल्या, आम्ही का मागं? म्हणून परवा तिसऱ्या गल्लीच्या... हे असं चालू झालं...!

रात्रीच्या जेवणानंतर शेतकरी नेते उमेश कुलकर्णीचं भाषण असे... भाषणाचा विषय अर्थात शेतीविषयीच्या समस्या, त्यांची उकल व शेतकऱ्यांचे लढे व बटाटा आंदोलनातील अनुभव, हा अशा प्रकारचा असे! आपल्या बोबड्या उच्चारात उमेश कुलकर्णी शेतकऱ्यांना समजेल अशा भाषेत हे सारं सांगत तास-तासभर उभा राही...!

भाषणानंतर घोळक्या-घोळक्याने भजनी मंडळांचे ताफे रात्र रंगवू लागत, तर झोप येईपर्यंत कुठे रमीचे डाव रंगत.

नेते लोकही डाव टाकत राहत. झोप येऊ लागली की, एक-एक उठत. रमेश कुलकर्णीसाठी रस्त्याच्या उजव्या कडेच्या भुंड्या शेतात एक तंबू उभारला होता. तो

तंबूत जाऊन झोपे. प्रा. कुलकर्णी मात्र आंदोलकांतच झोपे. जीवजीभाय मात्र मध्यरात्रीचे दीड-दोन होऊन गेले तरी आपल्या कारमधून बंगल्यावरच झोपायला जाई...

अरगोळ गावचा नवोदित लेखक व कवी मधुकर आनुसे हाही आंदोलनात सामील झाला होता. बी. ए. झालेला आनुसे कुठंच नोकरी न लागल्याने तसा बेकारच होता. त्यामुळे प्रचंड रिकामा वेळ तो कथा व कविता पाडण्यात घालवीत असे, त्या मग तो कुठे कुठे पाठवीत राही. जिल्हा पत्रांच्या रविवारीय पुरवणीतून व त्यांच्या काही दिवाळी अंकांतून त्यांच्या कथा-कविता प्रसिद्धही झाल्या होत्या. आंदोलनाच्या पहिल्या दिवसापासून तो अरगोळ गावच्या जथ्यात होता. येते वेळी त्यानं एक भली मोठी वही आणली होती व रोज रात्री झोपण्यापूर्वी तो तिच्यात लिहीत राही. तिथल्या रोजच्या घटना, तपशील, बाहेरून भेट देण्यास आलेले पुढारी, त्यांच्या भाषणातील महत्त्वाचे शब्द... आंदोलनानंतर ही डायरी त्याला प्रसिद्ध करायची होती... नवोदितांच्या भाळी प्रथमत: येणारी अंधारातील ही रुक्ष वाटचाल संपवून टाकायची होती व एकदम प्रसिद्धीच्या झोतात यायचं होतं...! अरुणाटक वीज बोर्डाचे पोल रस्त्याकडून पुढल्या खेड्याकडे गेले होते. त्या पोलवरून वीज घेतली होती व त्या रस्त्याच्या पट्ट्यावर जागोजागी लाइटस् लावले होते. मधुकर आनुसे एखाद्या लाइटच्या उजेडात बसे व डायरी लिहीत राही - आज मंगळवार, पहाटे सहा वाजताच जागा झालो आणि...'

गावाच्या मावळतीस लक्ष्मीचं देऊळ. त्याच्या मागच्या बाजूस पाहिलं, की ओढा दिसे. पण तो ओढा नव्हता, तर ओढ्यागत अरुंद पात्राची पुत्रा नदी होती. जोगाईच्या डोंगरावर उगम पावलेली ही पुत्रा नदी अशीच खाली वाहत जाऊन पेणगंगा नदीस उद्याळ गावाजवळ मिळते. या पुत्रा नदीकडे पाहत, सूर्याकडे पाठ करून शेंदुर्णी गाव वसलं होतं. लक्ष्मीच्या देवळापुढून गेलेल्या गल्लीनं उगवतीकड आलं की झेंडा चौक लागे. २६ जानेवारी वा १५ ऑगस्ट रोजी या चौकात झेंडावंदन केलं जाई म्हणून 'झेंडा चौक' हे नाव दिलं होतं. चौकात भर मध्यभागी झेंडावंदनाची काठी होती; त्याच्या डाव्या बाजूस चावडी होती.

आता गुदस्ताच गावात वीज आल्यामुळे चावडीत लाइट आला होता. त्याच्या उजेडात बरीच मुंडकी आत जमलेली दिसत होती. आज तराळ सहा-सातपासूनच घरटी सांगून आला होता. तशी दुपारी गावभर दवंडीही पिटली होती. तरीही दहा-वीस मुंडक्यांशिवाय जास्त जमली नव्हती. त्यामुळे पाटील पिसाळून गेला होता. आठच्या सुमारास तराळाला तो म्हणाला होता,

'जा रं भिम्या, एकेकास्नी घरातनं उस्कलून काढून हिकडं ताणून दे नि मगच

म्होरल्या घरला जा. आयला, हे गावच इदरकल्यानी लौंड्याचं हाय. हितं पाटीलकी करण्यापरास साधू हून जोगाईच्या डोंगरात बसल्यालं आनी निर्मळ! भ ऽ नी, लै वैताग रं बाबा या गावाचा!!'

मग तावातावानं तराळ गावात गेला होता आणि मेंढरं ताणून आणावीत, तसं त्याने साऱ्यान्नी ताणून आणलं होतं...!

पाटलाच्या मेळ्यातलं खोत, वास्कर, तोडकर व कदम... हे लोकही स्वत:ला गावातले पुढारी व दुसऱ्याहून आपण मोठा समजणारे होते.

नऊ वाजून गेले, तशी चावडी भरून गेली. 'रास्ता रोको'मध्ये गाव सामील झालं होतं. जे तंबाखू पिकवीत होते, त्यांच्या घरातील कुणी ना कुणी 'रास्ता रोको' आंदोलनात सामील होण्यास गेले दोन दिवस निगवणीला गेले होते. बाकीचे कितीतरी कर्तेसवरते पुरुष गावात होते. काही बड्या शेतकऱ्यांनी आपल्याऐवजी आपल्या मळ्यातील एखाद्या गड्याला 'बदल्या'म्हणून पाठवून दिलं होतं...!

बरीच माणसं जमून कलकल करीत होती...

'निगवणीचा बाजार भरावा तसं सारं झालंय हितं!!' कदम बोलला, 'पाटील, आता करा चालू कामाला!!'

तसा पाटलानं आपला कमावलेला आवाज टाकला,

'हे बघा! शांत व्हा! आता बोलणं बंद! बंद म्हंजे बंद!! आता कुणीबी आवाज काढायचं न्हाई! आता कामाला सुरुवात करूया!!'

यावर, वर्गात मास्तर आल्यावर कालवा निवळत जावा, तसं सारं झालं... मग पाटील बसूनच बोलायला लागला,

'दोन रोज झालं निगवणीला 'रास्ता रोको' सुरू हाय. कई एक गावचं लोक रातध्याड् तिथं बसून हैत - तुमच्या तंबाखूला रास्त दरदाम मिळावा म्हणून ते लोक आपलं घरदार, बायका-पोरं सोडून रस्त्यावर जाऊन पडल्यात... आता आंदोलन म्हटल्यावर खर्च्या काय कमी येतोय? लोकांचं दोन येळच जेवणं-खाणं, हिकडं-तिकडं मोटारी पळवाय लागल्यात, धा लोकास्नी भेटाय लागतं, फुडाऱ्यास्नी भासनाला आनाय-पोचवाय लागतं, त्यासाठी पेट्रोल जाळाय् लागतं... काय योक खर्च आस्तोय म्हंता? तवा 'गावा-गावातनं आंदोलनासाठी मदत गोळा करा 'असं काल रातच्या सभेत आपला फुडारी कुलकर्णीसायबानं सांगितलंय! आपल्या शेजारच्या उद्याळ गावच्या लोकांनी चार हजार रुपये गोळा करून द्यायचं ठरविलंय, निदान आपुन त्याच्या निम्मंशिम्मं तरी लाजेकाजेस्तव गोळा करून द्यायलाच पाहिजे का नको? तर पयली बोली माजी - गाझं पाचशे एकावन्न रुपये!' आणि पाटील म्हणाला, 'तोडकर. तुमचं सांगा आता!'

'आम्ही तुमच्या सर्कल मदलं... .हॅ ऽ हॅ ऽ हॅ ऽ पन आमची तुमची काय

बरोबरी? आम्ही कवाबी झालं तरी तुम्हापरास लहान तवा माजं दोनशे एकावन्न रुपये!'

'खोत, तुम्ही?'

'माजंबी तेवढंच लिवा, दोनशे एकावन्न रुपये!'

तसं पाटलानं आपल्या व तोडकरच्या नावानंतर खोताचं नाव लिहिलं व त्यापुढे रकमेचा आकडा टाकला! आणि मग तो वास्करकडे मोहरा वळवून म्हणाला,

'हं वास्कर, तुमचं सांगा...?'

'माझं, माझं एक्कावन रुपये लिवा!'

'एक्कावन्न लै कमी हुत्यात, वास्कर!'

'बरं, एकशे एक्कावन्न लिवा!'

'ये वास्कर लै चिकटभोकार हाय!' कदम तावानं म्हणाला, 'पाटील, येचंबी दोनशे एकावन्न रुपये लिवा!!'

'पन हे.. जास्त ?'

'काय जास्त हुत न्हाईत!' आणि तोडकर म्हणाला, 'काय आम्ही पा-सा जण तुझ्यासाठी पट्टी जमा कराय् नि दोनशे एकावन्न रुपयची भराभरती करून द्यावं!!'

'हॅ ऽ हॅ ऽ हॅ!! 'या हास्यात जमलेले बरेच गावकरीही सामील झाले! तसा वास्कर हेटावल्यागत होऊन म्हणाला,

'बरं लिवा, दोनशे एक्कावन्न तर एक्कावन्न!!'

'आनी तुम्हास्नी सांगतो, तुम्हास्नी बी रे!! '

पाटील गावकऱ्यांकडे वळून म्हणाला, 'आता यात जे काई पैसे लिवू ते जास्तीत जास्त उद्यापतर हितं माज्याकडं आणून द्यायला पायजे! कुणाकडं आता आसलं तर आता द्या; पन या पैशासाठी आम्ही तुमच्या घराकडं एडताकपट्टी घालणार न्हाई!!' न् मग पाटील बोलला, 'हं ऽ, तू रं...भरमू तू... तुज किती लिवायचं?'

'माजं पाच लिवा जी! पाच रुपये!!'

'पाचाचं काय या म्हागाईच्या दिसांत केसावर फुगं येत्यात? कमीत कमी धा तर द्यायलाच पाहिजे. 'आणि पाटील वहीत लिहू लागला - 'भरमू पाटोळे दहा रु.' व म्हणाला, 'धा लिवलं बघ तुझं, धा. उद्या आणून द्यायचं, काय सांगतो?'

हे असं सुरू झालं! सर्वसाधारण परिस्थिती होती व जे पाच-दहा बोद तंबाखू पिकवीत होते, त्यांना पंचवीस ते एक्कावन्न रुपये त्यांच्या - त्यांच्या नावापुढें लिहिले जात! ज्यांच्या नशिबी शेतमजूर म्हणण्यापुरतंच शेत चिकटलं होते, त्यांनासुद्धा दहा रुपये पट्टी पाटील बसवीत होता!

मल्लू नाईक विचारात पडला... आयला, आपलं शिवारात ईतभर श्यात न्हाई. रोज एकाच्या बांधावर जावावं तवा हाता-तोंडाची गाठ हुणार! आनी हे आंदोलन सुरू झाल्याठावनं तर शेतातली मशागतीची उन्हाळी कामंही बंद झाल्यात! त्या 'रास्ता रोको'च्या पल्याड माळाला दगडाची खाण हाय, तिथं आपून बड्डराच्या हाताखाली कामावर चाल्लोय, म्हणून दोन वेळा चूल तर पेटती आपली! आनी या चोदीच्यास्नी धा रुपये कुटनं देणार? येंच्या या आंदोलनानं आपला काय फायदा? तंबाखूला भाव वाढून मिळाला तर जो पिकीवतोय त्येच्या पदरात चार पैसे जास्त पडणार...! रोज त्येंच्या बांधावर जाणं थोडंच चुकणार 'हाय आपल्या नशिबातलं? आता हे संकट कसं चुकवावं? धा रुपयांवर तर आपलं दोन रोज धकून जातील! ते या चोरास्नी का द्या...?

त्याच्या शेजारी भिमा गस्ती बसला होता. त्याचा नंबर येताच पाटील म्हणाला,

'हं ऽ भिमा, तुजं रे...? धा लिबू न्हवं?'

'लिवा की!' भिमा म्हणाला. 'नाही' म्हणून सांगतोय कुणाला?

'तुजं रे मल्लू! लितो बघ धा...! ?'

'पाटील या आठवड्यात कामबी न्हाई कुठं! शिल्लक हुतं त्यावर दोन-चार रोज गेलं. कालपास्नं तर आमच्यात चूलबी पेटाय् न्हाई आजून! आनी

मी कुठलं दिऊ हो धा रुपय?'

तसा पाटील क्षणभर आपल टक्कुरं खांजळत राहला. मग मल्लू शेजारीच बसलेल्या म्हाळूला म्हणाला,

'ब ऽ र तुजं रे म्हाळू? तुज्याकडं तर...

'धा लिवा की पाटील...!

'तुम्ही धनगरं बुडाबुडी बक्कळ पैसा बाळगून हैसा की, आनि धाच व्हय रे?'

'पन पाटील, आमचं श्यात का भात?'

'ते काय बी आसलं तरी गावाबरोबर चालाय् नको?'

'म्हणून तर धा!'

'ते काय न्हाय, पंद्रा लिवतो बघ!' आणि पाटलाने 'म्हाळू लांडगे- पंधरा रुपये' असं वहीत लिहिलही आणि मग म्हाळूच्या शेजारीच बसलेल्या बिरू

लांडगेला त्यानं विचारलं,

'बिऱ्या, तुजं रे...? का तुबी या म्हाळूगत यांय-यांय करत ऱ्हाणार...? ऑ? व्हय बा, काय ते सांगा आताच... आमचं तरी काय नडलंय एवढं जागून

हे कराय? गप्पवानी झोपताव जाऊन!!'

दोन-चार दिवसांत सरकार काहीतरी वाटाघाट करील, काही तरी मार्ग निघेल व हे 'रास्ता रोको' संपेल, असं वाटत होतं!

पण तसं काहीच होत नव्हतं. सरकार या आंदोलनाबद्दल पूर्ण उदासीन होतं. आंदोलकांपासून तीन-चार फुटांवर पोलिस पिंजरा थांबे, तिथल्या झाडाच्या सावलीत आरामात पोलिस बसून राहत. आठ तासांची ड्यूटी संपली की दुसरं पथक येई व हे निघून जात. 'वरून' मात्र काहीच हालचाल होत नव्हती. काहीच हुकूम येत नव्हता...

रोजच्या या साहचर्यामुळे आंदोलक खेडुतांच्या मनातील पोलिसांची भीतीच नष्ट होऊन गेली होती, 'ही माकडं आम्हाला काय करत्यात!' अशी एक भावना झाली होती...।

आंदोलकांच्या मनात नैराश्य येऊ नये, याची पुरेपूर काळजी नेते मंडळी घेत होती. बाहेरगावचे पुढारी येत होते. स्फूर्तिदायक भाषणं ठोकून जात होते. जिल्ह्याच्या गावातील 'नवप्रभा' दैनिकाने या आंदोलनाला खूपच उचलून धरलं होतं. आपणही यात मागे राहू नये, म्हणून दै. 'कुठार' ही हेडलाइन्स व छायाचित्रे टाकून देऊ लागलं होतं...!'

निगवणी पोळगाव जिल्ह्यात येत होतं. या पोळगावमधून 'आरोळी' नावाचं दैनिक निघत होतं. शेजारच्या जिल्ह्याहून निघणाऱ्या दैनिकांनी हे आंदोलन उचलून धरलं; आपण तरी का मागे रहा? असा विचार करून 'आरोळी'चा संपादक एके दिवशी 'रास्ता रोको'च्या ठिकाणी भेट देण्यास व पाहणी करण्यास आला. परतण्यापूर्वी जीवजीभायने आपल्या बंगल्यावर नेऊन त्याचा यथायोग्य पाहुणचार केला!

दुसऱ्या दिवसापासून 'आरोळी'चं एक पान आंदोलनाबद्दलच्या वार्तापत्रानं व फोटोंनी भरू लागलं!

या जिल्हा दैनिकांनी चांगलंच रान उठविलं होतं व आंदोलकांचं टेंपरेचर सतत चढत ठेवलं होतं.

या दैनिकांनी आंदोलनाच्या जागेला 'संग्रामनगर' असं नाव दिलं होतं! संग्रामनगरातील या लोकांच्या समुद्रात अनेक पत्रकार जसे होते, तसेच सी. आय. डी.चे लोकही होते. त्या साऱ्या प्रचंड गोंधळात - गोंगाटात कोण कुठला, कोण कसला, हेही ओळखून येत नव्हतं! मराठी व अरुणाटकीय भाषिकांचं तिथं एक विचित्र मिश्रण झालं होतं. कुणी अनोळखी चेहरा वाटला की, तो इकडील वा तिकडील असेल असं समजून सोईस्करपणे विसरला जात होता. अरुणाटकात घुसडलेल्या मराठी भाषिक प्रदेशामुळे अरुणाटकीय व मराठी यांच्यात छत्तीसचा आकडा होता, तरी शेतीच्या या प्रश्नावर दोन्ही भाषिक एकत्र आले होते. गेल्या वर्षी हुब्बेळी-कृष्णदुर्ग रस्त्यावर असलेल्या नवलगुंज-नळगुंज या गावातील शेतकरी मोर्चावर पोलिसांनी लाठीहल्ला केला होता, त्यात एकजण खलास झाला होता. चिडलेल्या शेतकऱ्यांनी पोलिसांवर हल्ला केला होता, त्यात एक फौजदार ठार झाला होता व दुसरा जखमी.

त्याला मग हॉस्पिटलमध्ये दाखल केले होते. खवळलेले पब्लिक मग हॉस्पिटलवर चालून गेले होते. जखमी फौजदारला हॉस्पिटलबाहेर ओढून काढून ठार केले होते. अशा या हिंसक जमावाला काबूत आणण्यासाठी तिथे मग गोळीबार करावा लागला होता व त्यात चार शेतकरी ठार झाले होते! स्वातंत्र्यानंतर शेतकरी प्रथमच जागा होत होता. त्याला आपलं बरंवाईट समजू लागलं होत. आपणाला पिळणारे हात ओळखू येऊ लागले होते आणि आंदोलनं उभी करण्याइतका तो संघटित होत होता!!

अशा आंदोलनातील नवलगुंज-नळगुंज येथे प्रथम बळी पडले होते. त्यानंतर झालेल्या बटाटा आंदोलनातही पाच-सहा बळी पडले होते आणि आता या तंबाखू आंदोलनात काय होणार ते कळत नव्हतं! तंबाखूला भाव कसा ठरवून मिळणार व हे आंदोलन कसं संपणार याची उत्तरं भविष्यकाळाच्या पोटातच दडली होती!!

अधिवेशन चालू होतं; त्यामुळं आमदार बाबुकाका चौगुले अरुणाटकाच्या राजधानीत मुक्काम ठोकून होता. आपल्या भागात 'रास्ता रोको' चालू झालंय, हे त्याला राजधानीत येणाऱ्या काही मराठी दैनिकांवरून समजलं. आमदार निवासात सीमा संग्राम समितीचं मुखपत्र समजलं जाणारं दै. 'आरोळी' तर येत होतंच.

एके दिवशी आ. बाबुकाका चौगुलेला समजलं की, आपल्या भागातील शेतकऱ्याचं एक शिष्टमंडळ मुख्यमंत्र्यांना भेटण्यासाठी राजधानीत येऊन दाखल झालंय... या शिष्टमंडळात खरेखुरे शेतकरी किती असतील व हातात धडपणे खुरपेही धरता न येणारे, तरी पण स्वतःस शेतकरी वा शेतकरी नेते म्हणवून घेणारे किती असतील ते धूर्त बाबुकाका चौगुले चांगलंच जाणून होता! तरी पण, हे लोक इथं आलेत, आमदाराने गाठही घेतली नाही, असा ठपका पुढे-मागे आपणावर येईल हे ओळखून शिष्टमंडळ ज्या हॉटेलात उतरले होते, तिथे मानभावीपणे संपर्क साधण्याचा त्यानी प्रयत्न केला.

'हॅलो ऽ! 'त्यानं फोन उचलला.

'हॅलो...' पलीकडून आवाज आला आणि मग पृच्छा करण्यात आली, 'कोण बोलता आपण?'

बाबुकाकानं ओळखलं, हा जीवजीभायचा आवाज! आपला राजकारणातला

प्रतिस्पर्धी - ज्याला गेल्या इलेक्शनमध्ये चारीमुंड्या चीत करून जीत खेचून आणली आपण!!

'मी... मी बाबुराव चौगुले बोलतो आहे, निगवणी मतदार संघातील आमदार!'

तसा पलीकडून फोन डिस्कनेक्ट झाला...! तुमच्या आय ऽ ला, मरा जावा... फोन खाली ठेवता-ठेवता बाबुकाकाच्या मनात येऊन गेलं... मागनं आणखी

गावाकडं गेल्यावर तुम्हाला बोंबलाय जागा राहू नये म्हणून फोन केला. न पेक्षा कोण हिंग लावून, हिगलतंय तुम्हाला?

आंदोलन सुरू होण्यापूर्वी दोन आठवडे व सुरू झाल्यानंतरही प्रा. कुलकर्णी रोज जीवजीभायच्या गाडीतून कॉलेजवर जाई. ऑफिसात जाऊन मस्टरवर सही करी आणि काहीही तास वगैरे न घेता, त्याच गाडीतून परत फिरे.

प्रिन्सिपॉल त्याला फॉर आहेत; म्हणून हे सारं चाललंय!! 'इतर प्राध्यापकांपैकी कुणी तरी बोलूनही दाखवीत...

आणि हे सारं चाललं होते संग्रामनगरात ज्या तंबाखू व्यापाऱ्यांबद्दल रोज द्वेष पसरविणारी भाषणं केली जात त्या व्यापाऱ्यांनी स्थापन केलेल्या व तंबाखूसम्राट शेठ जयपुरीया ज्याच्या संचालक मंडळाचा मुख्य व सर्वेसर्वा होता त्या कॉलेजात!

मस्टरवर सही केल्यावर तिकडे प्रा. कुलकर्णींचा पगार लागू होत होता व इकडे संग्रामनगरात भाषणं ठोकून पुढारीपणाची प्रभा आणखीन फाकत, विस्तारत होती... एकंदरीत त्याचे सारे ग्रह सध्या तरी उच्चीचे होते!!

प्रा. कुलकर्णी यापूर्वी बोलून दाखवीत असे,

'आम्ही बाहेर काहीही करू; पण कॉलेजमधील आमचे काम चोख करून आम्ही बाहेर कार्य करीत असतो! कॉलेजमधील आमच्या कामात कुणीही चूक काढून दाखवावी !!'

मस्टरवर फक्त सही करून वर्गात काहीही न शिकविता बाहेर पळणे हेच कदाचित चोख काम असावं! चोख कामाची प्रा. कुलकर्णींची व्याख्या कदाचित वेगळीही असेल!!

नेहमीसारखा वृत्तपत्रे चाळायला लेखक राम मोहिते वृत्तपत्र विक्रेते निंबाळकरांच्या दुकानात गेला. तिथे काही म्हातारेही याच उद्देशाने येत. तिथं सारी दैनिकं फुकट चाळायला मिळतात म्हणून नव्हे तर तो एक म्हाताऱ्यांचा गप्पांचा अड्डाच होता. हातात एखादं दैनिक घ्यायचं व त्यातील एखाद्या बातमीवरून नजर फिरवून यावरून राजकारणाची वायफळ चर्चा करीत राहायचं... एखादं गिऱ्हाईक येऊन हातातलं वर्तमानपत्र ओढून घेऊन बाजूच्या टेबलावर पैसे ठेवून गेलं तरी यांना शुद्ध नसायची, अशा गप्पा रंगत! या बुढ्ढ्यांचा गप्पांचा अड्डा बंद व्हावा म्हणून निंबाळकरांची मुलं नाना क्लृप्त्या करीत; पण त्या साऱ्यांना ही बुढ्ढी मंडळी पुरून उरत! एकदा पोरांनी वीतभर लांबी-रुंदीच्या पुठ्ठ्यावर बॉलपेननं गिरवून, मोठ्ठी अक्षरं काढून लिहिलं होत-

'अपुरी जागा, माफ करा. कृपया मोफत दैनिके व मासिके वाचत येथे बसू नये.'

पण म्हातारे तो पुठ्ठा लावलेल्या भिंतीच्या खाली ठेवलेल्या बाकड्यावर हसत-

हसत बसत नि मग म्हणत,

'हॅ ऽ हॅ ऽ हॅ ते लिहिलेलं आमच्यासाठी नाही घ्या!' आणि चष्म्यावरून पाहत मिस्किलपणे म्हणत, 'आम्ही तर इथले लाईफ मेंबर. वरचं तिकीट आल्यावरच जायचं!'

दोन-चार बुढ्ढे उठून गेले की परत आणखी दुसरे तितकेच येत! निंबाळकर पहाटे चारला उठून दैनिकांचे गठ्ठे घ्यायला एस. टी. स्टॅण्डवर जाई; त्यामुळे अकरा-बाराला त्याचे डोळे मिटू लागत. मोठमोठ्या आवाजात व काही वेळा बऱ्याच तावातावाने चाललेल्या त्या गप्पांतही निंबाळकर टेबलावर पाय टाकून निर्धास्तपणे एखादी डुलकी काढीत असे...! गावात दैनिकं वाटावयास गेल्यावर निंबाळकरांची ती मठी उघडीच असे. टेबलावर चार-सहा दैनिकं टाकून तो सायकलवर टांग टाकून जाई. बुढ्ढे लोक दैनिकं हाती घेऊन गप्पा हाणीत राहत व दैनिकांसाठी गिऱ्हाईकांनी दिलेली दैनिकांच्या किमतीची चिल्लर तिथे टेंबलावर ठेवून देत!! राम मोहिते निंबाळकराच्या मठीत शिरला, तेव्हा नेहमीगत दोघे-तिघे म्हातारे होतेच. टेबलावरचं एक दैनिक घेऊन मोहिते जवळच्या बाकावर चाळत बसला...!

अशी दोन-चार मिनिटं जातात तोवर तिथे आमदार बाबुकाका चौगुले आला...

'या या बाबुकाका...!' कोरसमध्ये बोलल्यागत दोघे म्हातारे म्हणाले.

पायांत शिरगुप्पी थाटाचं चप्पल, वर पांढरं शुभ्र धोतर, पांढरा शर्ट, त्यावर पिवळसर, फिक्कट रंगाचा रेशमी कोट व डोक्याला पांढरी टोपी अशा वेशातील धिप्पाड बाबुकाकाचं व्यक्तिमत्त्व इम्प्रेसिव्ह होतं. त्याच्या ओठावरील पांढऱ्याशुभ्र झुंड मिशांमुळे त्याच्या व्यक्तिमत्त्वाला एक वेगळीचे उग्रता आली होती, वयाची ऐंशी ओलांडलेला बाबुकाका केवळ पंचावन्न-साठ वर्षांचा वाटे, अशी त्यानं आपली तब्येत राखली होती! सायकलीवर टांग टाकून, नव्या ताणाच्या पोराच्या उत्साहाने ती हाणत तो गावातून फिरत असे!

बाबुकाकानं हाताला येईल ते दैनिक उचललं व टेबलाजवळच्या निंबाळकराच्या खुर्चीवर बसला, तसं बाकड्यावर बसलेल्या एक म्हाताऱ्यानं विचारलं,

'कुठं दिसला नाही बाबुकाका अलीकडं?'

'उन्हाळी अधिवेशन हुतं न्हवं, गेलो होतो. कालच परत आलोय!'

'बाबुकाका, तुमची आठवण काढीत होते, मतदार लोक!' राम मोहिते म्हणाला, 'गेल्या मंगळवारी मी गेलो होतो 'संग्रामनगरात 'तेथे बेन्वाडचे पाटील भेटले - विश्वनाथराव म्हणाले, 'आम्ही हितं रस्त्यावर येऊन पडलोत आणि कुठं हाय आमचा बाबुकाका? आम्हाला भेटायलाबी आला न्हाई!!' तर बाबुकाका, तुम्ही एकदा तिथं जाऊन भेटून आलं पाहिजे!'

'उद्या जाणारच हाय मी. उद्या जाऊन भेटून येणारच हाय.' बाबुकाका म्हणाला.

राम मोहितेला तसं फार दूरचं कळत होतं. बाबुकाका आपल्या वागण्याने दोन वर्षांनी आता येऊ घातलेल्या इलेक्शनमध्ये सीमा संग्राम समितीच्या उमेदवाराची अडचण करून टाकणार आहे. शेतकऱ्यांचे हे तथाकथित पुढारी गेले दोन-तीन आठवडे खेड्यापाड्यांवर फिरून, भाषणे ठोकून लोकांची डोकी फिरवीत होते, तेव्हा हा व याची सीमा संग्राम समिती व तिचे दुसरे आमदार आराम झोपा काढीत होते! तंबाखूचा व्यवसाय हा एक अतिविचित्र व त्याहूनही बेभरवशाचा आहे. या बाबतीत कुणीही झाले तरी निश्चित दर बांधून देऊ शकत नाही. जमिनीच्या वेगवेगळ्या स्वरूपानुसार तंबाखूची रुचीही बदलत जाते. ऊन-पाऊस-थंडी या ऋतूचक्राचाही परिणाम तंबाखूच्या प्रतीवर, दर्जावर होत असतो. अशा या तंबाखूसारख्या शेतीमालाला कुठलं सरकार झालं तरी निश्चित भाव असा कसा काय बांधून देणार? तंबाखू व्यवसायाचं अटकोविकट ज्ञान असलेले पुढारी खेड्यापाड्याच्या जनतेला हुलीवर घालून चुकीच्या मार्गावरून उस्कलत नेत होते, तेव्हा हे लोकप्रतिनिधी म्हणवून घेणारे आमदार-खासदार झोपाच काढत होते! एकालाही कुणाला आपल्या मतदार संघात फिरून जनतेला वेळीच सावध करावंसं वाटलं नाही! बाबांनो, हा मार्ग नव्हे. यावरून जाऊन तुमचं काहीही भलं होणार नाही. 'रास्ता रोको' करून सरकार कसे भाव बांधून देईल? उलट... उलट...! ।

पण बाबुकाका समजत होता, आपण तंबाखू व्यापाऱ्यांच्यामुळे निवडून आलो. शेतकऱ्यांत फिरलो तर व्यापारी काय म्हणतील? लोकांची डोकीच इतकी भडकविण्यात आली होती की, 'रास्ता रोको'ला विरोध म्हणजे 'तंबाखू व्यापाऱ्याचा चमचा' म्हणून शेतकऱ्यांची शिवी खाणं!! हे सारं चुकीच्या दिशेने चाललेलं दिसत असूनही लोकांच्या इच्छेला मान देऊन, आंदोलनाला पाठिंबा दर्शवून आपण मूढपणे संग्रामनगरात जाऊन बसलो तर सारे व्यापारी दुखावले जातील व येत्या इलेक्शनला 'सीमा संग्राम समिती'स पाठिंबाही देणार नाहीत, हा धसका मनात धरीत बाबुकाका या वेगळ्या वाऱ्यापासून दूर-दूरच राहिला... हजारो मतदारांपेक्षा त्याला शे-सव्वाशे व्यापाऱ्यांच्या मनाची - मताचीच जास्त किंमत वाटत राहिली!

तरी पण आपल्या गावाजवळ हे लोक असे येऊन बसलेत म्हटल्यावर एकदा जाऊन भेटून त्यांच्या तोंडावरून हात फिरवून येणे तरी आपले कर्तव्य आहे... हे अगदीच आता नरड्याशी आलंय... आता गप्प बसलो तर हे लोक उद्या आपल्या घरावर मोर्चासुद्धा घेऊन यावयास अनमान करणार नाहीत!

आणि दुसऱ्या दिवशी सकाळी नऊनंतर बाबुकाका निघाला... स्टॅण्डजवळच्या एका दुकानातील सायकल त्याने घेतली व तीवर टांग टाकली...!

आमदार सायकलीवरून संग्रामनगरात येत असलेला दिसताच चिडीनं लोकांची माथीच भडकली... रोजच्या सभेत ती भडकविण्याचे पद्धतशीर प्रयत्नही करण्यात

आले होते... वक्ते रागारागाने म्हणायचे, 'कुठं आहे तुमचा तो आमदार? इतके दिवस तुम्ही रस्त्यावर येऊन पडलाय, एकदा तरी त्यानं तुमची चौकशी करायला इथं यायचं होतं! कुठं तोंड लपवून बसलाय तो? कुठं...?'

आमदार अधिवेशनासाठी राजधानीच्या गावी गेलाय व तिथे शेतकऱ्यांच्या शिष्टमंडळाशी संपर्क साधण्याचा प्रयत्न त्याने केला होता, हे सारं शेतकऱ्यांपासून लपवून ठेवण्यात आलं होतं. तुम्ही निवडलेला आमदार अगदीच नालायक असून, तो तुमच्या बाजूचा नाही, तर तो तंबाखू व्यापाऱ्यांच्या ताटाखालचे मांजर आहे, हे त्यांच्या मनावर बिंबविण्यात आलं होतं.

त्यामुळे बाबुकाका तेथे जाताच त्याचं काहीही ऐकून न घेता लोकांनी त्याला घेराव घातला.

'राजीनामा द्या.. राजीनामा द्या!!' लोक ओरडू लागले..

'राजीनामा...'

'दिलाच पाहिजे!!' घोषणाच झडू लागल्या.

जणू बाबुकाकाच्या राजीनाम्याने अरुणाटक सरकार त्वरित तंबाखूला दर बांधून देणार होते!!

'हे पहा, आपल्या मागणीस माझा सोताचा पूर्ण पाठिंबा आहे. आपल्या सीमा भागातील 'सीमा संग्राम समिती'चा मी आमदार आहे... समितीनं मला सांगावं, मी आत्ताच्या आत्ता...'

पण लोक काही ऐकून ध्यायच्या तयारीत नव्हते... ते त्याला पुरतं बोलूही न देता परत ओरडू लागले-

'व्यापाऱ्यांच्या चमच्याचा...'

'धिक्कार असो!'

'राजीनामा...'

'द्यायलाच पाहिजे!!'

तसा बाबुकाका परत फिरला...

'हु ऽ र्या ऽ ऽ! 'करीत लोकांनी त्याची रेवडी उडविली... काहींनी पटके, टोप्या हवेत उंच फेकून आनंद व्यक्त केला...!

आमदार म्हणून जीवजीभायचा पराभव करून बाबुकाका निवडून आला होतो तेव्हा याच लोकांनी त्याला सन्मानाने आपल्यागावी बोलावून नेलं होतं. गावातून वाजत-गाजत मिरवणुका काढल्या होत्या व गल्लोगल्लीतील अनेक सुवासिनींनी त्याला ओवाळलंही होतं. चौकाचौकांतून सत्कार सभा घेतल्या होत्या नि त्यांतून गावठी शाहिरांनी स्तुतिपर कवनंही गाईले होती. गावच्या पुढाऱ्यांनी भाषणं ठोकली होती आणि त्याच बाबुकाकावर आज फजिती करून घेऊन परत येण्याची पाळी

आली होती...!!

संध्याकाळी निंबाळकरांच्या मठीत बाबुकाका दिसला तेव्हा लेखक राम मोहितेने विचारलं,

'जाऊन आला बाबुकाका, संग्रामनगरात?'

'जाऊन आलो, पन जीवजीभायच्या चमच्यांनी तिथं माझ्याभोवती जमून शिमगा साजरा केला. मला माझ्या मतदारांपर्यंत जाऊच दिलं नाही! आमदार झाल्यानं हात बांधल्यात माझं, नाही तर त्या फोदरीच्याला चौकात वडून आणून जोड्यानं शेकला असता चांगला! या सुक्काळीच्याला माझ्या पुढं उभा रहायाची छाती हाय काय? या गावात केवळ मला तेवढा भितोय त्यो......'

असा बराच वेळ बाबुकाका संतापून शिव्या देत राहिला. त्याच्या बोलण्यातील 'त्यो' म्हणजे दुसरा-तिसरा कुणी नसून जीवजीभायच, हे कुणी फोड करून सांगायची जरुरीच नव्हती!!

तंबाखूच्या प्रश्नावर सारा भाग पेटवून अशा प्रकारे बाबुकाकाची फटफजिती करून जीवजीभायने एक प्रकारे आपल्या निवडणुकीतील पराभवाचे उट्टेच काढले होते!

राम मोहितेने ओळखले, कधी नाही ते जीवजीभायला आज समाधानपणे गाढ झोप लागणार!

'सगळा खुळ्याचा बाजार हाय झालं!' वैतागून बाबुकाका म्हणत होता, 'या रास्ता रोकोपासून सरकारचं काहीही नुकसान झालेलं नाही...! अरुणाटकात जाण्याचे बाकीचंही मार्ग हैत; ते तर चालूच हैत! 'रास्ता रोको' करून केवळ आपल्या गावचा गळा यानी दाबलाय्, दुसरं काय नाही !!'

बाबुकाकाचं म्हणणं खरं होतं. हायवे अडवून काय साध्य झाल होतं, कुणालाही काही कळत नव्हतं. वाहतूक बंद पडलीय म्हणावं तर तसंही काही झालं नव्हतं. शेठ जयपुरीया कॉलेजपुढील माळाने काही गाड्या संग्रामनगराच्या पिछाडीच्या बाजूस असणाऱ्या टुमकर्णी गावाजवळ हायवेला मिळत व पुढील नदीवरचा पूल ओलांडून पलीकडे जात, तर काही गाड्या अरगोळ रोडने पुढील माळावर जाऊन तिथे तुरपेवाडीकडे फुटलेल्या रस्त्याने तसेच बांगनूरवरून टुमकर्णीजवळ हायवेला मिळून पुढील नदीवरील पुलावरून पलीकडे जात!

या भागाची माहिती होती त्या ड्रायव्हरांनी हे असे मार्ग शोधून काढले होते... एक-दोन दिवसांनी या मार्गावरही दगडाचे गराडे घालून वाहतूक बंद करण्याचा प्रयत्न झाला, पण ट्रकवाले तुरपेवाडीकरांना पाच-दहा रुपये देत, तसे मग दगडाचे गराडे निघत व ट्रक्स पुढे निघून जात!

हायवेवर नित्य वाहतूक करणाऱ्या पुणे, मुंबई, अहमदाबादकडील ड्रायव्हरांना हे मार्ग माहीत होणं शक्य नव्हतं. त्यांनी वेगळाच रस्ता शोधून काढला होता. पेठनाका आला की ते हायवेची संगत सोडून इस्लामपूरच्या दिशेने घुसत. मग इस्लामपुराहून सांगली-मिरज-चिक्कवडी या मार्गाने कवपूरजवळ ते परत हायवेला येऊन मिळत; तर काही जण कुबलापूर, कारकोटी, बाळिंग्लज, संकसुरी या पश्चिमेच्या मार्गानेही हायवेला येऊन मिळत व पुढे जात!

पहिला आठवडा उलटून गेल्यावर लोकांचं नवलही ओसरल होतं. निगवणीतून 'संग्रामनगराकडे'कडे आंदोलन बघण्यास लागलेला लोकांचा ओघही आता आटत आला होता!!

जीवजीभायच्या कारनं राजधानीच्या गावी गेलेलं शेतकऱ्याचं शिष्टमंडळ मंत्र्यांची नुसती आश्वासनं ऐकून हात हलवीत परत आलं होतं!!

या अवधीत व्यापाऱ्यांचेही एक शिष्टमंडळ राजधानीच्या गावी गुपचूप जाऊन आले होतं. निवडणुकीत आपटी खाल्ल्यामुळं चिडून जाऊन जीवजीभायनं पैसे चारून, बाहेरील पुढारी आणून हे सारं आरंभलंय, असे या शिष्टमंडळाने संबंधित मंत्र्यांना सांगितले होते! निगवणीच्या व्यापाऱ्यांचे डावपेच कुठल्या देशाच्या गुप्तहेर खात्यालाही कळायचे नाहीत, असे गुपचूप! त्यामुळे व्यापाऱ्यांच्या या शिष्टमंडळाच्या भेटीची साधी वार्ताही आंदोलनवाल्यांपर्यंत गेली नव्हती!!

दुसराही आठवडा उलटला, तरीही काहीच तोडगा निघत नव्हता. या आंदोलनाचे वेगळेपण, कौतुक हे सारेच आता निगवणीच्या लोकांना शिळे झाले आणि दुसरे-तिसरे काही नव्हे, तर आपणच कोंडले गेलोत, याची डोळस जाणीव होऊ लागली. निगवणीकडे येणारे सारेच रस्ते चिडलेल्या आंदोलकांनी अडवून शहराची पुरती कोंडी केली होती! शहराकडे येणाऱ्या रस्त्यांवर दगडांचा खच पडून गेला होता. रस्त्यांवर जागोजागी गराडे घातले होते, तर काही ठिकाणी वाहने जाऊ-येऊ नयेत असे खोल खड्डे रस्त्यावर खणून टाकले होते, तर काही जागी नदी वा ओढ्यांवरील पुलाचे कठडे उखडून त्याच्याच दगडांचे गराडे पुलावर घातले होते. काही जागी रस्त्याकडून गेलेले टेलिफोनचे खांब उपटून त्यांचे ढीग, त्यांच्या तारांसह रस्त्यावर रचले होते, तर काही ठिकाणी कडेची झाडे रस्त्यांवर रचली होती!

हे असे केल्यावर, दुसऱ्या आठवड्यानंतर संग्रामनगराच्या डाव्या-उजव्या बाजूने होणारी रात्रींची चोरटी वाहतूकही ठप्प झाली होती!

आंदोलन लवकरच मागे घेतले जाईल, अशीही काही लक्षणं दिसत नव्हती. बाहेरील आयात थंडावल्याने जीवनोपयोगी वस्तूंचे भाव आता हळूहळू वाढू लागले होते व या आंदोलनामुळे दुसरे काही होत नसून, आपलीच हळूहळू कोंडी होऊ लागलीय याची जाणीव आता कुठे निगवणीकरांना होऊ लागून त्यांच्या मनात

असंतोष धुमसायला लागला होता...!

इतके होऊन देखील संग्रामनगरात रोज रात्री होणाऱ्या भाषणात आवर्जून सांगितलं जाई, 'आमचं भांडण सरकारशी आहे. कुणीही तंबाखू व्यापारी आपले दुष्मन नव्हेत, की निगवणीतील नागरिकांशी आमचे कसलेही वैर नाही, आम्ही हे आंदोलन अत्यंत शांतपणे चालविले असून...'

'राघोबा' ही कादंबरी लिहून मराठीत नाव कमावलेला बाबा देशमुख हा विख्यात लेखक एके दिवशी संग्रामनगरात आला.

त्याला सन्मानाने स्टेजवर नेऊन बसविण्यात आले. देशमुख येण्यापूर्वीच सभा चालू होती. जीवजीभाय कधी नाही तो स्टेज सोडून प्रेक्षकांत बसला होता. लेखक देशमुख येऊन स्टेजवर बसताच जीवजीभाय आपल्या जागेवरून उठला व टुणकन स्टेजवर उडी मारून त्वरेने देशमुखाशेजारी बसला. या सभेचा फोटो उद्या दैनिकात टाकायचा असल्यास आपण देशमुखाजवळ असलेलं बरं! 'मराठीतील सुप्रसिद्ध लेखक 'राघोबा'कार श्री. बाबा देशमुखांचा शेतकरी आंदोलनास पूर्ण पाठिंबा' या शीर्षकाखाली बातमी येईल, तिच्यावर सभेतील फोटोचा ब्लॉक टाकण्यात येईल व खाली छापलेलं असेल - फोटोतील मध्यभागी 'राघोबा'कार देशमुख व त्यांच्या शेजारी शेतकरी नेते श्री. जीवजीभाय...!

देशमुखानं आपल्या भाषणात सांगितलं, 'तुमच्यासारखा मीही एक शेतकरीच आहे. शेतकऱ्यांची सुखदुःख मी जाणतो. तुम्ही शेतीमालास उचित भाव मिळावा म्हणून उभं केलेलं हे आंदोलन योग्यच आहे. आपणास माझा पूर्ण पाठिंबा आहे. ईश्वर आपणास यश वगैरे...'

ही बातमी दुसऱ्या दिवशी जिल्हापत्रातं ठळकपणे प्रसिद्ध झाली. आडव्याप्पाण्णा देशमुखला ओळखत होता. देशमुखच्या बस्तरवाड गावी त्याचा जावई राहत होता. तंबाखू व्यापारातून कधीमधी सवड झाली व त्या दिवशी एखादा सण वगैरे असला म्हणजे तो आपली कार घेऊन लेकीच्या गावी जाई! त्यामुळे देशमुखविषयी त्याला नको तेवढी माहिती होती. बातमी वाचून आडव्याप्पाण्णा कुत्सितपणे हसला व शेजारीच बसलेल्या शिवबसुअण्णाला म्हणाला,

'हा देशमुख शेतकरी म्हणं! हं ऽ ऽ ! जमीनदार असला म्हणजे शेतकरी झाला होय? मारी ऽ हा दिवसभर दारू पिऊन आपल्या बंगल्यात लोळत असतोय! आनी हा शेतावर जातोय कवा? याचा भाऊ सारी शेती करतोय. आणि हा पिंडकराम म्हणतोय, शेतकऱ्यांचे सारी सुखदुःखं मला कळतात! ते काय पांढऱ्यावर काळं करीत कथा-कादंबऱ्या खरडण्याइत्कं सोपं हाय व्हय्? अरे बाबा, यो तंबाखू धंदा हाय, तंबाखू धंदा... हितं भलं भलं आलं नि बोंबलत गेलं...! भाहीरनं कुणीबी

सोम्या-गोम्या इथं येतो नि आम्हाला शहाणपणा शिकवीत ऱ्हातो! पर्वा काय, तर त्यो मराठी सिनेमा नट आला, नि आमचं कान ओढून गेला! दारू पिऊन रंड्यांच्यात लोळण्यात याचा सारा जन्म गेला! दोन-चार वर्षांपूर्वी कुबलापुरातल्या दंगलीत वेश्यावस्ती जळाली तवा 'माझ्या बायका आता उघड्यावर पडल्या!' म्हणून राक्षसी विनोद यानं केला होता आणि आला हा आम्हाला शहाणपणाचे धडे शिकवून समाजसेवा करायला! लेका, आधी तुझ्या बुडाखाली किती अंधार हाय, तो आधी बघ आणि मग आमची बुडं तपास!!'

मनोहर बडवे हा शेठ जयपुरीया कॉलेजमध्ये क्लार्क होता. तीस-पस्तीस वयाचा बडवे सुरुवातीच्या काळात प्रा. कुलकर्णीच्या खांद्याला खांदा लावून युनियनचं काम करीत होता, पण कुलकर्णीला यश मिळत जाताच त्याच्या भोवताली समाजवादी जाकिटं जमा होऊ लागली व वर्गणीतून जमलेल्या रकमेच्या विनियोगाच्या काही बाबीही याला खटकल्याने हा प्रा. कांबळेप्रमाणेच युनियनपासून दूर सरकला होता. कारण दोघेही काँग्रेसचे होते, त्यामुळे समाजवाद्यांचा वारा यांना मानवत नव्हता. शिवाय आगामी निवडणुकीत आपणास 'आय काँग्रेस 'तर्फे शेजारच्या राखीव मतदार संघात तिकीट मिळावे म्हणून प्रा. कांबळे प्रयत्नशील होता, त्या साऱ्याला समाजवाद्यांच्या संगतीनं बाधा यावयास नको! त्या वेळी या दोघांनी तळहाताएवढ्या लांबी-रुंदीचं चटोरं पत्रकरूपानं प्रसिद्ध करून युनियनपासून आपली जाहीर फारकत करून घेतली होती...

बडवे अधूनमधून एखादं तरुण मंडळ स्थापन करून पत्रक काढी. दुसऱ्या दिवशी ती बातमी जिल्हा पत्रात छापून येण्याची व्यवस्था करी... दोन-तीन महिन्यांत हे तरुण मंडळ गाडून टाकून दुसऱ्याच एका नावाचे तरुण मंडळ स्थापन करण्यात येई व परत नवीन पत्रक, नवीन बातमी... हे असं चालू असे...! दोन-चार महिन्यांत बडवेनं एखादं तरुण मंडळ, नवीनपणे स्थापन करून एखादं पत्रक काढलं नाही की समजाव, तो नक्की आजारी पडला आहे!!

दोन-तीन पोरांचे बाप होऊन हे संसारी गृहस्थ झाले तरी अजून तरुण कसे हे कोडे लोकांनाही कळत नसे.. विद्यापीठ सेवक संघाच्या कसल्याशा बॉडीवर हा बडवे निवडला गेला होता त्यामुळे तो स्वतःला कार्यकर्ता-कम-पुढारी समजत असे!

हा बडवे एके दिवशी कॉलेजची चाळीस-पन्नास पोरं घेऊन घोषणा देत निगवणीच्या म्युनिसिपालिटीत घुसला!!

'पाणी कनेक्शन तोडणाऱ्या...'

'चीफ ऑफिसरचा धिक्कार असो!

'चीफ ऑफिसर!!'

'मुर्दाबाद!!'

'म्युनिसिपालिटी ही..'

'व्यापाऱ्यांची बटीक आहे!!'

म्युनिसिपल हद्दीबाहेर पाण्याचे कनेक्शन हे कुठल्या नियमानुसार दिले...? जीवजीभायने लाच दिली की काय...? अशा तऱ्हेची कुजबूज नगरसेवकांत सुरू झाल्यावर घाबरून चीफ ऑफिसरनं संग्रामनगरमधील पाण्याचं कनेक्शन कट केलं होतं... त्यामुळं बडवे मोर्चा घेऊन म्युनिसिपल ऑफिसमध्ये शिरला होता!

सारी पोरं भसाभसा चीफ ऑफिसरच्या खोलीत घुसली व मोठमोठ्या आवाजात घोषणा देऊ लागली... म्युनिसिपल ऑफिसमधील सारे कर्मचारी 'आपलं यांच्यामध्ये भरीत नको' म्हणून पळून गेले! बाबुकाका चौगुले बऱ्याच वर्षांपूर्वी म्युनिसिपालिटीत मेंबर होता, तेव्हा त्याने आपल्या एका पाहुण्याला क्लार्कच्या जागेवर चिकटवून अन्नाला लावले होते, तोच पाहुणा आता बाबुकाकाचे कसे व कुठे चुकते, हे सांगत फिरत होता व आताही इमारतीतून बाहेर पळता पळता म्हणत होता, 'बरोबर हाय त्येचं. त्यांना पानी नको प्यायला? काय माणुसकी हाय का नाही?'

चीफ ऑफिसर आधीच घाबरट होता. एवढ्या घेरावात सापडताच त्यानं आश्वासन दिलं, 'उद्याच पूर्वीसारखा पाणीपुरवठा चालू करतो...!!'

दुसऱ्या दिवशी जिल्हा पत्रांतून ठळक ठशांत बातम्या आल्या, 'निगवणी नगरपालिकेच्या चीफ ऑफिसरला तीन हजारांच्या जमावाचा तासभर घेराव! घेराव घालण्यास गेलेल्या मोर्चाचे नेतृत्व युवक नेते श्री. मनोहर बडवे यानी केले... चीफ ऑफिसरनी त्वरित पूर्ववत पुरवठा चालू करण्याचे आश्वासन दिल्यावरच हा घेराव उठविण्यात आला...' वगैरे.

या आंदोलनाबद्दल नेत्यांचेही अंदाज पार कोलमडून गेले होते. हायवे असा अडवून धरल्यावर दोन-चार दिवसांत नाक मुठीत धरून सरकार वाटाघाटीस येईल, अशी बालिश समजूत या शेतकरी नेत्यांनी कुठल्या आधारावर करून घेतली होती, कळत नव्हतं. दोन आठवडे उलटून गेले तरी 'वर' काहीच हालचाल होत नव्हती!

आणि इकडे जीवजीभायच्या गोडावूनमधील जोंधळ्याची पोती दिवसेंदिवस कमी-कमी होत होती. रानात सहा बडमी होत्या. आंदोलनात आलेल्या गाडीवानांच्या बैलांसाठी वैरण म्हणून त्यांतीलही रोजच्या रोज पातळ होत होत्या... सकाळ-संध्याकाळ रोज दोन गाडी वैरण संग्रामनगरात शेतकऱ्यांच्या गाडीसह जुंपून आणलेल्या अनेक बैलांना लागत होती!!

उन्हाळ्याचे, त्यातही मार्च महिन्याचे दिवस असल्याने रानात, शिवारात काहीच कामे नव्हती! दोन वेळा फुकट जेवण मिळतंय, ते हांदलायचं नि रस्त्यावर आरामात बसून राहायचं, त्यात काय? ही अशीच भावना खेडोपाडी झाल्याने

गावातून बिड्या फुंकत, चकाट्या पिटत बेकार हिंडणारेही शेकडो जण या संग्रामनगरात कायम मुक्काम टाकून होते. 'चला रे, आंदोलन बघायला' म्हणायचं ते सुटायचं, हे असं सुरू झालं होत.

निगवणीतील काही कामधंदा नसलेली तरुण पोरंही दोन वेळा फुकटचं जेवण हांदलत कायम संग्रामनगरातच मुक्काम ठोकून होती!

गौराबाई वाघापुरे आज प्रथमच आंदोलन बघायला संग्रामनगराकडे जात होती. आंदोलनाच्या पहिल्या आठवड्यातच तिला या 'रास्ता रोको'ची झळ पोहोचली होती. गौराबाईची लेक रतनही उपवर झाली होती व तिला स्थळ पाहायचं चाललं होतं. पुण्याला तिच्या दिराची लेक सुमन दिली होती तिनं एके दिवशी कळविलं, 'इथं एक स्थळ आहे चांगलं. मुलीला इकडे घेऊन ये. दाखवू! आणि दिराच्या ट्रकमधून गौराबाई लेकीला घेऊन निघाली. ट्रक हायवेवर फिरायचा. पुण्यात जावयाच्या घरी मायलेकीला सोडून ट्रक पुढे निघाला - मुंबईकडे. दोन दिवसांनी तो मुंबईहून पुण्यात येईल, नवा माल भरून, तेव्हा त्याच ट्रकमधून मायलेकी परतणार होत्या. मधल्या अवधीत मुलगी दाखविण्याचा कार्यक्रम होणार होता...!

ट्रक मुंबईहून परतला. त्यातून मायलेकी परत फिरल्या... संग्रामनगरच्या अलीकडील चार मैलावरील सौंदलवाड गावी ट्रक आला नि समजलं की, 'रास्ता रोको' दोन दिवसांपासूनच निगवणी गावाबाहेर चालू झालंय रस्ता बंद झालाय! बाजूच्या खेड्यांतून 'रास्ता रोको'ला बगल मारून पुढे निगवणीला गाडी नेण्यास ड्रायव्हरला धाडस होईना! खेड्यातील लोकांनी चिडून गाडी जाळली व माल लुटला तर? वातावरण कसं काय आहे, याचा कसा अंदाज लागणार? शिवाय गाडीत तरुण मुलगी. धोका कसा पत्करणार? तेव्हा ड्रायव्हरने ट्रक मागे वळविला मागे आठ-नऊ मैलांवर महाराष्ट्र हद्दीत कागळवाड हे तालुक्याचं गाव होत. तिथ त्यानं मायलेकीना सोडलं, 'इथनं तुम्ही मुरडवण्याला एस. टी. न पाहुण्याच्या घरी जावा. त्या बाजूनं एस. टी. गाड्या निगवणीला चालू हैत. तिथनं मग गावी जावा! मी हिकडनं सांगली-मिरज मार्गे ट्रक घेऊन जातो!' ड्रायव्हर म्हणाला.

मायलेकी कागळवाडला उतरून मुरडवणे गाडीत बसल्या. मुरडवण्याला दिराचा जावई होता. तो तेथील म्युनिसिपालिटीत हेडक्लार्क होता. तिथे पोहोचल्या, तो मुरडवणे - निगवणी रस्ताही आंदोलकांनी रस्त्यात अनेक अडथळे ठेवून बंद पाडला आहे व त्या मार्गावरील एस. टी. वाहतूकही ठप्प झाली आहे, हे समजलं! दोन-तीन दिवसांनी तरी आंदोलन उठेल व रस्ता चालू होईल, या आशेने त्या जावयाच्या घरीच थांबल्या; पण आंदोलन थांबण्याचं काहीच चिन्ह दिसेना! पाहुण्यांच्या घरी तरी भारभूत होऊन किती दिवस राहायचं? अशा विचाराने एके दिवशी त्यांनी

जावयाचा निरोप घेतला व निघाल्या. चालतच. बारा-एक मैलाचं तर अंतर आहे, दोन-तीन तासांतच निगवणी गाठू.

आंदोलन सुरू झाल्याने पाहुण्यांच्या गावी अडकून पडलेले बरेच लोक दोन-चार, दोन-चार दिवसांची अशीच वाट पाहून असेच पायी वाटचाल करीत आपापल्या गावी परतत असलेले रस्त्यात आढळून येत होते! हे लोक आंदोलनाला व ते घडवून आणणाऱ्या नेत्यांना अक्षरश: शिव्या देत वाट तुडवीत होते!

मुरडवणेच्या हायस्कूलमध्ये सदाशिव पावसकर हा शिक्षक होता. निगवणीहून स्कूटरनं रोज जाऊन-येऊन तो नोकरी करीत असे. 'रास्ता रोको'चा या भागातील रस्त्यावरती परिणाम झाल्याने रस्त्यातील अडथळे कसे तरी, स्कूटर ढकलीत ओलांडत त्याला रोज अंतर काटावे लागल्याने तो पार वैतागला होता.

'चोर भोसडीचे साले हे! साऱ्या जनतेला या 'रास्ता रोकी'चा वैताग आला आहे. हे पेपरवाले साले जीवजीभायच्यात मलिदा खातात आणि एकतर्फी बातम्या देत राहतात! यांना लोकांचे हे हाल दिसत नाहीत! जीवजीभाय या पेपरवाल्यांना आणायला आपली खास गाडी, नसली तरी एखादी टॅक्सी, पाठवीत असतो. त्यांना गाडीतून लोकांची दुखणी कुठून कळणार? आणि हा प्रो. कुलकर्णी मोठा पुढारी म्हणे! अरे, हा आमच्या समाजवादी कंपूत होता तेव्हा म्हणायचा 'आपण हुंडा न घेता लग्न करणार!' आम्ही मुली पाहायला सुरुवात केली; तोवर यानं खडकेवाडीच्या मोरेश्वर जोशीची मुलगी पसंत करून लग्नही ठरविलं आणि त्या स्वातंत्र्यसैनिक जोशीकडून भरपूर हुंडाही घेतला! असा हा लुच्चा पुढारी साला! म्हणे शेतकऱ्यांचे हे भले करणार! काय भले होत नाही शेतकऱ्यांचे! फार झाले तर दोन-चार मुडदे पडतील गरिबांचे आणि पोलिस रस्ता खुला करणार!!'

अनेक लोकही अशाच प्रकारचे उद्‌गार काढत होते- 'लोक हे असे तसे रस्त्यावरून उठणार नाहीत; चार-सहा मुडदेच पडणार यात!'

पण सर्वसामान्य लोकांना जे कळत होते, ते नेत्यांना कळत नव्हते. ते हवेतच तरंगत होते. सरकारला आपण नमवूच आणि हवे ते पदरात पाडून घेऊ असा त्यांना आत्मविश्वास वाटत होता!

माथ्यावरून सूर्य पश्चिमेकडे कलू लागला, तेव्हा कुठे गौराबाईला व तिच्या लेकीला निगवणीची गावकुस दिसू लागली... चालून-चालून पाय गळ्याशी आलेले...! सुन्या-सुन्या असलेल्या गावच्या वेशीतील एस. टी. स्टॅण्डजवळ त्या आल्या व रिकाम्या दिसलेल्या एका रिक्षात जाऊन मटकन बसल्या...तसं रिक्षावाल्यानं मागं वळून पाहत पृच्छा केली,

'कुठं जायचं, मौशी?

'लक्ष्मी मंदिराजवळ!! 'गौराबाईन पत्ता सांगितला.

रिक्षा चालू झाली.

दुसऱ्या दिवशी त्यांचे पाय सुजून आले. नंतरचे चार-सहा दिवस, महिन्या-दोन महिन्यांच्या थंडीतापाच्या दुखण्यातून उठावे, तशी त्यांची अवस्था झाली. मग आठवडा उलटून गेला, तशी त्यांची तब्येत पूर्ववत नॉर्मलवर आली.

आणि आज 'माज्या हांट्याचं, 'रास्ता राको' हाय तर कसलं बघू या तर!' असा विचार करीत गल्लीतील दोघी-तिघी बिडीवाल्या मजूर बायकांसह संग्रामनगराकडे चालली होती! सोबत लेक रतनही होती आणि गल्लीतील अशाच चार-सहा जणी, ज्या 'आज जाऊ, उद्या जाऊ बाघाय' असे करीत राहिल्या होत्या; त्याही आज चालल्या होत्या...!!

प्रतापराव सूर्यवंशी हा चहा-भजी वा भडंग करून वखारीत मजूर स्त्रियांना घालीत असे. पाच-सहा वखारी धरल्या की एक कुटुंब उत्तम चालावे, एवढी प्राप्ती सहज होत असे. दिवसपाळी असो वा रात्रपाळी, इंटरव्हलच्या वेळेला चहा-भजी वा भडंग वखारीत न्यायचे व तिथे तंबाखूचे काम, प्रोसेसिंग करणाऱ्या मजूर स्त्रियांना द्यायचे. अर्थात ही सारी रोकड न देणारी कुळं होती, म्हणजे आठवडाभर चहा-भजी वा भडंग हांदलायचं आणि बाजारच्या दिवशी पगार झाल्यावर प्रतापरावाचं बिल द्यायचं! वसुलीच्या दिवशी 'माजं एवढं पैसे कस झालं? मी बेस्तरवारी निस्ताच च्या घेतलाता, भजी न्हाई मग पैसे कसलं? खाणारीच्या तोंडात किडं पडू द्यात की!' असे म्हणत प्रत्येक वखारीतील एखाद दुसरी बाई वांदं काढीत असे अन् कचाकचा बोलणाऱ्या या बायकांशी वितंडवाद घालण्यापेक्षा नको हा धंदा, असं प्रतापला होऊन जाई! 'असा वैतागवाणा धंदा करण्यापेक्षा कुठं तरी गवंड्याच्या हाताखाली राबल्यालं निर्मळ त्येंच्या आयला!' असं मग तो आल्या-गेल्या शंभू तेल्यालाही बोलून दाखवीत असे आणि मग इंटरव्हलचा टाईम झाला की, मानेवर जू दिलेला बैल पात धरून चालू लागावा, तसा पिशवीत भडंगच्या पुड्या व भजी व चहाची गरम किटली व काही, कपबशा हे सारं सायकलीसह पेलत वखारीकडे निघत असे।'

डाळ घ्यायला तो लेखक राम मोहितेच्या किराणा दुकानात येत असे...

'मोहितो, पीस फिलो डाळ द्या - जल्दी! 'एके दिवशी तो दुकानात' आला व म्हणाला.

'कुठल्या गावची जत्राबित्रा आली का काय, तिथं गाडा घिऊन जाणार हैस?' मोहितेनं विचारलं.

'छे: जत्रा कुठली?' प्रताप म्हणाला 'आज दोन रोज झाल संग्रामनगरात च्या-भज्याचा गाडा न्हेलाय! याच्या आधीची दहा किलो डाळ दळून न्हेलती ती दोन

रोजातच संपली! म्हणून आनी आज यायची पाळी!'

'कसा काय, बरा हाय न्हवं व्यापार तिथं?' मोहितेनं चौकशी केली.

'हाय, बारा हाय! रोज शे-दीडशे सहज गल्ला जमतोय. आता खरं बोल्ल तर तुम्ही काय काढून घेणार हैसा?'

'आनी इकडे वाखारीतल्या ऑर्डरी?'

'तिकडं थोरल्या पोराला नि बायकूला जोडून दिलंय! आनी तिकडं माज्या हाताखाली टिपकुर्लीस्नं मेव्हण्याला आणलंय तौरका म्हणून!!'

'आणखी दुसरंही गाडंवालं असतील की?

'आसंनात तर आनी एक जण हाय. झालं तर गारेगारच दोन-तीन गाडं, आईसकांडीच्या साऽताट ढकलगाड्या... अशी सारी जत्राच झालीया तिथं म्हणंनासा!' आणि स्वतःशीच बोलावे तसा प्रताप बोलला, 'आरबाट माणूस बा! एवढी मान्सं कुठल्या जत्रंतबी भरत न्हाईत, आपल्या भागात!! मायंदाळ माणूस जमलंय नि काय! नि त्यानं विचारलं, 'तुम्ही गेलाता का न्हाई बघाय?'

'गेलो होतो दुसऱ्या दिवशी...'

'आता जायाय पायजेसा? तवापक्षी आता लै ऽ लोकं जमल्यात...!' आणि प्रताप म्हणाला, 'अबा ऽ ऽ बा ऽ बा! काय लोकं तरी !! आचीट...! आचीट!!'

'पुढं काय हुईल वाटतंय...?'

'कायच कळत न्हाई! पण लाठीमार न्हाय तर गोळीबार सुरू झाला तर सारं भांडवल तिथंच टाकून गांडीला पाय लावून पळायची पाळी येती का काय, हीच मनात धाकधुक, आता एक पैसा दिसतोय खरं...'

एके दिवशी सकाळी प्रा. कुलकर्णी तुरपेवाडीच्या गोटात शिरला... म्हणाला,

'तुरपेवाडीकर...!'

'काय हो सर?' शिपुर्डेचा दौलू म्हणाला, 'काय हुकूम?'

'हुकूम नाही; पण एक शंका; कानांवर आलेली; तिचं निरसन करून घ्यायचं होतं!'

'निरसन म्हंजे काय, सर?'

'निरसन म्हंजे फेडून! 'सोप्या ग्रामीण भाषेत नेहमी वापरला जाणारा शब्द योजून कुलकर्णी म्हणाला, 'शंका फेडून घ्यायची होती.'

'काय सांगा तर खरं; असं कोड्यात का? 'आता येसबा नासगाठ्या म्हणाला.

'बाब जरा नाजूक आहे. कदाचित मनं दुखावली तर अंतर पडायला नको, म्हणून थोडं...'

'तसं काय न्हाई सर, तुम्ही बेशक ईचारा. मोकळ्या-ढाकळ्यापणानं ईचारा. 'तुमच्या गोटात रोज रात्री 'घेतली' जाते म्हणे! त्यासाठी स्कूटर नि फटफटी महाराष्ट्र

हद्दीतील नुरेवाडीला जाऊन येतात म्हणे!!'

'आयला ऽ कुणी चाडी केली जणू! बायली, काय माणसं तरी! आम्ही आमच्या पैशानं पितो, तेही यांना बघवत नाही! हितल्यापेक्षा महाराष्ट्रात दारू स्वस्त! धा-बारा रुपयची प्यावी, तवा कुठ हिकडं नशा चढणार; त्येच महाराष्ट्रातली पा ऽ सा रुपयाची मारली तरी पावरफुल चढती. एवढी की, उठायसुद्धा येत नाही; म्हणून रोज रात्री व्हिक्क्या, स्कूटरी व फटफटी पळत्यात नुरेवाडीला! आणि येतावसती हिकडं बाटल्या, फुगं भ-भरून आणत्यात! व्हय, हे सारं खरं हाय, पन कोंच्या, सुक्काळीच्यानं चुगली...'

'व्हय सर!! 'दौलू शिपुर्डे म्हणाला, 'व्हय, आम्ही घेताव. आदतच पडलीया घ्यायची आनी...'

'पण ही गोष्ट बाहेर फुटली तर आपल्या आंदोलनाची केवढी नापत होईल! अपकीर्ती होईल...'

'असं हाय तर सर, आम्हाला रजा द्या... आम्ही आमच्या गावाला जातो!'

असं एक-एक गाव उठून जाऊ लागलं तर त्याहूनही आंदोलनाची अपकीर्ती होईल. कंटाळून, निराश होऊन खेडूत आपापल्या गावी परतू लागलेत, आंदोलन फसलं आहे, बारगळलं आहे असं सारीकडं पसरेल, 'रास्ता रोको'मध्ये सामील झालेल्या इतर गावकऱ्यांच्या मनोधैर्यावरही याचा विपरीत परिणाम होईल. हे नको असेल तर या लोकांना लागलेल्या वर्षानुवर्षाच्या अशा काही सवयींकडे कानाडोळा करायला हवा, अशा विचाराने आतून उफाळलेला संतापाचा ल्हावा आतल्या आत गाडून टाकीत प्रा. कुलकर्णी म्हणाला,

'हे पाहा, तुरपेवाडीकर! तुम्हा साऱ्यांनाच हात जोडून नम्र विनंती की, आपणास यश मिळाल्याशिवाय येथून हालायचा विचार करू नका! दुसरं म्हणजे, तुम्हाला घ्यायची सवय आहे ना? घ्या, पण कुणाच्या नजरेस येता कामा नये, याची पूर्णपणे दक्षता घ्या. मी काय म्हणतो, आलं ना लक्षात?'

'बरोबर. तुमचं बरोबर हाय सर, उद्यापास्नं आम्ही पुरी-पुरी काळजी घेऊ! तुम्ही आता याबाबतींत कायबी काळजी करू नका!!'

लक्ष्मीला घाम फुटला!

कुठल्याही दैनिकात छापून न येताही ही वार्ता सर्वत्र पसरली, आगीची वार्ता पसरल्यागत!

आणि मग संग्रामनगराकडे लागलेला बघ्यांचा ओघ उलटा फिरला... लक्ष्मीच्या देवळाच्या दिशेने सारे धावू लागले...!

लक्ष्मीलाही कोडं पडलंय् - पुढं कसं हुणार? हे आंदोलन कसं उठणार?

तिलाबी बिचारीला समजंना झालंय - यातनं वाट काय निघणार...?

चर्चा करीत, आश्चर्य व्यक्त करीत लोक देवळाकडे जात होते... लक्ष्मीला धाम फुटला. हे काय चांगलं चिन्ह नव्हं! अशुभ हाय हे... असं याआधी कधी व्हायला नव्हतं...! आता काय तरी वंगाळ घडणार... लै वाईट घडणार...!! लक्ष्मीच्या मंदिरात तर ही ऽ गर्दी! आत जाण्याचं ते एवढंसं द्वार; तर तिथंही पाळी लागली होती. पाळीत तास-अर्धा तास राहून लोक आत जात होते... हात जोडून गर्भागारात पाहतात तो काय दिसावे? मूर्तीला वाहिलेली फुले व हार एका कोपऱ्यात वाहत जाऊन तटलेला... नुकतीच धुतल्यागत ओलसर, ताजीतवानी वाटणारी मूर्ती.... जगाकडे, 'तुमची सारी नाटकं मला ठाऊक आहेत! असा चेहऱ्यावर भाव ठेवून वटारून पाहणारे ते चांदीचे डोळे...!

गर्भागारातल्या भिंतीवर सिमेंटचा गिलावा करून त्यात नक्षीकाम केलेल्या काचेच्या टाईल्स बसविलेल्या होत्या... त्यांतील दोन-तीन टाईल्स खाली पडून त्यांचे तुकडे झालेलेही दिसत होते!

'मी असा हात जोडून हुबा हुतो, तंवर खळ्ळदिशी आवाज झाला! डोळं उघडून बघतोय तर काय? काचेचा एक चौकोनी तुकडा आपसुक निखळून खाल्ती पडल्याला!' देवळातून बाहेर आलेले लोक चेहऱ्यावर आश्चर्य ठेवून अशा पुड्या मारत राहत, 'आजब! आजब सगळं! निम्मा जलम सरला आमचा, पन असं कधी घडाय न्हवतं वा!!'

इकडे संग्रामनगरमध्ये एक मराठी चित्रपट आंदोलकांना दाखविण्याचं वाटत होतं. एका बिडी कारखानदाराची अतिरंजीत कहाणी त्यात होती...

'आज सिनेमा दाखविणार.. आज सिनेमा दाखविणार' अशी रोज आवई गावात उठत होती.

लोक म्हणत होते, 'आज सिनेमा दाखवू देत! उद्या तमाशा आणू देत, म्हणजे झालं!!'

तोवर कुणाच्या तरी कल्पनाशक्तीमध्न 'अभिरूप न्यायालया 'च्या धर्तीवर 'जनता न्यायालय' निघालं! बड्या बागाईतदारांची काही मुलं वकील होतीच. प्रा. कुलकर्णीबरोबर कधी-मंधी युनियनच्या सभेत दिसणारा व भाषण ठोकणारा दलित समाजातील वकीलमित्र एन. बी. भोसले हाही होताच.'

एकाला न्यायाधीश करण्यात आलं. प्रथम या 'जनता न्यायालया'त अरुणाटकाच्या मुख्यमंत्र्याला खेचण्याचं ठरविलं. दोन दिवसांचा त्याला अवधी देण्यात आला; एवढ्या अवधीत त्याने 'जनता न्यायालयात' हजर राहावे नपेक्षा त्याच्या अपरोक्ष खटला चालविला जाईल, अशी जाहीर समज देण्यात आली.

जणू मुख्यमंत्री हेलिकॉप्टरनं लगोलग संग्रामनगरात येणारच होता!

मग दोन दिवसांनी मुख्यमंत्र्यांच्या गैरहजेरीतच खटला सुरू झाला!

निवडून येऊन राजकारणात पडण्यापूर्वी मुख्यमंत्री एक साधा वृत्तपत्र विक्रेता होता. त्याच्याकडे एका वृत्तपत्राची एजन्सीही होती. त्या वृत्तपत्राचे हजारो रुपये त्याने कसे बुडविले, याची मनोरंजक कहाणी या खटल्यातून लोकांपुढे टप्याटप्याने येऊ लागली. पंतप्रधानाच्या चिरजीवांच्या मर्जीतला हा मुख्यमंत्री. अधिकारपदावर येताच त्याने आपल्या नातेवाइकांना व मित्रांना कुठल्या ना कुठल्या उद्योगधंद्याची व एजन्सीची कुरणं चरायला ताब्यात दिली व कोट्यवधी रुपयांची माया कशी जमा केली, ही सारी कहाणी तर पूर्वीहून जास्तच मनोरंजक व दिलखेचकही होती!

अर्थात या खटल्यात मुख्यमंत्री दोषी ठरला व दहा लाख रुपये दंडाची आणि दंड न भरल्यास परत तीन वर्षे सक्तमजुरीची शिक्षा सुनावण्यात आली!

त्यानंतर मग एका-एका तंबाखू व्यापाऱ्याला कोर्टापुढे खेचण्यात आले... त्यांच्यावरील आरोपपत्र वाचून दाखवून त्यांच्या अपरोक्ष खटले चालविण्यात येऊ लागले!

काही व्यापारी शेतकऱ्यांना लुबाडीत होते... तर काही याबरोबर आपल्या वखारीतील सुंदर सुंदर मजूर स्त्रियांना अंगाखाली ओढून त्यांची अब्रूही लुबाडीत होते!

हे सारं नावानिशीवार रोज 'जनता न्यायालया' पुढे येत होतं!

आणि तिकडे गावातील व्यापारी अस्वस्थ होत होते!

त्यांच्या अब्रूची लक्तरं तिथं वेशीवर टांगली जात होती! विनोद होत होते, कुत्सित शेरेबाजी होत होती, त्यांनी मालमत्तेचा डोंगर कसा उभा केला, याचा जाहीर पंचनामा केला जात होता...

पुनश्च एकदा गुपचूपपणे व्यापाऱ्यांचं शिष्टमंडळ नव्या चिडीने व नवे डावपेच घेऊन राजधानीच्या गावी पळाले...

हे आंदोलन मोडून काढायचे व हा तमाशा थांबविण्याचे त्यांचे गनिमी डावपेच सुरू झाले...

तथाकथित शेतकरी नेते भाषणं, प्रसिद्धी, क्षणभंगूर लोकप्रियता यामुळे हवेतच तरंगत होते; त्यांना व्यापाऱ्यांच्या अशा हालचाली कळतच नव्हत्या.

'आमचं भांडण सरकारशी आहे. आमचं कुणाही व्यापाऱ्याशी वैर नाही, भांडण नाही.' अशा प्रकारची भाषणं सुरुवातीच्या दिवसांत होत होती, तरी आताशा आंदोलनाचं खरं टार्गेट तंबाखूचा व्यापारीच, हे या न्यायालयाच्या पोरखेळावरून वाटत होतं!

यामुळे एकमेकांविषयी चीड व अंतर वाढत होतं! एकमेकांचा काटा कसा काढता येईल, याबद्दलचे डावपेच आखणेही सुखाचे वाटू लागले होते.

आम्हाला कुणाशी वैर नाही म्हणता म्हणता हे घडू लागल होतं, हे किती विचित्र!

यानंतर तीन-चार दिवसांतच जिल्ह्याच्या गावाहून प्रसिद्ध होणाऱ्या दै. 'आरोळी'ने एक छोटीशी बातमी दिली, 'हे आंदोलन मोडून काढण्याची जय्यत तयारी अरुणाटक सरकार करीत आहे.'

पण या बातमीकडे गांभीर्याने पाहण्याच्या मनःस्थितीत कुणी नव्हतेच!

या बोटभर दिसणाऱ्या बातमीमागे किती मोठे कारस्थान शिजत असेल, याचा गंभीरपणे कुणीच विचार केला नाही...!

५ एप्रिल रोजी शेतकऱ्यांची एक प्रचंड मिरवणूक निघाली...

अग्रभागी गावाचे कापडी फलक व त्यामागे त्या त्या गावाचे लोक!

मिरवणुकीत सर्वांत पुढे युनियनच्या कामगार स्त्रिया होत्या. त्यांच्या पुढे कृषी संघटनेचा मोठा कापडी फलक. त्यापुढे शेतकरी नेता उमेश कुलकर्णी, जीवजीभाय आदी लोक व मिरवणुकीमध्ये घोषणा देत प्रो. कुलकर्णी व आजूबाजूच्या खेड्यांवरील नेते लोक नि कार्यकर्ते.

आणि या मिरवणुकीत सर्वात पुढे बॅण्ड, ताशा व धनगरी ढोल यांचं पथक!

अशी साग्रसंगीत मिरवणूक गावाच्या वेशीतून आत आली व मुख्य-मुख्य रस्त्यांवरून फिरू लागली.

कामगार स्त्रियांच्या व शेतकऱ्यांच्या हातात पुठ्ठ्यांचे फलकही होते. त्यावर मिरवणुकीत दिल्या जाणाऱ्या घोषणा लिहिल्या होत्या.

दोन आठवडे होऊन गेले तरी या 'रास्ता रोको'मुळे काहीही घडत नव्हतं. घडलेलं नव्हतं. राजधानीतील गल्लीपासून दिल्लीपर्यंत सारं कसं शांत-शांत होतं. या शांततेच्या मागे उपेक्षेची भावना आहे, असं वाटत होतं. त्यामुळे आंदोलकांच्या मनात मरगळ आली होती, निराशा पसरू लागली होती.

पण या मिरवणुकीमुळे आज त्यांच्या मनात नवचैतन्य आलं होतं!

मिरवणुकीचं पहिलं टोक सरकलेल्या ठिकाणी शेवटचे टोक येण्यास एक तासाचा अवधी लागत होता, इतकी ती लांब होती. अशी प्रचंड मिरवणूक प्रथमच निगवणीकर पाहत होते. जवळ जवळ मैलभर तरी लांब सहजच होईल, अशी मिरवणूक यापूर्वी निगवणीच्या इतिहासात कधीही निघाल्याचा दाखला नव्हता!

या मिरवणुकीनं आंदोलनाचं व आदोलकांचंही सामर्थ्य निगवणीकरांना दाखवून दिलं. या सामर्थ्याच्या दडपणाने निगवणीकर भयकंपित झाले. उद्या काय होईल सांगता येत नव्हतं... गावच्या लोकसंख्येपेक्षा जास्त लोक गावाबाहेर जमलेत! उद्या काही अनावस्था प्रसंग उद्‌भवला तर इथल्या लोकांचा निभाव लागणे कठीण!

या आंदोलनाचं अखेरचं टार्गेट आपणच, हे पहिल्याच आठवड्यात ओळखून,

'रास्ता रोको'च्या सुरुवातींच्या काही दिवसांत इतर तिन्ही बाजूंचे रस्ते चालू होते, तेव्हाच आपला कुटुंबकबिला दूर आपल्या पाहुण्यापयांच्या गावी गावातल्या प्रमुख व्यापाऱ्यांनी हलविला होता!

उरलेले लोक आता सर्वार्थाने कोंडले गेले होते. त्यांना चालतही वाटचाल करून बाहेरील अन्य गावे जवळ करता येत नव्हती; कारण आजूबाजूच्या खेड्यांवरील चिडलेले लोक काय करतील, ते सांगता येत नव्हतं! येथून बाहेर जाणं धोक्याचं, इथं राहणंही धोक्याचं, अशा विचित्र कैचीत निगवणीचे लोक सापडले होते.

जिल्ह्याच्या ठिकाणाहून प्रसिद्ध होणाऱ्या दैनिकांना, आंदोलनाचे निगवणीकरांवर काय परिणाम होऊ लागलेत, लोकशाही भारतात चाळीस हजारांहून अधिक लोकसंख्या असलेल्या एका शहराचा दोन आठवड्यांहून अधिक काळ गळा आवळणे कितपत संयुक्तिक आहे, आदी बाबींचा विचार करण्याची काही गरज नव्हती. त्यांचे बोलविते धनी संग्रामनगरात होते...! तंबाखूच्या योग्य भावासाठी सरकारशी भांडत होते, तर राजधानीतील विधानसभेपुढे धरणे धरायचे सोडून एका शहराला कोंडीत पकडणे कितपत न्याय्य होते, याचा विचार करावयास कुणी तयार नव्हते!

मिरवणूक वेशीबाहेर पडली व संग्रामगराकडे निघून गेली.

'जयपुरीया शेठजीच्या वखारीपासच्या कॉर्नरजवळ मिरवणुकीतला जीवजीभाय चक्कर येऊन कोसळला म्हणे खाली!'

लोकांत चर्चा सुरू झाली होती.

'आधीच बुढ्ढं झालंय; त्यात अंगात शिप्पीभर रगात न्हाई, आनी एवढं नाचावं कशाला मिरवणुकीत?'

'बेशुद्ध पडायला जागाबी कशी नामी हुडकून काढली बघा - आपला प्रतिस्पर्धी असलेल्या शेठजीच्या वखारीजवळची!'

'बेशुद्ध खरोखर पडलाता का घेरी मारल्याचं नुस्तं नाटक केलं हुतं कुणाला म्हाईत!! तेवढा ढोंगी हायबी त्यो!!'

'हॅ ऽ हॅ ऽ हॅ ऽ. हे तर जगाला म्हाईत हाय!'

वेशींबाहेर गेलेली मिरवणूक संग्रामनगरात आली, तिथे तिचे रूपांतर सभेत झालं. सभेतील भाषणांतून सरकारच्या निष्क्रीयतेबद्दल चीड, व्यापाऱ्यांना शिव्या,

हे रोजचंच झालं...!

पण यातून आज एक नवीनच पिल्लू निघालं - 'निगवणी बंद' करण्याच्या आवाहनाचं

उद्या 'निगवणी बंद!'

दुसऱ्या दिवशीही संग्रामनगरातून मिरवणूक निघाली; पण ही मिरवणूक कालच्या मिरवणुकीहून बरीच लहान होती. या मिरवणुकीत, वीस ते तीस वयाची, बड्या

जमीनदारांची पोरंही बरीच होती. हिंदी चित्रपटातील हिरोगत त्यांनी लांब केस वाढविलेले होते. बहुतेकांच्या अंगावर फिट पॅन्ट व मॅनिला होता. त्यांतील काही तर दारू पिऊनच फिरत होती! काही दरडावत होती,

'बंद करा, बंद करा दुकानं!'

'उद्या बघून घेताव तुमचं!' काही गुरकावत होती व बळानं दुकानं बंद करीत पुढं चालली होती.

ही मिरवणूक जशी पुढं जाईल तशी माघारी काही धीट दुकानदार परत दुकानाची एखादुदुसरी फळी उघडीत होते.

आज तीन आठवडे होत आले होते. निगवणी शहराचा या 'रास्ता रोको' ने गळाच आवळला गेल्याने आधीच लोक आंदोलनाला शिव्याशाप देत होते. त्यांना या मिरवणुकीतील प्रकारांनी आणखी डिवचले गेले! उद्या गुढीपाडवा आणि 'आजच दुकानं बंद करा' म्हणजे काय? सणावाराची खरेदी केव्हा करायची लोकांनी? या आंदोलकांनी आमचं जगणंच मुश्किल केलंय!' अशीच सर्वांची भावना झाली.

निगवणीतील ज्या गल्लीगल्लीतून 'रास्ता रोको' च्या पहिल्या आठवड्यात आंबील व भाकऱ्या आंदोलकांना दिल्या गेल्या होत्या, तेच लोक आता बोटं मोडीत होते! सापाला दूध पाजविल्याची भावना त्यांच्या मनात निर्माण होत होती. काही-काही जण केवळ करमणूक म्हणून संग्रामनगरातून फेरीही मारायला वरच्या मनाने जात-येत होते.

सुरुवातीच्या दिवशी आंदोलकांत अडकून पडलेले ते सात-आठ ट्रक्स नंतर दोन-तीन दिवसांनी त्यांना वाट रिकामी करून देऊन सोडून देण्यात आले होते आणि तीन-चार किलोमीटरच्या त्या रस्त्याच्या पट्ट्यात आता केवळ माणसंच माणसं होती.

काही गावी जाऊन परत येत होती; तर काही नवीही येत होती.

शेकडोंच्या संख्येने सायकली आणि डझनवारी व्हिक्कीज, टी. व्ही. एस. व फटफट्या रोज संग्रामनगरच्या दिशेने जात-येत होत्या.

लोकांना वाटत होतं - राजधानीच्या शहरी एखादी घोषणा होईल, काही तरी निर्णय होईल व आता कोणत्याही क्षणी हे 'रास्ता रोको' आटोपेल!

नेतेही आता केवळ निमित्ताला टेकले होते.

पण काही निमित्तच घडत नव्हतं... या अवधीत आंदोलकांच्या भाकरीसाठी जीवजीभायच्या गोडाऊनमधील साठ-सत्तर पोती ज्वारी संपली होती आणि शेतातील वैरणीच्या सहा बडमी शेतकऱ्यांच्या बैलांसाठी खल्लास झाल्या होत्या...!

दत्ता कुरणे हा साठीच्या घरातला म्हातारा गवळापूर या तीन मैलांवरील

गावातला. दलित समाजातील कुरणे पूर्वी बलदंड असावा, हे त्याच्या आताच्या इमारतीवरूनही सहज कळून येत होते. गुडघ्यावर धोतर, अंगात मांजरपाटाचा नेहरू शर्ट व डोईवर गुंडाळलेला पटक्याचा वावभर धडपा, असा हा काळासावळा कुरणे महाबिलंदर माणूस होता. स्वातंत्र्यापूर्वीचा व त्यानंतरचा काळ त्याने फार डोळसपणे अनुभवला होता.

तो वाणसामानासाठी आठवड्यातून एक-दोन दिवस तर राम मोहितेच्या किराणा दुकानात येत असे. मोहितेकडे कुरणेचं उधार खातंही होतं. शिवाय त्यानं ज्याचं शेत फाळ्यानं केलं होतं, तो निरसूसीकर बामण निगवणीतच राहत होता. बामणाच्या घरून पैसा आणायचा व बाजार करून गावाकडं जायचं, हा त्याचा नेहमीचा रिवाज. बामण त्याला अंगावर पैसे देई. नंतर ते तो सुगी झाल्यावर फेडत असे.

कुरणे दुकानात आल्यावर त्याला वाणसामान बांधून देता-देता अलीकडे मोहितेचा ठरलेला प्रश्न,

'काय कुरणे, काय म्हंतय् आंदोलन?'

'आमच्या गावची लोक हैत त्यात! पन मी काय त्यात जाऊन बसत न्हाई 'बा!' कुरणे म्हणे.

'तरी पण...?' खेड्यातील अत्यंत गरीब थरातील प्रतिक्रिया अजमावण्यास मोहिते विचारी.

'गावाकडं जाता-जाता तिथं जरा थरांबून जातो म्हणा. हिकडनं जायाचं ते एक लकार्णी मारून जरा तिकडनं जायाचं.' आणि तोंडावर आलेल्या छपरी मिशा उजव्या हाताच्या पंजाने ओठावर सारीत तो सांगे, 'या बामणाचं काय- काय डाव हैत ते काय समजत न्हाई बघा, आपल्यासारख्यास्नी! गांधी म्हाराजला मारलं तवा काय-काय झालं? माजा मालकबी बामणच हाय न्हवं? काय एक तिडा हाय म्हंता त्येच्या अंगात? म्हणून सांगतो काय - मी लांब-लांबच आस्तो बघा, उगंच एक नदर टाकायची, ते गावाकडं सटकायचं! दोन्हीबी बाजूकडनी आता चीड पडलीया. काय कमी-जास्त झालं तर आपल्या दातावर मास कुठं हाय?'

आंदोलनाबाबत शेतकरी नेत्यांशी वाटाघाटी करावयास आलेल्या मंत्रालयातील अधिकाऱ्यांच्या शिष्टमंडळाशी अनेक कारणांवरून मतभेद झाले!

तंबाखू व्यापारी व शेतकरी नेते यांची एक संयुक्त बैठक घेऊन काही मार्ग निघतो का त्याचीही चाचपणी करण्यात आली.

पण तडजोड होत असलेल्या गोष्टीला एका-दोघा व्यापाऱ्यांनी खो घातला व मग सारंच बारगळलं!

जुनं, विरलेलं वस्त्र शिवता-शिवता तिसरीकडेच किसावं, फाटावं तसं झालं.

संग्रामनगरमधील रात्रीच्या सभेत उमेश कुलकर्णीनं आपल्या भाषणात 'आम्ही

सरकारी कारकुड्यांशी बोलणी करणार नाही! मंत्र्यांनी खुद्द स्वत: इथं यावं आणि आमच्याशी वाटाघाटी कराव्यात, तरच यातून काही...' वगैरे...

११

कृषी संघटनेच्या जबरदस्तीनं 'निगवणी बंद' हा फार्स संपला. त्याच्या दुसऱ्याच दिवशी गुढीपाडवा!

कालच्या प्रकाराने चिडलेले लोक नेताजी चौकात जमत होते. सण होता तरी लोक उत्स्फूर्तपणे जमा होऊ लागले होते.

'आज आपणही प्रती मिरवणूक काढायची आणि संग्रामनगरात जायचं!!'

'हो हो! जाऊ या आणि विचारूया तिथल्या पुढाऱ्यांना, 'बाबांनो महिना होत आला आणि आम्हाला का वेठीस धरलंय तुम्ही?'

'हा, बरोबर! बरोबर!!'

'तुमचं भांडण व्यापाऱ्यांशी आहे ना? तर मग जा त्यांच्या दारात नि बसा बोंबलत! गोरगरीब जनतेने तुमचं काय घोडं मारलंय?'

'वर आणखी हे शेतकरी पुढारी मखलाशी करून सांगतात की, आमचं भांडण तंबाखू व्यापाऱ्यांशी नाही; तर सरकारशी आहे! सरकारशीच भांडायचं आहे ना मग लोकसभेपुढे, नपेक्षा विधानसभेपुढे धरणे धरून बसा, जा ना! हा आम्हा पब्लिकला तुमचा नसता ताप का सुरू झालाय?'

लोक घुपळ्या घुपळ्याने जमत होते... सभेत भाषण दिल्यागत तावातावाने बोलत होते...

तासाभरातच तेथे तीन-चार हजारांचा जमाव जमला! कुणी हाकारे-कुकारे न घालता एक प्रकारच्या चिडीने लोक जमले होते... जमत होते...

आणि मग हा मोर्चा निघाला...

'रास्ता रोको' हटाओ...

'निगवणी बचाओ!'

'आंदोलनाचा...'

'धिक्कार असो!'

वैतागलेले नागरिकही या मोर्चात अधे-मधे रस्त्यात सामील होत होते व मोर्चाची लांबी आणखीन फुगीर करीत होते. हे मोर्चातील नागरिक व संग्रामनगरातील शेतकरी आमनेसामने आले तर कदाचित अनावस्था प्रसंग ओढवेलही! कारण दोन्हीकडील लोक चिडलेत, खवळलेत! काय होईल सांगता येत नाही!

म्हणून गावच्या वेशीबाहेर पक्ष संग्रामनगराकडे चाललेला मोर्चा एस. टी.

स्टॅण्डजवळच डी. आय. जी. श्री. कुंदनलाल याने अडविला आणि मोर्चातील लोकांना सांगितले,

'तुम्ही तुमचे निवेदन द्या आणि कृपा करून येथूनच परत फिरा! मी वरून ऑर्डर आणतो व उद्या संध्याकाळपर्यंत रस्ता मोकळा करून देतो!'

डी. आय. जी.चं ऐकून मोर्चा परत फिरला, तरीही लोकांचा राग अजूनही शमला नव्हता!

काही लोक प्रा. कुलकर्णीच्या घरापुढे गेले व त्यांनी घरावर तुफान दगडफेक केली. घरासमोर कामगार युनियनचा लावलेला बोर्ड ओढून काढून रस्त्यावर टाकला नि दुसऱ्याच क्षणी हातातील दगडांनी त्याचा चेंदामेंदा केला!

काही लोक जीवजीभायच्या फर्मकडे गेले आणि त्यांनी फर्मवर दगडफेक करण्यास सुरुवात केली.

याला प्रत्युत्तर म्हणून फर्ममधील कारकून व हमाल लोकांनी आतून बाहेरील लोकांवर दगडफेक चालू केली! उभय पक्षांतील या दगडांच्या लढाईत मोर्चेवाल्यांतील बजरंग लोकरे हा तरुण डोक्यात दगड लागून जखमी झाला!

मोर्चेवाल्यांतील तिसरा गट जीवजीभायच्या बंगल्यासमोर येऊन ठाकला व त्याला तोंडाने शिव्या देत बंगल्यावर दगडफेक करू लागला!

तोवर कुणाचं तरी लक्ष बंगल्याबाहेर उभ्या असलेल्या स्कूटरकडे गेले.

'अरे ही स्कूटर...?'

'त्या ढोबळ्या बामनाचीच जणू! त्योच यावरनं सारखा फिरत आस्तोय.

मी बघितलंय कैक डाव! पत्रकार म्हणे साला!'

तसा स्कूटरवर एकच हल्ला झाला आणि दुसऱ्याच क्षणी तिचे स्पेअर पार्ट्स झाले!

'अरे, अशी निकामी करून काय उपयोग? परत दुरुस्त करतील स्साले!'

'पेटवा रे पेटवा!'

तेवढ्यात एकानं पेट्रोल टाकीवर भला मोठा दगड घातला... आता काडी ओढून त्यावर टाकण्याचाच अवकाश होता. तोवर पोलिस जीप तिथे येऊन दाखल झाली नि लोक दिक्पाल झाले.

ती स्कूटर पत्रकार अनिल करुळकरची होती.

करुळकर माघारी जीवजीभायची नक्कल करीत टिंगल करीत असला तरी आंदोलनावर तो जी लेखमाला लिहीत होता, तीत त्याची मुक्त स्तुतीच करीत होता, त्याचे रहस्य हे असे भावले होते.

दुपारी तीनपर्यंत निगवणीकरांनी असा धुमाकूळ घातला.

आणि तिकडं संग्रामनगरात चारनंतर सभा सुरू झाली.

आजचा मोर्चा हा तंबाखू व्यापाऱ्यांच्या चमच्यांनी काढलेला होता. त्यात सारा गुंड व मवाली लोकांचा भरणा होता. या गुंडगिरीत शहरातील पंचवीस व्यापाऱ्यांचा हात आहे. या सभेच्या शेवटी आम्ही त्यांची नावे जाहीर करणार आहोत. गुंडगिरीच्या आरोपाखाली उद्या सकाळी अकरापर्यंत त्यांना अटक करावी, अशी आमची शासनाकडं मागणी आहे... तसेच उद्यापासून आम्ही निगवणीतील सर्व बँका बेमुदत बंद पाडून या व्यापाऱ्यांच्या नाड्या आखडणार आहोत!'

नेते या टोकाला गेले होते, तर आंदोलक याच्याही पुढे दोन पावले होते!

'निगवणी जाळून टाकू! उद्या लोक म्हणायला पायजेत, निगवणी इथं हुती!'

'व्यापाऱ्यांच्या तिजोऱ्या फोडायला हव्यात, त्यांची दुकानं पेटवायला हवीत!'

दोन-तीन हजारांचा पोलिस फोर्स जरी बंदोबस्तास होता तरी खवळलेले हे पन्नास-साठ हजार आंदोलक जर शहरात घुसले तर काय अनर्थ ओढवेल कोणास ठाऊक, या विचाराने नागरिकांच्या पोटात भीतीचा गोळाच उठत होता.

उद्या काय घडणार यापेक्षा आज रात्री काय घडेल याचीच चिंता नागरिकांना सतावीत होती.

एखाद्या वेळी आंदोलकांनी शहरावर हल्ला केला व त्या दंगलीत स्त्रियांची अब्रू लुटायला सुरुवात झाली तर? भयग्रस्त स्त्रियांच्या मनात नाना शंका- कुशंका येत होत्या.

गुढीपाडव्याचा तो शुभदिवस संपला व रात्र पडली!

घराघरांतून अनेक स्त्री-पुरुष जागत बसले होते.

वातावरण फारच चिघळलंय! आजची रात्र सुरळीत संपू दे!

स्त्रिया नवस बोलत होत्या, प्रार्थना करीत होत्या!

रात्रीच्या त्या काळोखात पन्नास बसेसचा ताफा सहा मैलांवरील जोगाईच्या डोंगरावर दबा धरून बसला होता. रात्र कलली व नष्ट पाडव्याची पहाट उमलू लागली; तसा तो बसगाड्यांचा ताफा जोगाई घाटातील वळणं-वाकणं मागे टाकीत निगवणीच्या दिशेने झेपावला.

निगवणी मागे पडली व संग्रामनगर आलं. हायवेला अरगोळकडे फाटा फुटला होता, तिथल्या घसरतीवर बसेस थांबल्या... रोज रात्री बारा-एकपर्यंत जागणारे आंदोलक या वेळी गाढ झोपेत होते.

पोलीस खाली उतरले... संग्रामनगरात घुसले. शेतकऱ्यांच्या बैलगाड्या रस्त्यातून बाजूस करून गटारीकडेला धडाधड उलट्या करून टाकण्यास सुरुवात केली...

या आवाजाने शेतकरी जागे होऊ लागले. बाजूच्या रानातील आपल्या तंबूत

झोपलेला शेतकरी नेता उमेश कुलकर्णीही जागा होऊन, तंबूतून उठून बाहेर आला व पोलीस अधिकाऱ्याजवळ जात त्यानं सांगितलं,

'आंदोलक आपण होऊन अटक करून घेतील, आपण कृपया बळाचा वापर करू नये!'

सुरुवातीच्या दोन-तीन एस. टी. त आंदोलक बसतात तोच उमेश कुलकर्णीसह इतर नेत्यांना अटक करण्यात आली.

यावर उमेश कुलकर्णीनं म्हटलं

'तुम्ही मला इतक्या लवकर' अटक करून का नेत आहात? सारे सत्याग्रही शांतपणे अटक करून घेतात की नाही ते मी पाहतो आणि नंतर...'

'That we will manage it' ('ते आमचं आम्ही बघून घेऊ.') पोलीस अधिकाऱ्याने उत्तर दिले.

उमेश कुलकर्णी, प्रा. कुलकर्णीसह नेते लोक निमूटपणे एस. टी. त बसले.

इकडे एस. टी. गाड्या भरल्या जात होत्या आणि तिकडे कार्यकर्ते व्हिक्कीज स्कुटरी, फटफट्या यांवरून खेड्यांकडे जात होते.

'अटक करून ध्यायला चला निगवणीकडे!' कार्यकर्ते म्हणू लागले खेडुतांना संग्रामनगराकडे पिटाळून आणू लागले,

मुसळधार पावसाने नदी-नाले दुथडी भरून वाहावेत, तसे निगवणीकडे येणारे सारे रस्ते-वाटा माणसांनी पूर आल्यागत वाहू लागले. पाहावे तिकडे माणसेच माणसे. संग्रामनगराच्या दिशेने येत असलेली.

नेहमीप्रमाणे रात्रीच जीवजीभाय झोपण्यास आपल्या बंगल्यावर गेलेला! दिवस उगवताच काही कार्यकर्ते पोर्चमध्ये येऊन थडकले...

'भाय, अटकसत्र सूरू झालंय!'

'आलोच!' जीवजीभाय म्हणाला.

'आपले साहेब, तसेच प्रा. कुळकर्णी... साऱ्याच नेत्यांना अटक करून एस. टी. त बसविण्यात आलं आहे. बरेच कार्यकर्ते खेड्यांवर गेलेत - अटक करून घेण्यासाठी लोकांना बोलावून आणायला!'

यावर जीवजीभाय क्षणभर विचार करीत असल्यागत थांबला व मग म्हणाला,

'आता मी तिकडे आलो तर मलाही अटक होणार; तेव्हा मी असा इकडून परस्पर खेड्यांवर जातो आणि लोकांना इकडे पाठवून देत राहतो... मग आपण सर्वात शेवटी अटक करून घेऊ!'

कार्यकर्त्यांना हे पटले व ते निघून गेले. तसा मग त्वरेने जीवजीभाय संग्रामनगरातील धोक्याची जागा चुकवून आपल्या गाडीतून खेड्याकडे पळाला! सभेत मेळाव्यात भाषणं देत स्टेजवर मिरवायचं, नाचायचं, पण असा काही धोका दिसताच त्याला

बगल देऊन निसटायचं! अर्थात हे सारं जीवजीभायच्या स्वभावातच होतं. तसा तो मुळात मनातून खूपच भित्रा होता.

सभेत मॉबच्या सुरक्षित कोंडाळ्यात राणा भीमदेवी थाटात गर्जना करणे तसे फारच सोपे असते; पण प्रत्यक्ष प्रसंग आल्यावर नीडरपणे त्याला सामोरे जाणे, यालाही मोठे धैर्य लागते! आणि त्याचाच अभाव जीवजीभायजवळ होता!

इकडे संग्रामनगरात अटकसत्र सुरूच होते. आजूबाजूच्या खेड्यांवरून, माणसांवर माणसे, समुद्राच्या लाटांमागून लाटा याव्यात, तशी येत होती.

‘कृषी संघटनेचा...’

‘विजय असो!’

‘तंबाखूला भाव..’

‘मिळालाच पायजे!!’

घोषणा देत लोक संग्रामनगराकडे यत होते. हा ओघ आटता आटत नव्हता. अखेर बसेस संपल्या. पण लोक संपत नव्हते. अटक केलेल्या लोकांपेक्षा दुप्पट-चौपटच नव्हे तर वीस-पंचवीस पट लोक अजून रस्त्यावरच ठाण मांडून बसले होते. सर्वांना अटक करून घेऊन रस्ता खुला करण्याची यंत्रणाच सरकारकडे नव्हती!

राखीव पोलीस दल व अधिकारी आणखी बसेस येण्याची वाट पाहत राहिले, तोवर त्यांनी आंदोलकांना सांगण्यास सुरुवात केली, ‘आम्ही तुम्हाला अटक करीत नाही. आता तुम्ही आपल्या गावी, आपल्या घरी जा!’

पण कुणीच हलत नव्हतं, जात नव्हतं. पुढेच बसलेला कामगार युनियनमधील स्त्रियांचा जथ्था तर कालवा करू लागला,

‘आम्हाला अटक करा! अटक करा!!’

यावर एस. आर. पी. चे दल चिडले आणि स्त्रियांच्या अंगावर धावून गेले व छडीमार करू लागले!!

या आंदोलनापासून खरे तर या कामगार स्त्रियांचा काहीही फायदा नव्हता. तरीही गेले तीन आठवडे त्या आंदोलकांना साथ देत होत्या, त्यांची उष्टी-खरकटी काढत होत्या. जीवजीभायच्या फर्ममध्ये त्यांच्यासाठी भाकरी व पिठलं करून आणत होत्या. आपणासाठी अशा खस्ता काढणाऱ्या स्त्रियांवर या एस. आर. पी. नी लाठीमार सुरू करताच लोक खवळले. आपणास अटक करून घेण्याची वाट पाहत आतापर्यंत बसून राहिलेला तो प्रचंड जनसमूह या झाल्या प्रकाराने आग्यामोहळाला डिवचल्याबद्दल खवळला. उन्हाळाच असल्याने दोन्ही बाजूंस मोकळं-ढाकलं शिवारच होते. ररता सोडून लोक रानात घुसले आणि हाती घावतील तसली दगडं घेऊन पोलिसांवर भिरकावू लागले.

तसल्या धुमश्चक्रीत चिडलेल्या लोकांनी राखीव पोलीस दलाच्या समोरच्या तुकडीवरच हल्ला केला. कमरेला पिस्तुल असलेल्या एका इन्स्पेक्टरला खाली पाडले नि दगडांनी कचाकचा त्याला ठेचू लागले. त्या गोमगाल्यात त्याच्या कमरेचं पिस्तुलही कुणी पळविलं.

लोकांना पांगविण्यासाठी अश्रुधुराची नळकांडीही फोडण्यात आली; पण गारा पडाव्यात तसा चोहीकडून दगडांचा वर्षाव होत होता!

तशा पोलिसांनी पिंजऱ्याच्या गाड्या गाठल्या व त्या सुरक्षित ठिकाणाहून मग बंदुका सरसावल्या. पिंजऱ्याच्या दोन्ही बाजूस असलेल्या होल्समधून बंदुकांच्या नळ्यांचे यमदूत बाहेर डोकावून पाहू लागले.

इकडे शहरात तोवर नुकत्याच चालू झालेल्या वखारी बंद पाडण्यात आल्या.

'संग्रामनगरात चला — अटक करून घ्यायला!' असे सांगून मजूर स्त्रियांना वाखारीबाहेर ताणलं गेलं. या मजूर स्त्रियांची एक मिरवणूक निघाली. 'आम्ही युनियन सोडली' म्हणून जाहीर पत्रक काढणारे प्रा. कांबळे व मनोहर बडवे या

स्त्रियांच्या मिरवणुकीत घोषणा देत फिरत होते.

पण आंदोलकांवर संग्रामनगरात लाठीमार सुरू आहे, हे तिकडून पळत येणाऱ्या लोकांकडून समजताच ही मिरवणूक एस. टी. स्टॅण्डजवळून गावात वळली व गावातल्या मध्यवर्ती नेताजी चौकात तिचे सभेत रूपांतर झाले.

या सभेत प्रा. कांबळे व बडवे सरकारला व व्यापाऱ्यांना धमकीवजा इशारे देत तावातावाने भाषणे देत होते, तेव्हा तिकडे संग्रामनगरात गोळीबाराच्या फैरी झडू लागल्या होत्या.

संग्रामनगर म्हणून ओळखल्या जाणाऱ्या त्या हायवेच्या तुकड्यावरून पोलीस गाड्यांचे पिंजरे फिरत होते अन् आत बसलेले एस. आर. पी. व सी. आर. पी. त्या प्रचंड जनसमुदायावर बेछूटपणे गोळीबार करीत होते...!

हे असे काही होईल याची स्वप्नातही कल्पना नसलेले लोक भयचकित होऊन वाट फुटेल तिकडे धावत सुटले.

पिसाळलेली कुत्री पाठी लागावीत तसे हे पोलीस मग हाती काठ्या व बंदुका घेऊन पळणाऱ्या लोकांचा रानाशिवारातून पाठलाग करून सुपडा पाडू लागले. पळणाऱ्या काहींनी रानाशिवारात वस्ती असलेल्या काही परांचा आश्रय घेतला होता. पोलिसांनी त्या घरांची दारं मोडून काढली व आत दडलेल्या लोकांबरोबर घरातील लोकांनाही बाहेर आणून कुडपायला सुरुवात केली...!

पाच मैलांवरील अरगोळ गावचा सुभाष माने. बी. कॉम. झालेला कोवळा तरुण तेवीस वर्षांचा. आंदोलनास बसलेल्या वडिलांचं जेवण घेऊन तो येत होता तोवर धुमश्चक्री सुरू झाली व सणाणत येणाऱ्या एका गोळीने नोकरीविना बेकारीचं जीणं

जगण्याची पाळी आलेल्या सुभाषला जगण्यातूनच मुक्त केलं!

तिवशी गावच्या पोलीस पाटलाचा काका शामराव पाटील हा अडुसष्ट वर्षांचा. घरच्या साऱ्यांचा खूप विरोध असूनही कुणाचंही न ऐकता आंदोलनात भाग घ्यावयास हा जिगरबाज माणूस आला होता. लाठीमार, अश्रुधूर यांनीही लोक हटत नाहीत हे पाहून गोळीबार करीत पोलीस पाठलाग करीत सावजागत लोकांना टिपत होते... यातीलच एका गोळीवर शामरावचं नाव लिहिलेलं.

अलदग्याचे कोंडस्कर बंधू हे उभयता गावकऱ्यांसह उत्साहाने आंदोलनात भाग घेण्यास आले होते. त्यांचे जेवण घेऊन तिसरा भाऊही आला होता. या धुमश्चक्रीत आपला धाकटा भाऊ ठार झाल्याचे समजताच भाऊ पडला होता तिथे हा गेला व त्याने भावाचे प्रेत उचलून ओक्साबोक्सी रडत खांद्यावर घेतले; पण पोलिसांनी 'प्रेत खाली ठेवतोस का तुझाही मुडदा पाडाव!' असा त्याला दम देऊन प्रेत हिसकावून घेतले आणि हाकून लावले...!

अशा अनेक कहाण्या घडत होत्या. त्या बेछूट गोळीबाराच्या फैरीत लोक बछूटपणें, बेभानपणे धावत होते. कुणी हाता-पायात, डोकीत, छातीत गोळ्या घुसून पडत होते; तर कुणी गोळी घुसलेल्या अवस्थेतही धावत होते!

हायवेच्या पूर्वेस असलेल्या अरगोळ गावचा परिसर हा तंबाखू उत्पादक प्रदेशाचा गड्डा होता, त्यामुळे त्या भागातील खेड्यांवरील हजारो लोक आंदोलनात सामील झाले होते.

संकट पाठी लागलेला कुठलाही प्राणी आधी आपल्या घरकुलाच्या दिशेने धावत सुटतो, तसे हे लोक कुरपवाडीच्या माळावरून अरगोळ भागाच्या दिशेने धावत सुटले होते आणि गोळीबाराच्या फैरी झाडत पोलीस या पळणाऱ्या लोकांचा पाठलाग करीत होते, माणूस टिपत होते!

आणि ही क्रूर शिकार हायवेच्या पश्चिमेस असणाऱ्या म्युनिसिपल गार्डनमधून काही खेडूत विस्फारलेल्या डोळ्यांनी, आपल्याच काळजाचे ठोके आपणच ऐकत पाहत होते!

अर्ध्या तासाहून अधिक काळ हे भीषण नाट्य सुरू होते...!

लोकांच्या हल्ल्यात जबर जखमी झालेले एक इन्स्पेक्टर व एक सब-इन्स्पेक्टर यांना घेऊन एक पोलीस व्हॅन याच वेळी वेगाने जिल्ह्याच्या गावाकडे जाणारा रस्ता मागे टाकीत होती; कारण या दोघांचीही प्रकृती चिंताजनक होती.

हायवे व आजूबाजूचा फर्लांगभराचा तो टापू आता निर्मनुष्य झाला होता! हाती-पायी शाबूत असा एकही माणूस तिथे दिसत नव्हता.

जी काही होती ती जखमी व मृत माणसे!

प्रेत शोधून-शोधून पोलीस पोत्यात भरीत होते व ती पोती पिंजऱ्यात टाकीत

होते. त्याच पिंजऱ्यात जखमी लोकांनाही कोंबण्यात येत होतं!

पिंजरे भरले की ते जिल्ह्याच्या गावी रवाना केले जात होते.

गोळीबारात ठार झालेल्यांचा प्रेते पोस्ट-मार्टेमसाठी पाठविण्यापूर्वी प्रांत दंडाधिकाऱ्यांची परवानगी घ्यायची असते. दुपारचा दीड वाजून गेल्यानंतर तालुक्याचा असिस्टंट कमिशनर अरुणकुमार मॅथ्यू हा संग्रामनगरात आला व त्याने पोलिसांना विचारले,

'प्रेत कुठं आहेत?'

'आम्ही ती जिल्याच्या गावी पाठवून दिली!' एका पोलीस अधिकाऱ्याने सांगितले.

त्यावर चिडून मॅथ्यूने विचारले,

'माझ्या परवानगीशिवाय ही प्रेते कशी हलविली गेली?'

जिल्ह्याच्या गावाकडे निघालेल्या पोलीस पिंजऱ्यातील जखमींमध्ये शाबूत असा एकच माणूस होता, तो म्हणजे शांताराम हसबनीस!

इतके दिवस हे 'रास्ता रोको'आंदोलन सुरू आहे, 'बघू या तरी कसलं आहे ते' असा विचार करून पस्तिशीच्या घरातील हसबनीस नेमका याच दिवशी संग्रामनगरात गेला होता. अश्रुधूर, लाठीमार यांची धुमश्चक्री सुरू झाली. शांताराम आडवा-उभा गब्दूल होता. आपलं अवजड शरीर सांभाळीत त्याला धडपणे पळताही येईना! अखेर कसाबसा धावत तो जवळच्याच रिकाम्या पोलीस पिंजऱ्यात जाऊन बसला! इथे त्याला सुरक्षित वाटत होतं. लाठीमार थांबून सारं शांत झाल्यावर निघून जावं असा विचार करून धडधडत्या काळजाने तो तिथे बसून होता. पण नंतर अनपेक्षितपणे गोळीबार सुरू झाला अन् बाहेर पडणेही मुश्कील होऊन गेले...!

काही वेळाने गोळीबार थांबला. आता बाहेर पडावे तर बंदुकीच्या गोळीलाच आमंत्रण दिल्यागत व्हायचे! त्याचं मस्तक सुन्न होऊन गेलं. काय करावं, समजत नव्हतं!

असा तो बसून होता, तोवर पोलिस जखमींना जनावरागत दरदरा ओढत आणून व्हॅनमध्ये टाकू लागले!

थोड्याच वेळात पिंजरा भरून गेला, तसं झप्पदिशी दार लावलं गेलं आणि व्हॅन सुरूही झाली!

जिवाच्या भीतीने शांताराम थरथरत तसाच बसून होता! त्याच्या भोवताली सारा हलकल्लोळ माजला होता. कुणी ओरडत होते, कुणी बोंबलत होते, जखमांच्या वेदनांनी आक्रंदत होते; काहींना मृत्यूच दया दाखवील, अशी भयानक रक्तबंबाळ स्थिती झाली होती... त्या आक्रोशाने आपण आता वेडे होतो, अस शांतारामला वाटत होतं!

या भागातले खाऊचे पान मुंबईला पाठविण्याचा त्याचा व्यापार होता... घरी गोजिरवाणी तीन मुले, पत्नी आणि हा व्यापार!

आपल्या मागे कसं काय? एकाकी पत्नी, मुलं! आपण परतलो नाही, हे पाहून त्यांना काय वाटेल, काय समज होईल?

साऱ्याच विवंचनांचं एक गिरमीट होत होतं व त्याचं काळीज पोखरीत आत आत घुसत होतं!

एस. टी. स्टॅण्डमधून बाहेर पडलेला रस्ता पश्चिमेस कोकणाकडे निघून गेला होता. त्या रस्त्यावर दक्षिणाभिमुख अशी काही बुरुडांची घरं होती. चाळिशी उलटलेला व्यंकाप्पा बुरुड सकाळची सारी आन्हिकं आटोपून स्टॅण्डसमोरील हॉटेलात चहा पिऊन यावयाचा आणि मग तट्टे, सुपं, हारे, बुट्ट्या आदी करण्यासाठी मेसकाठ्यांची वेळी काढीत राहायचा; पण 'रास्ता रोको' सुरू झाल्यापासून संग्रामनगराकडेही एखादी फेरी मारून येण्याची त्याला हुक्की येई व तो हॉटेलात चहा घेतला की तसाच तिकडे सुटे!

नेमका याच दिवशी तो असाच तिकडे गेला होता आणि त्या धुमश्चक्रीत पळता पळता बंदुकीतून सुटलेली एक गोळी सणाणत आली व डाव्या पायाच्या टाचेत घुसली...!

खाली पडत, उठत, लंगडत कसं तरी त्यानं गाव गाठलं व एका खासगी दवाखान्यात दाखल झाला!

स्टॅण्डपासून पुढें संग्रामनगराकडे गेलेल्या रस्त्यावरून अनेक लोक आज तिकडे निघाले होते. आंदोलकांना अटक होत आहे, ते पाहू या तरी, हा बहुतेकांचा विचार होता.

तिकडे जाणाऱ्या व येणाऱ्या पोलीस जीप्स बघ्यांच्या थव्यासमोर थांबत! आतून लाठी परजत पोलिस उतरत व लोकांना झोडपू लागत!

जोगाईच्या डोंगर-पायथ्याला अरगुप्पी गाव होतं. त्या गावाजवळ आलेला ओढा पूर्वेस अडवून त्या धरणातून शहरास पाणी-पुरवठा केला जात होता. धरणाच्या खाली फिल्टर हाऊस होतं. भोवताली बगीचा होता. संग्रामनगराच्या धुमश्चक्रीतून पळून आलेले लोक या धरणाजवळ जमले... तंबाखू व्यापाऱ्यांनी कारस्थान केलं आणि पोलिसांकरवी शेतकऱ्यांचा काटा काढला, अशा समजुतीनं धरणाच्या आजूबाजूच्या दोन-तीन गावचे लोक व आंदोलनातील खवळलेले शेतकरी तिथे जमले. ते भरभक्कम धरण त्वरेने फोडता येणे शक्य नव्हते, पण धरणाचा मधला दरवाजा वर उचलून आतील पाणी सोडून देणे शक्य होते. खवळलेला तो जमाव पायऱ्यांवरून धरणाच्या त्या प्रचंड भिंतीवर गेला. एक बैलगाडी सहज जाऊ

शकेल इतको रुंद वर सपाटी होती. दोन्ही बाजूस छातीइतके कठडे होते आणि मध्यभागी धरणाचे दार वर उचलण्याचे भल मोठं व्हील होतं. ते कुणाला सहजा फिरवता येऊ नये म्हणून त्याला अंगठ्याएवढ्या जाडीच्या कड्यांची लोखंडी साखळी होती व साखळीला लॉक होतं. ते लॉक तोडून व्हील फिरवायचं, की दार वर उचललंच! उन्हाळ्यामुळे धरणात फारच थोडं पाणी होतं. ते मग निघून जायला असा कितीसा उशीर...?

खवळलेले लोक धरणावर चढून साखळी तोडायच्या उद्योगाला लागले आणि इकडे फिल्टर हाऊसमधला मेस्त्री इक्बाल चाऊस पोलीस कचेरीच्या दिशेने तराट सुटला. बुडाखालच्या सायकलीचे पॅडल तो जीव खाऊन हाणत होता.

थोड्याच वेळात कचेरीतून दोन जीप्स धरणाच्या दिशेने सुटल्या. जीपमधील पोलीस जवळच्या खेड्यांवरील, बाजार करून गावी चाललेल्या, निरपराध खेडुतांचाही चोप काढीत धरणाजवळ आले. पोलीसांना पाहून लोक पळू लागले... पाठलाग करून पोलिस त्यांना चोपायला लागले! एक सब-इन्स्पेक्टर वरच्या व्हीलजवळ पाहू लागला. तो लोकांनी लॉकची ती जाड लोखंडी साखळी तोडली होती व ते व्हील फिरविण्याच्याच उद्योगाला लागले होते!

आणखी दहा-वीस मिनिटे उशीर झाला असता तर...?

सब-इन्स्पेक्टर विचार करीत राहिला.

गोळीबारामुळं उधळून लावला गेलेला तो प्रचंड मॉब संग्रामनगरापासून दूर, दोन-तीन किलोमीटर अंतरावर परत जमत होता. गटागटाने लोक जमत होते. सारेच चिडले होते, खवळले होते, व्यापाऱ्यांना व सरकारला शिव्या देत होते. संग्रामनगरापासून जवळचं खेडं म्हणजे कुरपेवाडी, पूर्वेचा सारा माळ कुरपेवाडीचा माळ म्हणून ओळखला जात होता. मार्केट यार्डसाठी ती जागा चार—पाच वर्षांपासून ॲक्वायर करण्यात आली होती. त्या माळावर नेमगौंडअण्णा मगदूमची, एखाद्या सिनेगृहागत लांब, रुंद, उंच अशी भव्य वखार उभी होती. त्या वखारीत लाखोंचा तंबाखू होता, वखारीसाठी पहारा हवाच म्हणून लक्ष्मण नावाचा एक वॉचमनही होता. त्याला राहायला वखारीजवळच एक खोपटही बांधण्यात आलं होत. लक्ष्मणसह चहागाडावाला प्रतापराव सूर्यवंशीही त्या खोपटात राहत होता. दोन दिवसांपूर्वीच, आठ मैलांवरील धनगरवाडाच्या हालसिद्धाप्पाला अमावास्येनिमित्त तो गेला होता. अमावस्येदिवशीही हालसिद्धाप्पाला जत्रेगत गर्दी जमत असते; बायको-मुलांसह तो चहागाडा घेऊन तिकडे गेला होता; यामुळे खोपटात वॉचमन लक्ष्मण एकटाच होता.

आणि चिडलेल्या लोकांचे लक्ष्य वाडीच्या माळावरील ही मगदूमची वखार

होती... तिथे लोक जमू लागले... काही वखारीवरच्या पत्र्यावर चढून व्यापाऱ्यांना शिव्या व घोषणाही देत अंगात ईर आल्यागत नाचू लागले; तर काही शटर्सवर दगड मारून ते फोडण्याचा प्रयत्न करू लागले! पण वखार दोन वर्षांपूर्वी मजबूत बांधलेली, सारं दगड व सिमेंटच भक्कम काम, वर गर्डर व त्यांना आवळलेले पत्रे...आग लावतो म्हटलं तरी त्या इमारतीला आग लागत नव्हती!

वॉचमन लक्ष्मणला लोकांनी केव्हाच हाकलून लावलं होत...

रागावलेल्या, चिडलेल्या मॉबनं अखेर त्याचं खोपटच पेटवून टाकलं! एखाद्या शाळेचे दोन-तीन वर्ग सहज भरतील अशा लांब-रुंद खोपटात लक्ष्मणच काही नित्यावश्यक सामान, प्रतापच्या संसाराचं किडूकमिडूक आणि मगदुमाचं रिकामे बोद व पोती यांचं बारदान होतं!

हे सारंच आगीच्या भक्ष्यस्थानी पडलं! लोक उन्मादवायू झाल्यागत नाचू लागले!

तोवर भर्रभर्र पोलीस पिंजरे आले आणि त्यांतून बदुका सरसावत पोलीस धावले.

सकाळचीच पुनरावृत्ती झाली.

आणखी काही प्रेत पडली; काही जखमी झाले... जीव वाचला, लाख मिळालं, असा विचार करीत बाकीचे आपल्या गावांकडे उधळले...!

पेणगंगेच्या पल्याडल्या तीरावर हायवे गेल्यावर उजव्या बाजूस बेन्बाडकडे एक फाटा फुटला होता; तिथून जवळच महालिंगअण्णा अलदगेची शेती होती, शेतात खेड्यातील मराठी शाळेगत भलंमोठं मंगलोरी कौलांचं घर बांधलं होतं... आपल्या गावाकडे परतता-परतता त्या भागातील गावकऱ्यांचा राग त्या घरांवर निघाला!

आणि एवढ्या दूर कुणाचीच आडकाठी नव्हती! खवळलेल्या लोकांनी ते प्रचंड घर तासाभरातच भुईसपाट केलं!

कारण अलदगे हा देखील एक तंबाखू व्यापारी होता!

चिक्कवडीचे तालुका न्यायाधीश (ज्युडि. मेजिस्ट्रेट) श्री. प्रभाशंकर कुलबुर्गी यांच्यासमोर अटक केलेल्या आंदोलकांना व नेत्यांना हजर करण्यात आले.

त्यांना पंधरा दिवसांचा रिमांड देऊन त्यांची अलुरगा व वेल्लारी जेलकडे रवानगी करण्यात आली.

आंदोलकांना घेऊन पहिली बस निगवणीहून तालुक्याच्या गावी येत असताना नऊ मैलांवरील चिंचवणी गावाजवळ शेतकऱ्यांनी ही बस अडविली.

'शेतकरी संघटनेचा - विजय असो!'

'तंबाखूला योग्य भाव - मिळालाच पाहिजे!'

लोक घोषणा देत राहिले... तोवर काही लोकांनी बसच्या चाकातील हवाच सोडून टाकली!

गॅस टँकला पाइप जोडून बसचे इंजिन सुरू करून मग टँकमधील हवा चाकात भरण्यात आली व ही बस पुढे निघाली....

अलुरगा जेल अरुणाटकाच्या पूर्व सीमेजवळ तीनशे मैलांच्या अंतरावर, तर वेल्लारी जेल निगवणीच्या दक्षिणेस अडीचशे मैलांवर होता!

जेलच्या वाटेवरचा निम्मा प्रवास झाला असता चहासाठी बसेस एका ठिकाणी थांबवण्यात आल्या तेव्हा हॉटेलवाल्याकडून निगवणीत गोळीबार झाल्याचं वृत्त आदोलकांना समजलं.

हॉटेलवाल्याने ते रेडिओवरील सायंकालीन बातम्यांत ऐकलं असावं!

जिल्ह्याच्या सिव्हिल हॉस्पिटलमध्ये दुपारचा दीड वाजून गेल्यावर अत्यवस्थ अवस्थेतील एका राखीव पोलीस इन्स्पेक्टरला व एका सब-इन्स्पेक्टरला आणण्यात आले. हॉस्पिटलमधील सर्व कर्मचारी त्यांच्या शुश्रुषेत मग्न झाले. परिचारिका ड्रेसिंग करीत होत्या दोघांनाही सलाईन लावण्यात आले. ताबडतोब रक्त देण्यात आले. डॉक्टरही आपापल्या परीनं सेवा करीत होते. इतक्यात तासाभराने गोळीबारात जखमी झालेले चौघेजण एका प्रायव्हेट कारमधून तिथे आले. त्यांना धड चालताही येत नव्हते. त्यांचे सर्व कपडे रक्ताने माखले होते. त्यांतील दोघे तर अत्यवस्थच होते. तपासणीनंतर त्यांना त्वरेने शस्त्रक्रियेसाठी पाठविण्यात आले!

संध्याकाळी चारच्या सुमारास एक पोलीस व्हॅन हॉस्पिटलसमोर येऊन उभी राहिली. ड्रायव्हरशिवाय त्यात एकही पोलीस नव्हता. जखमी आंदोलकांना आत मेंढरांप्रमाणे कोंबण्यात आले होते! एकंदर ते चौदा जखमी सकाळपासून रक्तबंबाळ अवस्थेत आत विव्हळत पडले होते. पोत्यात भरलेली आंदोलकांची सात प्रेतेही याच व्हॅनमध्ये होती. पोत्याबाहेर त्यांची मुंडकी लोंबकळत होती. त्या पोत्यांतून अजूनही रक्त ठिबकत होते...

'गोळीबार झाल्यानंतर प्रेतांसह आम्हा सर्वांना व्हॅनमध्ये कोंबण्यात आले होते. तीन-चार पोलिसांच्या मदतीने एक पोलीस अधिकारी जखमींना जनावरागत ओढत फरफटत आणून व्हॅनमध्ये फेकत होता. जखमांमुळे सावकाश चालणाऱ्यांच्या 'कमरेत तो पकापक लाथा घालीत होता...! एका जखमीने नंतर हे पत्रकारांना सांगितले!

निगवणीत गोळीबार झालाय व जखमी लोकांना सिव्हिल हॉस्पिटलमध्ये आणण्यात येत आहे, हे समजताच जिल्ह्याच्या गावातील अनेक कार्यकर्ते व जखमींना पाहण्यासाठी जमलेले शेकडो लोक यामुळे हॉस्पिटलचा परिसर गजबजून गेला होता!

युद्धछावणांतील दृश्यागत हॉस्पिटलमधील इमर्जन्सी वॉर्डमधील सारे वातावरण दिसत होते. एकामागून एक जखमींना स्ट्रेचरवरून आणले जात होते. यात सतरा अठरा वर्षांच्या कोवळ्या तरुणांपासून साठ-पासष्ट वर्षांच्या वृद्धांपर्यंत साऱ्याचा समावेश होता! कुणाचे हात जायबंदी, कुणाच्या पोटऱ्या फाटून चिंधड्या झालेल्या, कुणाचे खांदे वा बरगड्या यांच्या चिंधड्या झालेल्या...! जखमांतून भळभळा वाहणारे रक्त व त्यांचे विव्हळणे-ओरडणे... बघणाऱ्याच्या अंगावर शहारे येत होते...!

महादेव अरगोळे हा वट्टणकुडीचा तरुण अत्यवस्थ होता. त्याचा गुडघा बंदुकीच्या गोळीने जायबंदी झाला होता. अठरा वर्षांचा केशव सुतार त्याच्या उजव्या बरगडीत गोळी घुसली होती. अरगोळचा गुलमहमंद शेख व देवनाळचा दत्तोबा तावदारे या तरुण कार्यकर्त्यांचे पाय गोळ्यांनी फुटले होते. निगवणीचा तुकाराम कापसे तर रक्ताने अंगन्‌अंग लथपथून गेलेला होता. त्याच्या डोक्यातून अजूनही भळभळा रक्त येत होते. पोलिसांनी कशा अमानुषपणे लाठ्या चालविल्या होत्या, हे कापसेच्या हालतीवरून कळून येत होते. निगवणीच्या रमेश साठेचा गोळी लागून दंड फाटला होता. वार्ताहरांना तो सांगत होता,

'मी स्टँडपुढल्या हाटीलात काम करतो. जेवणासाठी म्हणून संग्रामनगराफुडं रानात असलेल्या घराकडं निघालोतो, तंवर मध्ये गोळीबार सुरू झाला नि दंडाचा लचका तोडून गोळी निघून गेली!'

खरं तर हा साठे 'रास्ता रोको' सुरू झाल्यापासून हॉटेलात कामावर जाण्याचेच बंद झाला होता. काही काम न करता तिथे दोन वेळा पोटभर जेवण मिळतंय म्हणून अनेक आळशी, निरुद्योगी तरुणांत तोही संग्रामनगरातच पडून होता नि गोळीबाराचा 'प्रसाद' त्यालाही मिळाला होता!

कल्लाप्पा नेष्टे हा चाळीस वर्षांचा इसम. त्याच्या अंगावर अनेक ठिकाणी लाठ्या बसल्या होत्या, बेदम मारहाण करण्यात आली होती व तो कमालीचा भेदरून गेला होता. यशवंत खबरे हा पंचवीस वर्षांचा तरुण. त्याचे हात फोडून काढण्यात आले होते, तर अचाट गावच्या ईस्नू शितोळे व भूपाळ वंटमुरे यांची डोकी लाठीमाराने फुटली होती.

हे सारे जखमी पाणी पाणी म्हणून ओरडत होते व जवळपासचे कर्मचारी व कार्यकर्ते त्याना पाणी देत होते!

चाळिशीचा धोंडीराम सुळकुडे व साठीचा गोपाळ वाघमोडे यांच्या मांड्यात व पोटऱ्यांत गोळ्या घुसल्या होत्या. लक्ष्मण हालाप्पान्नावर या नदी-नहाळच्या तरुणाच्या उजव्या पायात बंदुकीची गोळी घुसली होती व त्याची दखलही न घेता पोलिसांनी त्याच्या हाता-पायांवर लाठ्यांचा वर्षाव केला होता. आप्पासाहेब चौगले या पन्नाशी

ओलांडलेल्या आदनाळच्या माणसाच्या गुडघ्यावर व पोटऱ्यांत गोळ्या घुसल्या होत्या व वेदनेनं तो सारखा किंचाळत होता!

व्हॅन्स भर-भरून निगवणीहून जखमी आणले जात होते व हॉस्पिटलमध्ये टाकण्यात येत होते. दगडफेकीत जखमी झालेले पोलिसही या व्हॅन्समधून उपचारार्थ येत होते... हॉस्पिटलमधील डॉक्टर व कर्मचाऱ्यांवर कधी नव्हे तो कामाचा ताण पडत होता.

शवचिकित्सेसाठी एकंदर आठ मृतदेह सायंकाळी पाचपर्यंत आणण्यात आले होते. चिक्कवडीच्या असिस्टंट कमिशनरच्या अखत्यारीत त्यांची शवचिकित्सा व पंचनामा करण्यात आला.

एका प्रेताची संपूर्ण कवटीच बंदुकीच्या गोळ्या आपटल्याने उडालेली होती व आतील मेंदूचा भाग उघडा पडलेला दिसत होता. काहींच्या छातीत, काहींच्या पायांवर काहींच्या गळ्यावर, छातीवर घुसलेल्या गोळ्यांनी त्यांना मरण बहाल केले होते.

निगवणीहून नवीन व्हॅन, नवे जखमी आले की परत सारे सेवक तिकडे धावत होते!

दुपारचे चार. जिल्हा दैनिकांचे पत्रकार आले होते. संग्रामनगराची त्यांनी पाहणी केली. तीन आठवडे गजबजून गेलेले हे नगर आता सुने-सुने वाटत होते. सगळीकडे स्मशानशांतता पसरली होती. आदोलकांच्या भाकऱ्या कावळे खात होते. पिंडाला शिवत असलेल्या कावळ्यांची आठवण यावेळी काहींना होत होती. हे अन्न, या भाकऱ्या ज्यांच्या पोटात पडायच्या ते गोळीबारात बळी तर पडले नसतील ना? आणि कावळ्यांच्या रूपाने तेच आपला पिंड शिवत नसतील?

फुटलेली ढोलकी, मृदंग, विखुरलेल्या टाळ—चिपळ्या, गटारीला उलट्या करून टाकलेल्या बैलगाड्या, रस्त्यावर सांडलेले रक्त व त्यांवर बसलेल्या गाशा, चपला, टोप्या, अंथरूण-पांघरूण वीस-पंचवीस बैल रस्त्याच्या कडेला असणाऱ्या झाडांना बांधलेले त्यांच्या डोळ्यांतील उदासीनता काळजाला घरे पाडणारी होती! एका बैलगाडीत कडबा होता. सकाळपासून उपाशी असणाऱ्या या बैलांच्या पुढे त्या गाडीतला कडबा काही पत्रकारांनी टाकला; पण तिकडे बैलांनी ढुंकूनही पाहिले नाही! जनावरांनाही तीव्रतर भावना असतात? सकाळ पासूनचे ते सारे रणकंदन पाहून त्यांची भूकच मेली होती...? पत्रकारांना प्रश्न पडत होते!

या पाहणीनंतर डी. आय. जी. नंदलाल यांनी पत्रकार परिषद घेतली. त्यात त्यांनी सांगितले,

'गेले तीन आठवडे हे 'रास्ता रोको' आंदोलन कायद्याचा भंग करून चालू करण्यात आले होते. दोन दिवसांपूर्वी गावातून प्रचंड मिरवणूक काढून लोकांना

दहशत बसविण्यात आली. आजपासून बँका बेमुदत बंद पाडण्याचा आदेश देण्यात आला होता. या गोष्टीमुळे जनतेला त्रास सहन करावा लागला. महाराष्ट्रातून वाहतूक बंद झाल्यामुळे जीवनावश्यक वस्तूंचे भाव भडकायला लागले होते. यामुळे या सत्याग्रहींना पकडायचे ठरविले. पहाटेपासून अटकसत्र सुरू झाले. पन्नास बसेसमधून अडीच हजार सत्याग्रही पाठविण्यात आले. आणखी बसेस येण्याची आम्ही वाट पाहत असतानाच आसपासच्या खेड्यांवरून आणखी लोक जमू लागले. दहा हजारांहून अधिक मोठा असलेला हा जमाव हिंसक बनला. त्यांना वारंवार सूचना देऊनही ते पांगले नाहीत, म्हणून पोलिसांनी स्वसंरक्षणार्थ लाठीमार केला व अश्रुधूर सोडला, तरीही सतत दगडफेक सुरूच होती व जमावाने पोलिसांनाच घेरण्याचा प्रयत्न केला. पोलिसांनी तीन वेळा हवेत गोळीबार केला; पण त्याचा काहीच उपयोग न होता दगडफेक वाढली. यानंतर केलेल्या गोळीबारात एक सत्याग्रही जागीच ठार झाला. तरी देखील जमावाने दगडफेक करून पोलिसांना घेरणे चालूच ठेवले. यानंतरच्या गोळीबारात आणखी सातजण ठार झाले, तुफान दगडफेकीमुळे दोन इन्स्पेक्टर्स, तीन सब-इन्स्पेक्टर्स व एकशे वीसहून अधिक पोलीस जखमी झाले.'

'या पोलीस कारवाईच्या वेळी अश्रुधुराची शंभर नळकांडी फोडण्यात आली. गोळीबाराच्या दहा ते पंधरा फैरी झाडण्यात आला.'

या वेळी जिल्ह्याच्या ठिकाणचे डी. एस. पी. श्री. पी. व्यंकटेशन व डेप्युटी कमिशनर श्री. फिलिप्स हेही हजर होते.

दिवसभराच्या या कारवाईत 'पराक्रम' गाजविलेले पोलिस संध्याकाळ-पर्यंत भुक्यावून गेले होते आणि दिवस बुडायच्या आत त्यांनी जेवण्यासाठी गाव गाठले.

मग दिवस बुडायच्या सुमारास संग्रामनगरात कुणीही नव्हतं. सारा शुकशुकाट पसरला होता!

आंदोलनाच्या ठिकाणापासून पलीकडे रानातील वस्तीत भिकू बेडक्याळे राहत होता. सरकारी टोबॅको रिचर्स सेंटरमध्ये तो कामाला होता. संग्रामनगरातील या धुंबड्यामुळे आज दिवसभर त्याला बाहेर पडता आलं नव्हतं, की, सरकारी फार्मात कामावरही जाता आलं नव्हतं, कारण फार्मात जायचं तर संग्रामनगरातूनच पुढं जावं लागायचं! कामावर जावे आणि सुटी झाल्यावर गावात जावे, जोंधळे घ्यावेत आणि पिठाच्या गिरणीतून ते दळून घ्यावेत व परत रानातील राहुटीत यावं; बायकोने केलेली गरम भाकरी खावी व परत फार्मात कामाला जावं, असा ताळा करून तो रात्री झोपला होता; पण सकाळी उठला तर संग्रामनगरातील गडबडीनं त्याचं सारं कोष्टकच बदलून गेलं!

त्यामुळं दुपारी त्याच्या घरी आज चूलही पेटली नव्हती!

दिवस मावळून किनिट पडला. संग्रामनगरात सारी शांतता बघून त्यानं हाती

एक रिकामी पिशवी घेतली, खिशात पाचाची नोट सारली व 'जपून जावा...' हे बायकोचे शब्द पाठीवर घेत तो बाहेर पडला.

त्या अंधुक धूसर उजेडात संग्रामनगरातून गेलेल्या रस्त्याने चालत येणारा तो एकटा व एकमेव माणूस होता!

धडधडत्या काळजाने, देवाचे नाव घेत तो झपझप चालत गावाकडे येत होता. शेकडी सायकलींपासून आंदोलकांच्या सामानापर्यंत अनेक काही तिथे पडले होते. पण कशालाही हात लावण्याचे धैर्यच नव्हे तर तसा विचारही त्याच्या मनात येत नव्हता. त्याच्या मनात एकच होतं, जेवून पोलीस परत इथं पहाऱ्याला यावयाच्या आत आपणास परतायला हवं...!

या गोळीबाराची व मृतांची जगाला पहिली बातमी बी. बी. सी., लंडनने दिली होती. मृतांची संख्या एकशे तेवीस सांगितली होती!

नंतर भारतातील आकाशवाणीला वाचा फुटली होती. त्यांत मृतांचा आकडा सहा सांगितला होता.

या अभूतपूर्व घटनेनं सारं निगवणी शहर हादरून गेलं होते. सातपासून शंभरापर्यंत मृतांचे व शंभरापासून हजारापर्यंत जखमींचे आकडे सांगितले जात होते.

त्या रात्री शहराच्या चौफेर पोलिस पहारे होते. खेड्यांवरील खवळलेले लोक एखादेवेळी शहरावर चालून आले तर व त्यांनी दंगल, लुटालुटीस आरंभ केला तर...?

पण. तसे काही नाही... तेव्हा साऱ्या खेड्यापाड्यांवर हलकल्लोळ माजला होता. सारी भांबावून गेली होती. आपल्याच दुःखात चूर होती... केले काय व झाले...!

त्या धुमाळीतून जे परत घरी आले होते, त्यांनी श्वास सोडले होते. घरची निश्‍चिंत झाली होती...! पण जें परत आले नव्हते, त्यांची घरं रडारडीनं, काळजीनं भरून गेली होती. आपल्या माणसाला अटक करून नेण्यात आलंय, का जखमी झालंय की गोळी लागून...?

काहीच कळत नव्हतं. घरी केलेल्या अन्नाला कुणी तोंडही लावत नव्हतं.

आता आपल्या माणसाला कुठं शोधायचं? कसं हुडकायचं? कुठं कुठं जायचं? काय करायचं?

एकामागून एक प्रश्नाच्या नागफणा उभ्या राहत होत्या, डंख मारायला टिंपण साधून झेपावत होत्या.

'गोळीबार कसा झाला म्हाईत हाय?' लोक फुशारकीने सांगत चर्चा करीत होते.

दुसरा दिवस उजाडला होता. कालच्या घटनेची तीव्रता अजूनही कमी झाली नव्हती. लोक गटागटाने चर्चा करीत होते.

'दंगल सुरू झाली, तवा मी तिथंच हुतो नि काय!' सांगणारा आय विटनेसचा आव आणून सांगत होता, 'बायका दंगा करू लागल्या. 'आम्हाला पकडा' म्हणून कालवा करायला लागल्या. पोलीस बायकांना मारायला लागले! तशी लोकं खवळली! पोलिसांवर दगडं फेकू लागली. रजेवर आल्याला एकटा मिलिटरीवाला हुता, त्यो धावतच इन्स्पेक्टरजवळ गेला आणि त्येच्या कमरेचं पिस्तुल खेचून त्यानं पटापटा तीन-चार पोलीस पाडले! पोलीस अधिकारी निःशस्त्र झाल्याचे पाहून खवळलेले लोक त्यांच्यावर तुटून पडले. हातातील दगडांनी त्यांना ठेचायला लागले... तसा मग गोळीबार सुरू झाला! पळून ईवूस्तोवर आम्हाला व्हारूव्हारू मर्दा!'

तोवर या लोकांनी एक वेगळंच दृश्य पाहिलं -

वेठीला धरलेला एक ट्रक व एक पोलिस व्हॅन यांमधून संग्रामनगरात पडलेल्या हजारो सायकली, डझनवारी व्हिक्कीज, स्कूटर्स, मोटारसायकली, गॅसबत्या, तट्टे, अंथरुणं-जमखाने, भजनी मंडळाचं टाळ-मृदुंगाचं साहित्य असे सारं महत्वाचं सामान निगवणीच्या पोलिस कचेरीसमोरच्या पटांगणात आणून टाकण्यात आलं...

गाडीवानांना आपल्या बैलांची-बैलगाड्यांची काळजी वाटत होती.

काही जण बैल सोडवून नेण्याची परवानगी मागावयास कचेरीत गेले.

परवानगी मिळताच आपली बैलं सोडवून आणण्यास ते लोक संग्रामनगरात गेले; पण तिथे पहाऱ्यावर असलेल्या पोलिसांनी त्यांना झोडपायला प्रारंभ केला. पोलिसांच्या लाठ्या खाऊन पळता-पळता काही जणांनी बैलांची दावी तोडली... !

अरुणाटक सरकारचे काही अधिकारी दुपारपर्यंत येणार होते घटना-स्थळाची, परिस्थितीची पाहणी करायला. त्यांचे आणखी शब्द नकोत म्हणून नंतर आणखी कचेरीकडे आलेल्या शेतकऱ्यांना एका पोलिसासह संग्रामनगराकडे पाठवून तेथील पहाऱ्यावरच्यांना हात आखडण्यास व या लोकांना बैल सोडवून घेऊन जाण्यास आडकाठी करू नये, असं सांगण्यात आलं!

हॉस्पिटलातील तीन जखमींचं आज निधन झालं होतं. त्याशिवाय बाजूच्या शेतात एका शेतकऱ्याचं प्रेत सापडलं होतं!

सकाळचे दहा वाजून गेल्यावर चाळीस ट्रक्सचा एक मोठा ताफा मागे-पुढे पोलिस व्हॅन्सच्या सशस्त्र बंदोबस्तात सोडण्यात आला. तीन आठवड्यांनंतर प्रथमच हायवे आज चालू होत होता. पेणगंगेच्या पलीकडे असलेल्या औंदलगा गावापर्यंत ट्रक्सना हे पोलीस संरक्षण होते.

त्यानंतर संग्रामनगरातून गेलेल्या या मार्गावरील वाहतूक सुरळीत सुरू झाली. दोन-चार दोन-चार गाड्यांचे जथ्थे जात. सोबत एखादी व्हॅनही संरक्षण द्यावयास असे!

अरुणाटकातील विविध भागांतील बसेसही या मार्गावरून धावू लागल्या... पण त्यांतील उतारूंची संख्या मात्र अत्यल्पच दिसत होती.

दुपारपर्यंत वरचे अधिकारी आले. ग्रह खात्याचे सचिव बी. एम. डी. जॉर्ज, अतिरिक्त पोलीस महानिरीक्षक बी. आय. जी. व्ही. कृष्णाचार्य.

या दोघांनी डी. आय. जी. नंदलाल यांच्यासह घटनास्थळाची पाहणी केली.

त्यानंतर घेतलेल्या पत्रकार परिषदेत श्री. जॉर्ज पत्रकारांच्या कुठल्याही प्रश्नाला समाधानकारक उत्तर देऊ शकले नाहीत. काही प्रश्न त्यांनी टाळले तर काहींना 'मी माहिती घेत आहे,' अशी उत्तरे दिली!

'एकूण परिस्थिती पाहिल्यावर आपले काय मत बनले?' एका पत्रकाराने विचारले.

'गोळीबाराची जागा, गोदामावरील जळालेले घर व अडथळ्याच्या जागा मी पाहिल्या.' श्री. जॉर्ज सांगू लागले, 'अधिक माहिती घेणार आहे, घेत आहे. हे सारं आटोपल्याशिवाय काय सांगणार? ही माझ्या पाहणीची सुरुवात आहे'

'आपली भेट यापूर्वी ठरली होती काय? 'पत्रकार आता एक एक प्रश्न विचारू लागले.

'होय. तसे जाहीर केले होते. लोकांनी मला येथे भेंटावे, यासाठी ते जाहीर केले होते.'

'पत्रकारांना माहिती देण्यासाठी बोलाविले नव्हते, असं का?'

'आपल्याकडील पत्रकार किती तत्पर आहेत, हे आपल्या सर्वांच्या उपस्थितीवरून दिसतेच आहे...' हसत श्री. जॉर्ज म्हणाले.

'आपण अनेकांना भेटणार म्हणता, ते कसे?'

'सायंकाळी सहापर्यंत मी इथे आहे. तोपर्यंत मी लोकांना भेटेन!'

यावर एका वार्ताहराने आपल्या मनगटावरील घड्याळात पाहिलं - पाच वाजून दहा मिनिटे! सहाला अजून पन्नास मिनिटे बाकी... अजूनही पत्रकार परिषद संपलेली नाही!

त्याच्या ओठांवर स्मित झळकले... तोवर त्याच्या एका व्यवसाय बंधूने जॉर्जना प्रश्न विचारला,

'या वेळात अधिकाधिक लोकांना कसे काय भेटणार?'

'माझ्याकडे वेगवान मोटार आहे; त्यामुळे अनेक ठिकाणी त्वरित जाऊ शकेन. आज रात्री मी जिल्ह्याच्या गावीही थांबणार आहे!'

पोलीस महानिरीक्षक श्री. कृष्णाचार्य यांच्या अमेरिका-मेकच्या अलिशान फोर्ड कारने हे गृहखात्याचे सचिव जॉर्ज महाशय आले होते!

'काही पोलिस व अधिकारी व्यापाऱ्यांकडेच मुक्कामाला आहेत, असें सांगितले जाते... तरी याबाबत आपली माहिती काय?'

'व्यापाऱ्यांनी संरक्षणाची मागणी केली होती, म्हणून तिथे अधिकारी पाठविले

होते, असे काही थातुरमातुर उत्तर देताही आले असते;' पण शहराबाहेर असलेल्या काही व्यापाऱ्यांच्या मळ्यांतून रोज रात्री हजारो पोलिसांच्या जेवणाची व्यवस्था करण्यात येत होती. चार-चार, सहा-सहा बकरी तिथे कापण्यात येत होती. दारूच्या बाटल्या फुटत होत्या हा साऱ्यांचे समर्थन कसे काय देता येत होते? कदाचित 'वर' ही सारी परिस्थिती माहीतही नसेल!'

श्री. जॉर्जनी उत्तर दिले,

'तसे नसावे; पण चौकशी करता येईल!'

'कदाचित व्यापाऱ्यांच्या संरक्षणासाठी पोलीस तिथे असतील!' एका पत्रकाराने उपहासाने म्हटले.

'पाहावे लागेल'!' शांतपणे जॉर्ज म्हणाले.

'एकूण घटनेबाबेतचा आपला निष्कर्ष काय?'

'आम्ही चर्चा कोली, निष्कर्ष काढला नाही.'

'अशा प्रकारे आपली पाहणी एकांगी होणार नाही का?'

'मी अनेकांना भेटू इच्छितो, दुसरी बाजू समजावून घेण्यासाठीच मी येथे आलो आहे.'

श्री. जॉर्ज येथे येऊन पाच तास होऊन गेले होते. या अवधीत व्यापाऱ्यांच्या एका शिष्टमंडळाखेरीज कुणाही नागरिकाने त्यांची भेट घेतली नव्हती. घटनास्थळाच्या पाहणीच्या वेळी पत्रकारांनाही बाजूस थांबविण्यात आले होते. प्रेस फोटोग्राफर्सना मात्र आपल्यासह नेले होते!

'मृतांची संख्या किती?'

या प्रश्नावर डी. आय. जी. नंदलालने उत्तर दिले,

'नऊ!'

'आकाशवाणीने 'दहा ठार' सांगितले!'

'मी नऊ हीच संख्या सांगितलं आहे.'

'जखमी किती?'

'याबाबत मी कालच माहिती दिली आहे.'

'तरीही संख्या सांगता येईल...'

'एकशे वीस पोलिस!'

'शेतकरी किती?'

'तीस!'

जिल्ह्याच्या सिव्हिल हॉस्पिटलमध्ये अठ्ठावीस पोलीस दाखल झाले होते. सिव्हिल सर्जनने आपली संख्या बरोबर असल्याचे सांगितले होते...'

त्यावर एकही अधिकारी बोलला नाही.-

'मृतांची ओळख पटली का?'

'आज सकाळी आठपर्यंत एकाचीही ओळख पटलेली नाही! नंदलालने सांगितले.

'आपणास वेळ कमी आणि कामे अधिक आहेत, आता निघायला हवे!' महानिरीक्षक कृष्णाचार्यने तोंड उघडून हे निदर्शनास आणून दिले.

आणि मग त्या वेगवान फोर्ड गाडीत सर्व अधिकारी बसले व पुढील पाहणीसाठी (म्हणजे काय करण्यासाठी, ते त्यांनाच ठाऊक!) रवाना झाले!

नवीन काहीही निष्पन्न न होता ही पत्रकार परिषद येथेच बोंबलली!!

निगवणीतील शेतकऱ्यांवर झालेल्या गोळीबाराबद्दल तहकुबी ठराव दाखल करून घेण्यास लोकसभेच्या सभापतींनी नकार दिल्याने आज विरोधी सदस्यांनी सभात्याग केला!

देशात प्रतिवर्षी १८ लाख गॅस सिलिंडर्सेचे उत्पादन होते, पुढील वर्षापासून ते २५ लाखांवर जाईल व देशात सिलिंडर्सचा तुटवडा पडणार नाही, असे आश्वासन पेट्रोलियम व रसायन खात्याच्या मंत्र्याने शेवटी लोकसभेत बोलताना दिले!

भारतीय शेतकरी संघटनेचे अध्यक्ष स्वामीनारायण नायमपल्ली यांच्या नेतृत्वाखाली शेतकरी प्रतिनिधींच्या शिष्टमंडळाने पंतप्रधानांची आज राजधानीत भेट घेतली व शेतकऱ्यांच्या मागण्यांचे निवेदन त्यांना दिले. शेतमालाला योग्य भाव मिळावा, ही प्रमुख मागणी त्यात होती.

'सरकारने शेतकऱ्यांना आधीच भरपूर सवलती दिलेल्या असून, यापेक्षा अधिक सवलती देता येणे कठीण आहे!' असें स्पष्ट सांगून पंतप्रधानानी या शिष्टमंडळास वाटाण्याच्या अक्षता दाखवून परत पाठविले...!

'सीमा संग्राम समिती' व तिचे आमदार एवढा सारा उत्पात होईपर्यंत आजवर झोपाच काढीत होते. त्यांना आता अचानक शेतकऱ्यांचा पुळका आला व त्यांनी सरकारचा निषेध करणारे व गोळीबाराच्या चौकशीची मागणी करणारे पत्रक काढून ते तत्परतेने दै 'आरोळी 'तून प्रसिद्धी केले!

या आंदोलनाची तळी उचलून धरणारी 'आरोळी,' 'नवप्रभा 'सारखी जिल्हा दैनिकं तीन-चारशेहो धडपणे कधी खपत नव्हती. त्यांचा आता या भागातील खप तीन हजारांच्या घरात गेला होता! पण वृत्तपत्र विक्रेते निंबाळकरांकडे प्रत्येक दैनिकाचे चार-पाच हजार अंक येत होते. न खपलेल्या अंकांनी त्याचे ते अगदीच अरुंद असलेले दुकान भरून जाऊन त्याला रद्दीच्या दुकानाची अवकळा आली होती.

'आता अशीच जर ही रद्दी येत राहिली तर आता थोड्याच दिवसांत मला दुकानाबाहेर रस्त्यावर टेबल-खुर्ची टाकून बसायची पाळी येती!!' तिथे येणा-

जाणाऱ्या लोकांना निंबाळकर बोलून दाखवीत होता.

हे आंदोलन घडवून आणण्यात ज्यांनी खर्चाचा सिंहाचा वाटा उचलला होता, ते जीवजीभाय मात्र जिल्ह्याच्या गावी असलेल्या आपल्या फर्मच्या शाखेत या वेळी आरामात होते!

अटकसत्राच्या दिवशी सकाळी आपल्या कारमधून खेड्यातील लोकांना हाकारा घालायला गेलेला जीवजीभाय संग्रामनगरात गोळीबार होत असल्याचे वृत्त समजताच तसाच परस्पर महाराष्ट्र हद्दीतील चितळी गावी पळाला होता. चावडी-समोरील पारकट्ट्यावर बसून त्याने तो दिवस काढला होता.

निगवणीच्या हॉटेलात दूध घालायला येणाऱ्या गवळ्यांनी हे रोचक वृत्त नंतर गावभर पसरवलं होतं.

चितळीत दिवस सरल्यावर मग हा शेतकरी नेता कुद्री साखर कारखान्यापुढील रस्त्याने, महाराष्ट्र हद्दीतून तसाच कुबलापूरला गला होता व आपल्या फर्ममध्ये त्याने बिनघोरी रात्र काढली होती!

आता इथे बसून राहिला तर उद्या टीकेचे लक्ष्य होऊ कदाचित, या भयाने मग त्याने दुसरा एक स्टंट करायचे ठरविले. त्याने आपल्या फर्मचा सुरक्षित आसरा सोडला व चितळी गावाजवळच असलेल्या तापशी खोऱ्यातील पोळगिरे गावाचा आसरा घेतला.

तापशी खोरे महाराष्ट्र हद्दीत असले तरी तिथे तंबाखू पिकविला जात होता आणि महाराष्ट्र हद्दीत असल्यामुळे जीवजीभायला सर्व तऱ्हेची सुरक्षितता मिळत होती!

दुसऱ्या दिवशी दै. 'आरोळी' व 'नवप्रभा' त पुढील बातमी झळकली -

तापशी, दि. ७ : येथून तीन मेलांवर असलेल्या पोळगिरे गावी शेतकरी नेते श्री. जीवजीभाय यानी काल दुपारी दोनपासून बेमुदत उपोषणास प्रारंभ केला आहे. बेछूट गोळीबार व अत्याचार यांच्या निषेधार्थ आपण आत्मक्लेषाचा मार्ग स्वीकारीत असल्याचे त्यांनी सांगितले.

गोळीबारात मृत वा जखमी झाल्यामुळे अनेक खेड्यांवर या वेळी हाहाकार उडाला होता. तिथे जाऊन खेडूतांचे अश्रू पुसून त्यांना धीर देण्याचे तर दूरच, या उलट हा शेतकरी नेता पोळगिरेसारख्या महाराष्ट्रातील सुरक्षित ठिकाणी बसून, उपोषणाचे स्टंट करीत आपली प्रसिद्धीची विकृत हाव मन:पूत भागवीत होता!

जीवजीभायच्या अंगातील हे अवगुण माहीत असूनही लोक त्याच्याभोवती जमत असत... त्याचं पुढं-पुढं करणं सहन करीत... यात सामाजिक बांधिलकीचे ढोल नित्य बडबिणाऱ्या अध्यापक व शिक्षकांचाही समावेश असे; कारण सध्याच्या युगात सामाजिक कार्ये धकवून न्यावयाची असतील तर पैशाचेही पाठबळ असावे

लागते. त्यासाठी जीवजीभायसारखा एखादा बकरा जवळ असावा लागतो! खर्चाचा सारा भार अशा बकऱ्याच्या माथी मारायचा व आपण सामाजिक बांधिलकीचे टाळ कुटत तथाकथित समाजसेवा करीत राहायचे!!

जिल्ह्याच्या एका वार्ताहराने आपल्या घराबाहेर पडण्याचे विशेष कष्टही न घेता पावणेदोन लाखांच्या घरात आपल्या पेपराचा खप असण्याबद्दलच नित्य जाहिरात करणाच्या मुंबईच्या एका बड्या दैनिकात छातीठोकपणे बातमी दिली होती –

निगवणी, ता. ६ : तीन आठवड्यांहून अधिक काळ 'रास्ता रोको' आंदोलन शांततापूर्णरीत्या चालूनही सरकार थंडच राहिल्यामुळे चिडलेल्या शेतकऱ्यांनी संयम सोडला. ते शहरात घुसले व वखारी आणि दुकाने पेटवू लागले. त्यामुळे पोलिसांना गोळीबार करावा लागला, त्यात सहा शेतकरी जागच्या जागी ठार झाले.

हे वृत्त वाचून वृत्तपत्र विक्रेता निंबाळकर आपल्या तापट स्वभावानुसार म्हणाला,

'या असल्या परटांना हे साले बातमीदार म्हणून नेमतात तरी का कुणाला म्हाईत! अशांना ढुंगणावर बुटांच्या लाथा घालून हाकलून द्यायला पाहिजे!! अशी मूर्खासारखी बातमी देऊन व चौकशीविना ती छापून या लोकांनी आपल्या पेपराची अब्रूच घालविली!!'

पेपरात आलेल्या निगवणीच्या गौळीबाराच्या बातम्या वाचून समतावाल्या डॉ. आबा आडारकरला मुंबईत स्वस्थ बसून राहवेना! अस्वस्थ मनाने तो सकाळच्या दहाच्या एस. टी. ने मुंबईहून निघाला...अख्ख्या गाडीत केवळ दहा-पंधरा प्रवासीही नव्हते! कुबलापुरात तो पोहोचला, तर स्टॅण्डवर पुण्या-मुंबईकडे गाड्या सुटणाऱ्या प्लॅटफॉर्मवर पत्रकार विनय करुळकर! आबानं विचारलं,

'अरे, तुम्ही निगवणीला होता ना.

'होय. मधाच आलोय.

'बसने?'

'नाही. 'नवप्रभा'चा वार्ताहर विजय पोटलेच्या स्कूटरवरून!'

'आणि तुमची स्कूटर होती ना ?'

'ती दंगलीत निकामी झालीय. रिपेअरीसाठी तिथेच टाकून आलोय! सौ.ला दोन दिवसांपूर्वीच गुढीपाडव्यासाठी तिच्या माहेरी पाठविलं होतं, म्हणून बरं झालं!'

'पेपरमधील बातम्या...? इतकं हॉरिबल घडलंय!

'आता चाललाच आहात, प्रत्यक्षच पहा! भयंकर! जालियनवाला बागेत कसं हत्याकांड घडलं असेल, त्याची कल्पना तिथल्यावरून आली!' दंगल सुरू होताच तुंदीलतनू करुळकर धाबत-पळत गावात आला होता. आधी जिवंत राहणं महत्वाचं, मग लिहिणं! कसं तरी त्यानं प्रा. कुलकर्णीचं घर गाठलं होतं... तरीही तिथे केव्हा

काय होईल, त्याला कळत नव्हतं... पण आता कुबलापूरच्या स्टॅण्डवर आल्यावर मात्र त्याला सुरक्षित वाटत होतं!

'मृतांच्या संख्येबद्दल बी. बी. सी. च्या बातमीत व आपल्या इथल्या पेपरातील बातमीत किती तफावत आहे! खरं काय?'

'काय ते वरच्या चित्रगुप्तालाच ठाऊक! तुम्ही समतावाले ईश्वरावर विश्वास न ठेवणारे! पण सगळीकडील विश्वासार्हता आपणास धरता येत नाही; हेही खोटे सांगतात, ते सांगतात ते देखील खरं वाटत नाही, तेव्हा माणसानं काय करायचं, आबा?'

तोवर पुण्या-मुंबईकडे जाणारी बस लागली.

'बरंय, निघतो...!' म्हणून करुळकरनं निरोप घेतला व तो बसकडे निघून गेला.

आबा आडारकर मग फोन करीत कुबलापुरातील ओळखीचं कुणी निगवणीकडे जाणार आहेत की काय, याची चौकशी करीत राहिला. कुबलापूर जिल्हा परिषदेचे सभापती श्री. रामकृष्ण कलाल हे निगवणीला जाण्याच्या विचारात होते. कुबलापूर जिल्ह्यातील नृसिंहपूर, बिरोळ व देवल तालुक्यातील काही गावे तंबाखू पिकवीत. त्या गावातील बऱ्याच शेतकऱ्यांनीही 'रास्ता रोको'त भाग घेतल्याने कलालला त्यांची चौकशी करावीशी वाटत होती. अशा शेतकऱ्यांचे तीन-चार नातेवाइकही त्यांना आग्रह करीत होते. गोळीबाराच्या बातम्या ऐकून ती मंडळी विलक्षण अस्वस्थ झाली होती आणि एका कारमधून ही सारी मंडळी निघाली. कलाल आबांचा मित्रच असल्यामुळे त्याचीही या गाडीत वर्णी लागली. रस्ता बंद असला तरी कुठवर जाता येईल तिथवर जायचे, असे यांनी ठरविले होते. मग वाहतूक सुरू झाली होती. कार, ट्रक्स येत-जात होते. एस. टी. बसेस अजून चालू नव्हत्या. संग्रामनगरातून गाडी जाऊ लागली. अजूनही तिथे बरेच पोलीस पहाऱ्यासाठी उभे असलेले दिसत होते.

रस्त्याकडेला उलट्या करून टाकलेल्या बैलगाड्या, फुटलेली गाडगी-मडकी उचकटून टाकलेले ताडपत्रीचे - किलतानाचे तंबू, फोडून टाकलेले ढोल, तट्टे, दगड... संग्रामनगराचे स्वरूप असे दिसत होते.

निगवणीत आल्यावर आडारकरने कलालांचा निरोप घेतला व प्रा. कुलकर्णींचे घर गाठले. तिथे चहा घेता घेता थोडा वेळ विश्रांती घेऊन तो निघाला. जीवजीभाय पोषणाला महाराष्ट्र हद्दीत बसला असला तरी त्याची कार बंगल्यापुढेच होती. भाभींच्या परवानगीने ती घेऊन ड्रायव्हरसह आडारकर जिल्ह्याच्या गावी निघाला व जखमी व मृतांची यादी आणावयाची व जमल्यास फोटोही, हा त्याचा उद्देश होता; कारण याबाबत खेड्यापाड्यांवर हलकल्लोळ उसळला होता. घराकडे न परतलेलं आपलं माणूस जखमी झालंय्, की अटक करून त्याला तुरुंगात डांबलंय की गोळीबारात मृत झालंय्, काहीच कळत नव्हतं. पन्नास-साठ मैल दूर असलेल्या

जिल्ह्याच्या गावी जायला तेव्हा काही वाहतुकीचं साधनही नव्हतं. बससेस चालू झाल्या नव्हत्या आणि रस्त्यातील प्रचंड पोलीस बंदोबस्तामुळे ट्रकवाले सीटा घेत नव्हते!

जिल्ह्याच्या गावाहून आडारकर परतला तेव्हा रात्रीचा एक वाजून गेला होता. गाडीचा ड्रायव्हर पांडूरंग कुऱ्हाडे म्हणाला,

'मालकानं गाडी पोळगिरेला घिऊन यायला सांगितलंय. मी आता तिकडे जातो! आणि त्यानं विचारलं, तुम्हीला कुठं सोडू साहेब?'

रात्रीच्या या अवेळी कुणाला उठविणं व त्यांच्या ओळखीच्या अगत्याचा गैरवाजवी फायदा घेणं आडारकरलाही बरं वाटलं नाही. तो म्हणाला,

'चला मी पण येतो तिकडंच!'

निगवणी सोडून जीवजीभायनं असं दूर-दूर राहणं, हे आडारकरलाही तितकंसं प्रशस्त वाटलं नाही.

निगवणी-मुरडवणे रस्त्याने गाडी निघाली. पोलिसांनी हायवे कालच खुला केला असला तरी या आडबाजूच्या रस्त्यावरील अडथळें अजूनही तसेच होते. कुठं टेलिफोनचे खांब व तारा तोडून रस्त्यात आडव्या टाकल्या होत्या, तर कुठे दगडांचे गराडे रचले होते. हे अडथळे. बाजूला करीत करीत पंधरा-सोळा मैलांवरील पोळगिऱ्याला जायला पहाटेचे तीन वाजले!

हायवे आता खुला झाल्यामुळे या भागातील रस्ते अडवून धरण्यात आता काहीच अर्थ राहिला नव्हता, ते आडारकरने जीवजीभायला पटवून दिले व मग सांगितले,

'या अशा वेळी तुम्ही निगवणीत हवे आहात जीवजीभाय! नपेक्षा तुम्हाबद्दल लोकांत जे काही गैरसमज आहेत, त्यांत आणखीन भर पडेल! एखादं वादळ येऊन गेल्यावर जे काही होतं, त्याच्या शतपटीनं खेड्यावर हाहाकार उडाला आहे! तुम्ही खेड्यापाड्यांवर फिरायला हवं, हुतात्म्यांच्या घरी जाऊन त्यांच्या कुटुंबीयांना धीराचे चार शब्द सांगायला हवेत!'

जीवजीभायलाही हे पटलं व तो आडारकरासह निगवणीकडे येण्यास तयार झाला.

पहाटे सहानंतर हे सारे निगवणीकडे येऊ लागले. हा भाग देवल तालुक्यात होता. देवल पंचायतीचे सभापती कृष्णाजीराव देशमुखही त्यांच्या बरोबर होते.

निगवणीला आल्यावर हे सारे गावाबाहेरील सरकारी हॉस्पिटलमध्ये गेले. तिथे काही लोक दाखल केले असल्यास पाहावे, अशा उद्देशाने. पण तिथे केवळ जखमी पोलीसच ठेवल्याचे आढळले. तिथून मग जीवजीभायच्या बंगल्यावर सारे आले. तिथे चहा घेता-घेता खेड्यापाड्यांवर हिंडण्याचे ठरले. घाबरलेल्या, गोंधळलेल्या लोकांना धीर द्यायचा, गोळीबारात ठार झालेल्यांच्या घरी जाऊन त्यांच्या कुटुंबीयांचं

सांत्वन करायचं; तसेच कुबलापूरच्या सरकारी दवाखान्यातही काही लोक दाखल झाले होते, तिकडे जाऊनही माहिती ध्यायची, असे ठरले.

इकडे पोलिस कचेरीत, जीवजीभाय गावात आल्याचं कळलं होतं. डी. वाय. एस. पी. औरवाडकर दोघे-तिघे पोलिस घेऊन एका जीपमधून निघाला आणि जीवजीभायच्या बंगल्याजवळ थोड्याच अंतरावर असलेल्या एका पेट्रोलपंपावर दबा धरून बसला. बंगल्याबाहेर गाडी होती, म्हणजे तो आत तसाच स्वस्थ बसणार नाही, बाहेर सटकायला बघणार, तेव्हा त्याला उचलू! औरवाडकरला जास्त वेळ वाट पाहावी लागली नाही.

जीवजीभाय डॉ. आडारकर व सभापती देशमुख यांच्यासह आपल्या गाडीत बसून रस्त्याला लागला.

बंगल्यापासून दोन-तीन कासरे गाडी दूर जाताच औरवाडकरने आपली जीप त्याच्या गाडींच्या आडवी घातली, तशी जीवजीभायचा ड्रायव्हर कुऱ्हाडेने गाडी उभी केली. औरवाडकर आपल्या जीपमधून उडी मारून खाली आला व त्याने कमरेचे पिस्तूल काढून गाडीवर रोखत फर्माविले,

'गाडी कचेरीकडे फिरवा! चलो, हरी अप्!'

अटक होणार हे गाडीतल्यांनी ताडले.

'पांडू, गाडी कचेरीकडे घे बाबा!' जीवजीभायने ड्रायव्हर कुऱ्हाडेला सांगितले.

आदेशाप्रमाणे ड्रायव्हरने गाडी कचेरीच्या आवारात आणली. पाठोपाठ औरवाडकराची जीपही आलीच.

'गेट आऊट!!' औरवाडकरनं आदेश दिला.

डॉ. आडारकर व देशमुख खाली उतरून कचेरीच्या पायऱ्या चढू लागले,

जीवजीभायला आपली शबनम बॅग घेऊन खाली उतरण्यास वेळ लागल्याने तो मागे रेंगाळला होता.

'चोपा साल्याला 'औरवाडकरने आपल्यासोबत असलेल्या पोलिसांना हुकूम सोडला.

तसे पोलीस जीवजीभायवर तुटून पडले. हातातील काठ्यांनी त्याला कुडपायला सुरुवात केली...!

कचेरीच्या पायऱ्या चढत असलेले आडारकर व देशमुख मागे धावत आले. पोलिसांच्या तावडीतून जीवजीभायला सोडवून आत नेले व तिथल्या बाकावर झोपविले.

तोवर ड्रायव्हरने गाडी स्टार्ट केली. कचेरीच्या दारातून थोडी बाजूस गाडी लावावी असा त्याचा उद्देश होता; पण पोलिसांना वाटले, हा आता गाडी चालू करून. पळून जातो आहे! त्वरित ते गाडीच्या आडवे झाले व गाडी अडवून त्यांनी

ड्रायव्हरला खाली ओढलं आणि त्याच्यावर हातातील लाठ्या परजावीत हल्ला केला... ड्रायव्हर ओरडत होता, तोंडावर हात मारून घेत बोंबलत होता, पोलीस त्याची धुलाई करीत होते.

'आरोळी'चा स्थानिक वार्ताहर सूर्यकांत लोखंडे याने या घटनेला पराक्रमाचे रूप देऊन बातमी तयार केली. हिंदी चित्रपटात शोभेल असा पाठलाग करून, रिव्हॉल्व्हर रोखून गाडी अडविली वगैरे मजकूर त्यात लिहिला; दुसऱ्या दिवशी 'दै. आरोळी'ने ही बातमी खास चौकट टाकून छापली - 'जीवजीभाय चालले, चालले तुरुंगाचिया वाटेवरी!' हे बातमीला शीर्षक होते! शेतकरी नेता कुलकर्णी व प्रा. कुलकर्णी या दोघांमध्ये जीवजीभाय उभा आहे, असा एक ब्लॉक आंदोलनाच्या पहिल्या आठवड्यात दै. 'आरोळी'ने टाकला होता. त्या ब्लॉकमधून दोघा कुलकर्णींना उडवून केवळ जीवजीभायला तेवढे या बातमीवर उभे केले होते! चटकन विस्मृती होत असलेल्या पब्लिकला वाटावे, जीवजीभायला तुरुंगात घेऊन जात असताना हा फोटो मारला असावा!!

दै. 'आरोळी'चा संपादक व स्थानिक वार्ताहर यांना जीवजीभायची इतकी चमचेगिरी करण्याची का जरुरी पडत होती, हे त्यांचे त्यांनाच ठाऊक!

जीवजीभायला मात्र मानायलाच हवे! कारण अटक झाली तरी गजाआडून देखील तो आपल्याबद्दलच्या प्रसिद्धीची व्यवस्था करू शकत होता!!

निगवणीकडून आलेला रोड अरगोळला उजवं घालून आदलग्याकडे निघून गेला होता. या रोडला एक ढापी फुटली होती; अरगोळ एस. टी. स्टॉपजवळूनच ती उत्तरेकडे सरकत गेली होती. तीवरून दोन मैल चाललं की, पेणगंगा लागे. या नदीच्या पल्याडच बिदनाळ गाव वसलं होतं. अरगोळप्रमाणेच बिदनाळ गावचं मुख्य पीक म्हणजे तंबाखू; त्यामुळे या गावचेही बरेच लोक आंदोलनात भाग घेण्यासाठी निगवणीला गेलेले. गावात साठ-पासष्ट टक्के जैनधर्मीय लोकांची वस्ती नि उरलेल्या टक्क्यांत मराठे, महार, चांभार आदी लोक. बहुतेक जमीनदार जैनच आणि त्यांच्या शेतावर राबून किंवा त्यांची शेतं 'भाग'ने करून इतर लोक गुजराण करीत. या गावचे बडे बागाईतदार आपल्या स्कूटर, व्हिक्की व फटफटींवरून दोन-चार दिवसांतून एखादी फेरी संग्रामनगरात मारून परत रात्री आपल्या गावी बायकोच्या उबेला पडायला जात. त्यांच्या शेतातील रैत, तसेच गडी वगैरे त्यांच्या बदली म्हणून संग्रामनगरात रातध्याड पडून राहत होते. या माणसांतून गावचे काही रिकामटेकडे लोकही गेले होते. या टीचभर गावात जीव रमण्यासारखं काय होतं? या उलट संग्रामनगरातं कितीतरी थ्रील! तिथंही मन करमलं नाही की सरळ निगवणीत जायचं व एखादा चित्रपट पाहायचा!

लाठीमार व गोळीबार यांच्या धुमश्चक्रीत बिदनाकमधील बऱ्याच भोजन-भाऊंना असा चोप बसला होता की, तीन आठवडे फुकट खाल्लेल्या अन्नाचीच त्यांना आठवण यावी! यांतील एकाला गुडघ्याजवळ गोळी लागली होती व तो जिल्ह्याच्या गावातील सिव्हिल हॉस्पिटलमध्ये आहे, एवढंच आजच्या दै. 'आरोळी'तील जखमींच्या नावावरून समजलं होतं; पण धोंडीबा नवाळेच नाव मात्र कुठंच दिसत नव्हतं. निगवणीच्या आईस्क्रीम फॅक्टरीतील पोरं सायकली-मागच्या कॅरिअरवर आइसकांडीची डबडी ठेवून गारेगार कांड्या विकायला जशी खेड्यापाड्यांवर जात, तशी आता वृत्तपत्रविक्रेता निंबाळकरकडे असलेली चार-पाच पोरं कॅरिअरवर अंकाचे गठ्ठे ठेवून खेड्यांवर सुटत व दुपारी दोन-तीनपर्यंत सारे अंक खपवून निगवणीला परतही येत! त्यामुळे प्रत्येक खेड्यावर दै. 'आरोळी'वाचावयास मिळे.

मृतांच्या यादीतही धोंडीबा नवाळे कुठे दिसत नव्हता. गुडघ्याजवळ गोळी लागून जखमी झालेला आकाराम पावटे वगळला तर बाकीचे सारेच आता गावी परतले होते. एक धोंडीबाच कुठं गप्प झालेला. विहिरीतल्या पाण्यात ढेकूळ वरघळावा तसा!

त्याच्या घरच्यांना एक घोर लागलेला... केलेलं अन्नसुद्धा खायची वासना कुणाला होत नव्हती. सारी डोळं गाळत मिकीमिकी बसायची. तशीच पोटाशी पाय मुडपून झोपायची. गावातली लोकं किती समजवायची,

'ईल, जातोय् कुठं?' त्या 'गोमगाल्यात त्येला रस्त्याच्या या बाजूला यायला सांधा गावला नसंल! तवा तिकडल्या मावळतीकडल्या आंगाच्या एखाद्या पाव्हण्याच्या गावाला गेला आसंल! ईल दोनेक रोजात.'

'पन लोक' तर म्हणाय लागल्यात संग्रामनगरापासल्या रानातनं, वगळीतनं, उसाच्या फडातनं नि जवळच्या त्या हिरीतनं रोज दोन-चार मढी काढायला, लागल्यात!'

यावर बोलणाऱ्यानं तरी काय बोलायचं? रोज काय एक गोष्ट कानावर येती? लोकांनी केलेल्या दगडफेकीत पन्नास-साठ पोलीस ठार झाल्यात, पन सरकारची आब्रू जाईल म्हणून नावं जाहीर करीनात म्हणं! चिडल्याल्या लोकांनी काल तर आदलग्याच्या पोलीस स्टेशनवर हल्ला करून ते जाळलं नि त्या जाळात पळून जाणाऱ्या दोघा पोलिसास्नीबी टाकलं म्हणं! संग्रामनगरापासल्या रानात त्यो उसाचा फड न्हवता का? त्यात तर एका बाईचं मढंच गावलं म्हणं! आनी जवळच तिचं तान्हं प्वॉर थानाला लुचत, दूध येत न्हाई म्हणून रडत पडलेलं! पायातनी गोळ्या लागूनबी लोकं पळत होती. आनी सीतापूरच्या ओढ्याच्या वनात अशी जीव जाऊन पळता पळता मरून पडल्याली तीन मढी गावली म्हणं!! म्हंजे बघा, गोळी लागून ही दीड मैलापतोर पळत गेली व्हती! या नि अशा अनेक आवई उठत, कानावर येत.

कुठलं खोटं म्हणायचं आणि कुठलं नाही!

धोंडीबा नवाळ्याच्या लेकाला काहीच सुचेना! म्हाताऱ्याला दोन वखोत खाऊन गप्पवानी घरातबी पडून ऱ्हायाचं हुईना! पाडव्यादिसी आलाता, सण बारायचा नको, पोळी खाऊया म्हणून! बरं, जेवून निर्मळवानी दोन-चार रोज ऱ्हाता तर एवढीच येळ तर टळत नव्हती? आयला, आम्ही ही रानातली कामं बघायची का या बाच्या पाठ लागायचं? यस्ट्या चालू व्हायला नव्हत्या; भाड्याची एक सायकल घेटला ते सुटला. पावन्यांची गावं तर हुडकूया. 'रास्ता रोको'च्या पल्याड तीन-चार गावं हैत. आधी ती तिरपाडून बघूया; मग येता-येता निगवणीत दिल्याल्या चुलत भनीच्या घराकडं जाऊन चौकशी करू या!

सकाळच्या आठच्या ठोक्याला बाहेर पडल्याला गडी सांज करून किनिट पडायला घरी परतला आणि आच्यारी का बिच्चारी हून बाहेरल्या सोप्यात टेकला.

'कारं ज्यानू, काय ते सांग तर घडाघडा! काय झालं? काय दूम लागला?' म्हातारी आई त्याला विचारू लागली.

'कुठं-कुठं पत्ता न्हाई! जित्ता आस्ता तर त्यो तिथल्या तिथं निगवणीच्या आक्काच्या घरला गेला नस्ता?'

आणि मग घरात एकच हलकल्लोळ उडाला. अचानक कुणी उडावा वा अपघातात कुणी जवळचं दगावल्याचं पत्र वा तार यावी, तसा कल्लोळ उसळला.

शेजारी जमले व सांत्वन करू लागले...

तोवर त्या गर्दीतून कुणीसा येऊन विचारू लागला, 'का? रडाय लागल्यात? आँ? का?'

पाहतात तो धोंडीबा नवाळ्याच! मेल्यालं माणूस भूत होऊन यावं तसा उभा - अंधारात!

त्याच्या अंगातील चांगल्या-चांगल्या गुणांची आठवण काढून आतापर्यंत रडणारे त्याच्यावर रागाने तुटून पडले...

'कुठं हुतास तू दोन रोज! त्या गोमगाल्यातून निसटल्यावर सरळ हिकडं येशील का बोंबलभिक्यागत टळो ऽ करून कुठं फिरत, भकत गेलास? आँ?'

'गोळीबार सुरू झाला नि मावळतीकडल्या मुन्सिपाल्टीच्या बागेत जाऊन बसलो - कुरपेवाडीच्या माळावर चालल्याला गोळीबार बघत!!'

'आनी तुला गोळी लागली आस्ती मंजे?' लेकाने मनातल्या मनात कपाळावर हात मारून घेतला.

'सारी आपापल्या गावांकडं म्हणून कुरपेवाडीच्या माळानंच पळत हुती. तिकडेच गोळीबार हुत्याला. पोलीस पाठ लागून त्या बाजूलाच पळत आस, आणि लोकास्नी कुडपत आसं! यो गोमगाला शांत झाल्यावर मी मग तसाच निगवणीकडं सुटलो.

चांभारवाड्यात ईस्नू चांभार म्हणून माज्या वळकीचा हुता. आपल्या हितल्या आनाप्पाचा साडू रे! त्येच्यात रात काढली. गावात लेकीच्या घराकडं जावावं तर खेड्याचं माणूस दिसल की झोडपून काढायला लागल्यात, म्हणून आवई उठलीती; म्हणून गावाभाहीरल्या चांभारवाड्यात तळ ठोकला व्हता. मग दुपारचा उनाचा ताव कमीहून जरा शिळोप आल्यावर सुटलो, तर आताच हितं ईवून थडकलो न्हवं!'

अरुणाटकाच्या पूर्व सीमेजवळच्या अलुरगा जेलमध्ये तेराशे सत्याग्रहींना पाठविण्यात आले. त्यात दोनशे स्त्रियाही होत्या. पुरुषांमध्ये खेड्यांवरील अनेक कार्यकर्ते होतेच; त्याचप्रमाणे वीरसेन चौगुले, दत्ताराम पांगीरे, टी. व्ही. पाटील आदी पुढारीही होते. वीरसेन चौगुले हे तालुका बोर्डाचे अध्यक्षही होते. तसेच त्यांनी आपल्या पंचक्रोशीतील बऱ्याच खेड्यांवर विधायक कार्य देखील केलेलं होतं. स्वेदगंगेच्या तीरावरील बीरनोळी हे त्यांचं गाव. ते बडे बागायतदार होते. वर्षाला तीन-चार लाखांचा त्यांचा तंबाखू होत असे. गावात त्यांची एक टोलेजंग वखारही होती. त्या भागातील तंबाखू खरेदी करून, वखारीत प्रोसेसिंग करून ते निगवणीतील आप्पाण्णा वालीशेट्टी या व्यापाऱ्याच्या फर्मला घालीत व लाखो रुपये कमवीत! पण खेड्यावर ते आपला आब व लौकिक बाळगून होते.

सहा तासांच्या प्रवासानंतर गिरजापूर हे जिल्ह्याचं गाव लागलं. सत्याग्रहींना चहा देण्यासाठी म्हणून तेथील तुरुंगापुढे बसेस थांबविण्यात आल्या; पण सत्याग्रहींनी चहा पिण्यास ठाम नकार दिला व सांगितलं,

'आम्हाला जेवण हवे! सकाळपासून आमच्या पोटात अन्नाचा कण नाही. पुढे आणखी अलुरग्यापर्यंत सहा-सात तासांचा प्रवास आहे; नुसत्या चहावर आम्हाला दिवसभर वाळविणार का? सगळ्या सत्याग्रहींना जेवण मिळाल्याशिवाय कुणीही गाडीत बसणार नाही!'

अखेर, गिरजापूरच्या तुरुंगात त्या सर्वांसाठी जेवण तयार करून द्यावंच लागलं आणि मग पुढील प्रवास सुरू झाला! अलुरगा जेलमध्ये पोहोचायला या लोकांना मग बरीच रात्र झाली होती.

दुसऱ्या दिवशी सकाळी या लोकांना गोळीबाराचं वृत्त समजलं... किती ठार झाले, किती जखमी व त्यात आपल्या गावचे, आपल्या गोतावळ्यातले किती? इतक्या दूर काहीच कळत नव्हतं आणि ते सारं वृत्त समजावून घेण्याइतकं स्वातंत्र्यही त्या कारागृहात नव्हतं!

जेवणही ते नीटपणे केलेलं नसायचं. न निवडता तसचं शिजवलं जायचं. बायका म्हणाल्या,

'आम्ही इथं तुरुंगात बसून काय करणार? द्या आम्हाकडं सारं, आम्ही निवडतो-

पाखडतो, स्वच्छ करून, पाक करून देतो!'

आणि मग धान्य स्वच्छ करण्यापासून स्वयंपाक करण्यापर्यंत सारी कामे बायकाच करू लागल्या!

'अंगावरल्या एकुलत्या एक लुगड्या-चोळीनिशी, अटक झाल्यावर साऱ्या जणी बसेसमध्ये बसल्या होत्या... कुबलापूर या जिल्याच्या गावच्या काही कापड व्यापाऱ्यांनी त्या सगळयांना नवी लुगडी पाठवून दिली. बायकांनी ती स्वीकारण्यास नकार दिला व सांगितलं,

'तिकडं कितीएक लोक गोळीबारात बळी पडल्यात; खेड्यापाड्यावरल्या घरा-घरात सुतक हाय आणि आमी हिकडं नवी लुगडी नेसाव्?'

अडाणी कामगार स्त्रियांतही इतकी समज असतें...! तुरुंगाधिकारी बसवराजूनं मानलं बायकांना!

अटक केलेल्या सत्याग्रहींपैकी बाराशेची दुसरी तुकडी दक्षिणेकडील अडीचशे मैलांवरील वेल्हारी जेलच्या दिशेने निघाली... वाटेतील नवलगुंज बसस्टॅण्डवर हा ताफा थांबला असताना कृषी संघटनेचा नेता कुलकर्णीने यु. एन. आय. वृत्तसंस्थेला सांगितले की, सरकारने आदोलनाकडे व शेतकऱ्यांच्या प्रश्नाकडे दुर्लक्ष करण्याचे ठरविले आहे, ही अत्यंत खेदाची गोष्ट आहे. निगवणीतील परिस्थितीचा अभ्यास करण्यासाठी सरकार आता एक मंडळ पाठविणार आहे म्हणे! एकीकडून आंदोलकांना पकडून जेल भरायचे आणि दुसरीकडून मंडळाची भेट ठरवावयाची,

यामागे कोणती शहाणपणाची कार्यकारणपरंपरा आहे, तेच समजत नाही, या मंडळावर आंदोलक बहिष्कार घालतील!'

वेल्लारी जेलमध्ये कृषी संघटनेचे बहुतेक नेते आल्यामुळे असेल अलुरगा जेलपेक्षा येथे जेवण चांगले देण्यात येत होते...

आपण लवकरच दूध-भात आंदोलन चालू करणार असल्याची घोषणा कुलकर्णीने जेलमधून केली व ती त्वरित बातमीरूपाने दैनिकात येण्याची व्यवस्था करण्यात आली.

'मा ऽ री, याचं डोस्कंबिस्कं फिरलंय का काय? या तंबाखू आंदोलनाचं यश-अपयश ठरायच्या आत दुसऱ्या आंदोलनाची घोषणा करणं म्हणजे अजून मडकं कच्चं आहे!!' बातमी वाचून निगवणीकरांची चर्चा.

'तसं न्हवं! आणीक् काही लोक वर' पोहोचवून सरकारच्या 'कुटुंब नियोजनाला हातभार लावायची ही नवी योजना दिसतेय!'

'हा, हां, तेही बरोबरच हाय म्हणा! बटाटा आदोलनातं काहींचं तिकीट फाडलं, तंबाखू आंदोलनात काहींना मुक्ती दिली आणि आता दूधभात आंदोलनात काहींचं भरून आलेलं दिसतंय!!'

त्याच दिवशी सरकारनं 'अरुणाटक स्टेट टोबॅको ग्रोअर्स मार्केटिंग ॲण्ड प्रोसेसिंग को-ऑपरेटिव्ह सोसायटी लिमिटेड' (अरुणाटक राज्य तंबाखू उत्पादक, विक्री व प्रक्रिया सहकारी सोसायटी मर्यादित) या मालगाडीगत लांबलचक नावाची एक सोसायटी स्थापन केल्याची घोषणा केली!

'हा आता आपलाच विजय झाला. आम्ही आता आंदोलन मागे घेत आहोत!' तुरुंगातूनच उमेश कुलकर्णीनं घोषित केलं.

'निगवणीतील तंबाखू व्यापारी संघ सरकारच्या या घोषणेचं स्वागत करतो आहे!' व्यापाऱ्यांनी पेपरात बातमी दिली!

तंबाखू व्यवसायाची थोडीबहुत तोंडओळख असलेले लोक म्हणू लागले,

'हे आंदोलन सरकारनं केव्हाच मोडून काढलं आहे आणि ज्या उद्देशाने हे आंदोलन केलं होतं, तेही साध्य झालेले नाही; पण ही वस्तुस्थिती पटके व टोकदार टोप्यांखालील खेड्यांवरील डोक्यांना कळायच्या आत 'आपलाच विजय झाला' अशी चलाख घोषणा 'भारत' ऊर्फ कुलकर्णीनं केलीय व आंदोलन मागे घेऊन आपली नामुष्की लपविण्याचा प्रयत्न केला आहे, दुसरं काय?'

'पण व्यापाऱ्यांनी या सोसायटीचं कसं काय स्वागत केलं बुवा?'

'व्यापाऱ्यांची जात कोल्ह्यागत धूर्त. त्यांनी केव्हाच ओळखलंय की, सहकारी सोसायट्या फार दिवस चालत नाहीत, आणि चालल्या तरी त्यांत आपले बगल-बच्चे घुसवून त्या खिळखिळ्या करून टाकता येतात! आयला, हितले व्यापारी ऑल इंडियातल्या व्यापाऱ्यास्नी धडे शिकवितील, असल्या पावरीचे हैत!! आनी ते या गावठी फुडाऱ्यास्नी ऐकत्यात होय? त्यो शेठजी कसला हाय म्हाईत हाय न्हवं? त्यो रे त्यो शेठ जयपुरीया? त्यो तंबाखूसम्राट! रशियाचा पोलादी पडदा आस्तोय् तसं सगळं! हाताच्या इशाऱ्यावर सारं, गल्लीपास्नं दिल्लीपतोर हालवून टाकतोय! बोलला तरी 'हां,' 'हूं,' 'हूँ-हू!' हे असलं आनी त्यो तिकडं काय-काय तिडं कराय् लागलाय् ते हेयच्या बास्नीबी समजणार न्हाई! काय म्हंतो?'

'हा रे हा! आता आलं डेचक्यात! म्हंजे ही खरी झोंबी शेठ जयपुरीया नि जीवजीभाय येंच्यातच हाय! शेतकरी नेता त्यो उमेश कुलकर्णी, कामगार नेता प्रा. कुलकर्णी या नि अशा साऱ्या पुढाऱ्यांचा या झोंबीत कडबा-वैरणीगत उपयोग म्हणा की!

'हां, हां! तसंच हाय की हो! तसंच! पन ही झोंबी न्हवं, तर हे झोंबडं हाय झोंबडं! झोंबी एकदा लागली की, कवा तरी ती सुटती तरी! पन झोंबड्यात आसं हाय; ते सुटतयं असं वाटतंय, सुटलंय आसंबी आपुन समजत आस्तोय तंवर दोन्ही भिडू एकमेकास्नी भिडत्यात, झुंजाय लागत्यात! कोंबड्याच झोंबडं बघीटलाईस का न्हाई! कशी रक्तबंबाळहून एकमेकास्नी आरी आणाय बघत आस्त्यात? त्यातलं हे

‘झोंबडं हाय! दोघांतला एकटा ‘वर’ जाईस्तोवर हे आसंच चालू ऱ्हाणार!

‘तंवर हेंच्या झोंबड्यात ही बाकीचीच किती ‘वर’ गेली बघा. काय हिशेब!’

‘ती योस्नी जागा धराय वर गेल्यात! मागनं आनी वर दाटण झाली तर काय घ्या?’

‘पर्वा लंडनची गारी माकडं आलीती. टी. व्ही. वाली. त्येनला शेटजीनं काय मुलाखत दिली म्हाईत हाय - ‘तंबाखूला योग्य भाव मिळाला पाहिजे, ही मागणी रास्तच आहे आणि ‘शेतकऱ्यांना योग्य भाव देण्याचाच मी प्रयत्न करीत असतो! ‘म्हजे घ्या की, जीवजीभायवर एक तिडा चढवला का न्हाय्?’

‘आनी सीमा संग्राम समितीचा आमदार ज्येला त्येला सांगत आस्तोय, नाही रे बाबा, शेठजी आता राजकारणात नस्तोय! म्हातारं झालंय आता, त्येला दगदग झेपत न्हाई! म्हंजे घ्या की!’

‘त्या आमदाराला काय करतोस? त्यो तर त्या व्यापाऱ्यांचा चमचाच! लोकांनी मतं टाकली म्हणून तर यो निवडून आला; आनी यो अजून जप करतोय, तंबाखू व्यापाऱ्यांच्यामुळं मी निवडून आलोय म्हणून?’

‘त्येला काय करतोस, घे! त्येला म्हातारचळ भरलीया आता! पन तू एक लक्षात ठव, शेठजीच्या बाबतीत, त्येनं राजकारण सोडल्यालं न्हाई! एखाद्या निवडणुकीला सीट उभी करायची झाली तर आधी हे लोक शेठजींचा सल्ला घेऊन त्येच्या पायावर डोस्कं ठेवाय् जात्यात! ही थेरडी कवा उलथतील तवाच येंची राजकारणं संपली म्हणायचं. न्हाय तर असा—तसा कोण राजकारण संन्यास घेत न्हाई, किंवा राजकारणांत संपतही नाही!!’

पंधरा दिवसांनंतर दोन्हीकडील तुरुंगात असलेल्या सत्याग्रहींना निगवणीच्या स्टॅण्डवर आणून सोडण्यात आले. बहुतेक सत्याग्रही अरगोळ-अदलगा या तंबाखू उत्पादक भागातले होते व आंदोलन सुरू झाल्यापासून या भागातील एस. टी. ही बंद होत्या. गोळीबार होऊन आंदोलन मोडून काढल्यावर हायवे सुरू झाला होता, पण अरगोळ-अदलगा भागातून महाराष्ट्राकडे गेलेल्या रस्त्यावरून अजूनही एस. टी. गाड्या सोडल्या जात नव्हत्या. गावोगावची शिष्टमंडळे, बडे बागायतदार व जमीनदार यांच्या कारमधून निगवणीला येत, तसेच जिल्ह्याच्या गावी जात व एस. टी. च्या अधिकाऱ्यांना भेटत. तेव्हा अधिकारी सांगत,

‘तुमच्या भागातील खेड्यांवर अजूनीही वातावरण तापलेलं आहे, लोकं संतापलेली आहेत, त्यानी बसेस अडवून जाळल्या तर? तुमच्या भागातील किती खेडी जबाबदारी घ्यावयास तयार आहेत? बसेस जाळल्या तर ती नुकसान-भरपाई कोण भरून देणार?’

‘आमच्या गावी असं काही झालं तर आम्ही जबाबदारी घेऊ! दुसऱ्या गावी झालं तर त्याला आम्ही कसे जबाबदार राहणार?’

‘मग एस. टी. महामंडळाचे नुकसान का सरकार भरून देईल? आधीच या आदोलनामुळं काही लाखांचा भुर्दंड सरकारला पडला आहे. त्यात ही रिस्क कुणी सरकारनं घ्यावी का? तेव्हा परिस्थिती निवळल्याशिवाय या भागात एस. टी. सुरू करण्याचा विचारही करता येणार नाही! शिवाय असं आहे, आम्ही परवानगी दिली तरी ड्रायव्हर-कंडक्टर तशा वातावरणात जायला तयार व्हायला हवेत ना? जीव कुणाला प्यारा नसतो? त्यांनी नकार दिला तर बस काय आपोआप धावणार? तेव्हा...’

यावर शिष्टमंडळ हात हलवीत परत येई. पंधरा दिवस झाले तरी एस. टी. सुरू झालेल्या नव्हत्या, पुढेही त्या कधी होतील तेही सांगता येत नव्हतं...!

त्यामुळे, दोन्ही तुरुंगांतील सत्याग्रहींना निगवणीच्या स्टॅण्डवर सोडल्यावर त्यांना चालतच आपल्या गावी जावे लागले...

अलुरग्याच्या जेलमध्ये मात्र एका सत्याग्रहीला मागे ठेवण्यात आलं होतं. दिडकीहाळचा भरमा खोत त्याचं नाव. अतिसारने तो आजारी होता. कुणाला काही न सांगता दोन दिवस तसंच त्यानं अंगावर काढलं होतं. अतीच अशक्तपणा आल्यावर तो तुरुंगातील दवाखान्यात दाखल झाला होता. सत्याग्रही आपापल्या गावी पोहोचल्यावर दुसऱ्या दिवशी त्यानं तिकडे मान टाकली.

आंदोलनाच्या निमित्ताने घडलेली ही शेवटची आहुती होती!

वेल्लारी जेलमधील तुकडीत शेतकरी नेता कुलकर्णी होता. तिथे रोज रात्री झोपण्यापूर्वी सत्याग्रहींसमोर त्याची बौद्धिकं होत. ही भाषणं प्रा. कुलकर्णी व सत्याग्रहात सामील झालेला संकीसुरी गावचा प्रा. वामन जोशी लिहून घेत असत अन् मग ती दुसऱ्या दिवशी दै. ‘आरोळी’मधून प्रसिद्ध केली जात असत! शेतकरी, शेती उत्पन्न, आपलं सरकार, त्याचं धोरण आदींबद्दल त्यात विवेचन असे. निगवणीच्या स्टॅण्डवरून निंबाळकर एजंटाकडून सायकलवाली पोरं हे अंक खेडोपाडी नेऊन खपवीत अन् मग घराघरांतून त्या भाषणाचं वाचन होई! ला आंदोलनानं काय पदरात पडलं आणि किती व कसं गमावलं, याचा विचार करण्याच्या अवस्थेत लोक अजूनही नव्हते!

आणि नेते मंडळी देखील हवेतच तरंगत होती. तुरुंगातून सुटून आल्यावर विजयी मिरवणूक निगवणीतून काढायची व सभा घ्यायची घाटत होतं, पण मॅजिस्ट्रेटने त्यावर बंदी घालून शेतकरी नेता कुलकर्णीला एक महिनाभर चिक्कवडी तालुक्यात प्रवेश करण्यास मनाई करणारा हुकूम बजाविला!

तसे गप्पगुमान कुलकर्णीला आपल्या गावी जावे लागले...!

'अरुणाटक स्टेट टोबॅको ग्रोअर्स मार्केटिंग ॲण्ड प्रोसेसिंग को-ऑप. सोसायटी लि.' या नावाच्या आपणच स्थापन केलेल्या फेडरेशनसाठी पंधरा कोटी रुपये मंजूर केल्याची घोषणा सरकारने केली, तरी प्रत्यक्षात पाच कोटींचा तंबाखू घेतला. एकूण उत्पादनाच्या केवळ पस्तीस टक्के ही खरेदी होती. सुरुवातीच्या काही दिवसांत ज्यांनी फेडरेशनला तंबाखू लावला, त्यांना दराच्या पंच्याहत्तर टक्के रक्कम ॲडव्हान्स म्हणून दिली गेली. नंतर हीच टक्केवारी पन्नास ते साठ टक्क्यांपर्यंत खाली आली! गावातील सहकारी संस्थांमार्फत हा व्यवहार करण्यात आला.

जीवजीभाय आपल्या कारने खेड्यापाड्यांवर फिरत तंबाखूचे बोद भरून सोसायटीकडे चाललेल्या एखाद्या बैलगाडीपुढे उभे राहून स्वतःचा फोटो काढून घेत. 'सोसायटीकडे लागलेला तंबाखूचा ओघ' अशा शीर्षकाने तो फोटो व बातमी जिल्हा पत्रातून छापून आणून स्वतःच्या प्रसिद्धीची विकृत हाव भागवून घेई! क्वचित जीवजीभायच्या कारमधून प्रा. कुलकर्णीही जाई. सोसायटीला तंबाखू घालण्याचा साग्रसंगीत समारंभही कुठे कुठे होई! यांची भाषणं होत, त्वरित जिल्हा पत्राहून ती छापूनही येत!

इकडे यांचे सत्कार-समारंभ वगैरे सुरू होते; पण तिकडे पिछाडीला सोसायटीच्या भिंताडाला तडे पडत होते, त्यातून तंबाखू उत्पादक कृषी संघटनेचं पाणी झिरपू लागलं होत... काही दिवसांतच धरणाऱ्या भिताडाचे हे तडे रुंदावत जाऊन असा धो-धो मुशिंडाच सुरू झाला आणि त्यात गेले काही महिने अहोरात्र राबून बांधलेलं शेतकऱ्यांच्या एकजुटीचं धरण कुठल्या कुठे वाहून गेलं! एखाद्या कार्यात स्वतःला अक्षरशः झोकून देणाऱ्या अनेक कार्यकर्त्यांची निरपेक्ष राबणूक व्यर्थ ठरून ही धरणफुटी झाली...!

असं का व्हावं?

लेखक राम मोहितेला या प्रश्नाची पराणी सारखी टोचत होती... आंदोलन सुरू झाल्यापासून तो अस्वस्थ होता... यावर परत लेखणी सरसवावी... खरं काय ते जगापुढे ठेवावं... !

पण ते छापायचं कुणी...? पुढाऱ्याचं बळ भाषणात, तसं लेखकाचं लेखनात! पण सारेच संपादक लोक आंदोलनाची तळी उचलून धरत होते. लेखनाची खुमखुमी असलेले अनेक अध्यापक त्यांच्या दैनिकांतून, साप्ताहिकांतून लिहीत होते, छापलेला लेख व स्वतःचं नाव पाहून मनोमन तृप्त होत होते..!

आणि या साऱ्या गदारोळात एखाद्यानंच विसंवादी सूर काढावा अन् तोही दुसरा-तिसरा कुणी नव्हे, तर ज्यानं तपापूर्वी व्यापाऱ्यांच्या पिळवणुकीवर पहिला आवाज उठविला, त्यानं? आंदोलनाविरुद्ध हा लिहितो, म्हणजे याला व्यापाऱ्यांनी पैसे देऊन मिंधं केलं...? राम मोहितेनं विचार केला, व्यापाऱ्यांचा चमचा म्हणून नाव बद्दू करून घेण्यापेक्षा तूर्त गप्प बसणंच शहाणपणाचं!

पण तो मनोमन घोकत होता, सत्य काय ते मी लिहिणारच; मग त्याचे परिणाम काहीही होवोत! हे सारं लिहिल्याशिवाय मी मरणार नाही, मला मरण येऊ नये...!

आंदोलन संपल्यावर त्यानं लेख लिहायला घेतला... किराणा दुकानाच्या व्यापातून फुरसत मिळेल तसतसा तो लिहीत होता.. लिहिताना मध्ये-मध्ये त्याला फ्रस्ट्रेशन यायचं, निराशा वाटायची, आंदोलनाबद्दल जी काही हवा उठविली गेली होती, त्याहून हे काही निराळं होतं... सत्याच्या जास्तीत जास्त जवळ जाण्याचा प्रयत्न होता; पण हे कोण छापणार...? कुणी संपादक हे हातीही धरणार नाही; या विचारानं तो अपसेट व्हायचा! तरीपण हे आपणालाच करायला हवे...! कुणी नाही छापेना का, पण लिहून तर ठेवू! आपण काय व्यापाऱ्यांचे मिंधे नाही, की जीवजीभायच्या बंगल्यात जाऊन पुख्खा झोडून, खिसे भरून आपण कधी बाहेर पडलो नाही! की सीमा संग्राम समितीचा आमदार बाबुकाकाचेही आपण काही देणे लागत नाही...! ! तर लिहायचंच...

मध्ये एकदा एका साखर कारखान्याच्या जीपमधून शेतकरी नेता उमेश कुलकर्णी निगवणी ओलांडून पुढे जात असता पंधरा मैलांवरील संक्कीसुरी गावी जीपचा लहानसा अपघात झाला. संक्कीसुरी कॉलेजमधला प्रा. वामन जोशी हा दै. 'नवप्रभा' व दै. 'आरोळी'चा स्थानिक वार्ताहर, त्याने हे वृत्त लगेच दुसऱ्या दिवशी दोन्ही पेपरात येण्याची व्यवस्था केली. त्या रात्री कुलकर्णी मुक्कामाला प्रा. जोशींच्या घरीच होता. गावातीलच एका गॅरेजमध्ये जीपची किरकोळ दुरुस्ती! करून घेण्यात आली व हे शेतकरी नेत्यांचे टोळके पुढे निघून गेले! पेपरातील बातमी वाचून लोक म्हणू लागले,

'आयला, खेड्यांवर इतका सारा बोंबबाज्या उडलाय, कुणी गोळीबारात मेल्यात, कुणाचं हात-पाय कापून काढाय लागल्यात, कुणाच्या सायकली, स्कूटरी, व्हिक्क्या अजून पोलिसांच्या ताब्यात हैत, ईचाराय गेल्यावर पोलीस सांगत्यात आजून' वरनं आर्डर याय् न्हाई म्हणं, ते परत करण्याची! परवाच ते सारं एका ट्रकात कोंबून तालुक्याच्या गावी न्हीवून टाकलं; म्हंजे ते तिथं उन्हावाऱ्यात भंगार झाल्यावर न्हायची आर्डर ईल!! त्याशिवाय, आजून खेड्यावरनी यस्ट्याबी चालू न्हाईत! लोकांचं हाल-हाल उडाल्यात; या साऱ्यांचा या पुढाऱ्यानं ईचार कराय नको? बातमीत यो म्हंतोय, 'लौकरच आपुन दौरा काढून सगळ्या खेड्यांना भेट देणार आहोत! म्हंजे घ्या! लोक मेल्यावर यो त्येंच्या मातींला हाजर व्हाणार!! आनी काल कसा गुपचूप या भागातनं पळाला! आकशीडेंट झाला, म्हणून तर हे सारं आम्हा सारख्यास्नी कळालं..! बघा, हे शेतकऱ्याचं पुढारी असलं, ते सरकार तसलं, खरंच शेतकऱ्यास्नी कोण वाली न्हाई!!'

जीवजीभायला विजयी सभा घ्यायची फार खुमखुमी होती! त्यांचा दुष्मन शेठ जयपुरीया व त्याचे तंबाखू व्यापारी बगलबच्चे यांच्यावर आपण फार मोठा विजय मिळविला, अशी एक त्यानं आपल्या मनात गोड समजूत करून घेतली होती. निगवणीच्या डावीकडे दोन मैलांवरच महाराष्ट्र हद्द सुरू होई. तिथे सभा घेण्यात आली. शेतकरी नेताही पाचारण केल्यावर अडीचशे मैलांवरील दूरवरच्या आपल्या गावातून आला! 'फेडरेशनमुळे तंबाखूचा सारा व्यापार आता शेतकऱ्यांच्या ताब्यात आला, तुम्ही ठरवाल तो दर आता तुम्हाला मिळेल; निगवणीतील व्यापारी पेढ्यांना टाळे बसेल व सारे व्यापारी माशा मारीत बेकार बसतील,' अशा आशयाची भाषणे सभेत करून टाळ्या मिळविण्यात आल्या. हजारभर लोक सभेला आले होते; पण दुसऱ्या दिवशी पाच-सहा हजारांच्या प्रचंड उपस्थितीत सभा झाली, म्हणून जिल्हा दैनिकांतून बातम्या प्रसिद्ध झाल्या!

निगवणीतील बागवान, अंडीवाले, लोणी, कुळती वगैरे विकत घेणारे, गूळ-मिरची विकणारे, अशा अनेक नित्योपयोगी जिनसांचा व्यापार करणारे लोक आजूबाजूंच्या खेड्यांवर आठवड्याच्या बाजाराला जात. अरगोळ रस्ता अजून एस. टी. सुरू न झाल्यामुळं बंद असला तरी पंधरा मैलांवरील मुरडवणेकडे गेलेला, महाराष्ट्र हद्दीतील रस्ता चालू होता. एस. टी. बसेस त्या बाजूला धावत होत्या. त्या भागातील तापशी, मुरडवणे, तारकोटी, सरडवणे आदी गावांतून आठवडा बाजार भरे व निगवणीतील व्यापारी तिकडे जात. हे सारे मुस्लिम बागवान होते...

तापशीचा बाजार शनिवारी भरे. हे सारे एस. टी. वर आपले बोजे टाकून निघाले. तिथे जाऊन बाजारपेठेत दुकाने मांडतात तोवर लोकांनी हल्लाच केला आणि या साऱ्यांना कुबलायलाच सुरुवात केली!

'साल्यांनो, प्रतिमोर्चा काढता काय? तुम्ही मोर्चा काढल्यामुळं पोलिसांच्या हातात आयतं कोलित मिळालं. दुसऱ्या दिवशी गोळीबार करायला कारण गावलं! परत या तर हिकडं, एकेकाचं हात-डोकं मोडूनच टाकताव्!'

साऱ्या बागवानांना, कासारांना, गारेगारवाल्यांना पळता भुई थोडी झाली!

विजयी सभेत पुढाऱ्यांनी आंदोलकांवर झालेल्या गोळीबाराबद्दल व्यापाऱ्यांच्या बरोबर या बागवानांनाही दोषी ठरविलं होतं! गोळीबाराच्या आदल्या दिवशी या बागवानांनीच मोर्चा काढला होता व जीवजीभायची फर्म, बंगला व प्रा. कुलकर्णींचं घर यावर दगडफेक केली होती, अशा अर्थाची भाषणं केली होती, त्यामुळे लोक बिथरले होते. ते आठवडा बाजाराची वाट पाहत होते आणि बागवान लोक आयतेच चालत त्यांच्या दारी गेले होते व हाडे मऊ करून घेऊन आले होते.

चार दिवसांनी मुरडवण्याचा बाजार. तो भाग काही तंबाखू पिकविणारा नाही, ऊस व भात पिकविणारा आहे; तिथले लोक आपणास काय करतात? अशा

विचारांनी काही बागवान बुधवारी मुरडवण्याला गेले. तिथेही लोकांनी त्यांना बडवून काढले! 'हाय अल्ला'करीत शेतकरी नेत्यांना शिव्या घालीत त्यांनी तिथून पळ काढला व कशीबशी निगवणी गाठली.

या फसलेल्या आंदोलनाबद्दल राम मोहिते लिहीत होता - आंदोलन का फसले? तो उत्तरे शोधीत होता. विचार कर-करून कागदावर लेखणी चालवीत होता.

या नेते मंडळींचं एकंदरच तंबाखू व्यवसायाबद्दलचं अर्धवट ज्ञान... पावसाळा तोंडावर आलेला, तंबाखू कापून, वाळवून घरी येऊन पडलेला. सभा, परिषदा, आंदोलनं आदींत एक-दोन महिने उडोलेले, त्यामुळे दाती मारायला हाती पैसा नाही, अशा स्थितीत पाच-दहा बोद तंबाखू पिकविणाऱ्या छोट्या शेतकऱ्यांच्या घरात काय दैना उडाली असेल याची कल्पना केलेली बरी! कुणाला आपल्या घरातील भांडी, तर कुणाला बायकांच्या गळ्यातील दागिने गहाणवट ठेवून चूल पेटवावी लागली.

सरकारी सोसायटीचे नियम फार जाचक होते. आपल्या खेड्यावरून पन्नास-साठ मैल दूर असलेल्या जिल्ह्याच्या गावी जाऊन संबंधित बँकेच्या अध्यक्षांची परवानगी आणावी, तेव्हा कुठे तंबाखूवर उचल मिळणार व तीवरही तेरा टक्के व्याज. सुरुवातीस ही उचल किलोस नऊ ते अकरा रुपयांपर्यंत होती. नंतर हाच आकडा तीन ते पाच रुपयांपर्यंत खाली आदळला! काही खेड्यांवर सोसायटीच्या कमिटीवर असलेले गावठी पुढारी स्वतःच्या थर्ड रेट तंबाखूला सात-आठ रुपयांपर्यंत उचल घेत व इतरांच्या एक नंबरी तंबाखूला चार-पाच रुपयांची उचल धरू लागले. तेव्हा काहींच्या कवट्याच सरकल्या व त्यांनी सरळ पूर्वापार मळलेली तंबाखू व्यापाऱ्यांच्या पेढीची वाट धरली.

ज्यांचा दोन-दोन, चार-चार लाखांचा तंबाखू प्रतिवर्षी होत होता, त्या बड्या शेतकऱ्यांच्या मनात एक अशी शंका आली की, सहकारी सोसायटीला आपण तंबाखू लावला व वर्षाला ही इतकी-इतकी रक्कम आपणास निव्वळ तंबाखूवर मिळतेय (त्याशिवाय उसाचा पैसा वेगळाच!) असं समजल्यावर सरकारकडून फुसुक्कदिशी एखादा नवीन कायदा निघायचा व टॅक्सचं एखादं नवं झेंगाट मागं लागायचं!

काही खेड्यांतून असं ठरलं की, कुणाला सोसायटीला तंबाखू द्यावयाचा असेल त्यांनी सोसायटीला द्यावा, कुणाला व्यापाऱ्यांना द्यायचा असेल, त्यांनी व्यापाऱ्यांना द्यावा! अशी सूट मिळाल्यावर बहुतेकांनी व्यापारी पेढ्यांचा रस्ता धरला! बड्या शेतकऱ्यांनीही उगीच चार-सहा बोद तंबाखू सोसायटीत ठेवण्याची 'शाळा' करून बाकीचा सारा व्यापाऱ्यांच्या वखारीत नेऊन लावला!

सहकारी सोसायटी स्थापन झाल्यावर देशातील लहान-मोठ्या बिडी फॅक्टऱ्यांचं गिऱ्हाईक, तसेच बिचाएत (बाहेरगावचे बडे व्यापारी) लोकांची रीघ सोसायटीकडे लागून निगवणीला तंबाखू व्यापार बंद पडेल, व्यापारी मरेल, अशी बालबोध समजूत श्री. कुलकर्णी ऊर्फ भारत यानी व सामाजिक बांधिलकीचा गोंडस शब्द कुरवाळत त्यांना साथ देणाऱ्या काही पांढरपेशा प्राध्यापकांनी का व कशी करून घेतली होती, ते काही कळत नाही! खरं तर, बिडी फॅक्टरीवाले, तसेच बिचाएत यांचे व व्यापाऱ्यांचे अनेक वर्षांचे हितसंबंध असतात; त्यामुळे पैशाच्या देण्याघेण्याच्या बाबतीत एकमेकांत अडकाअडकी झालेली असते. हे सारं एका झटक्यात संपवून कुणालाही तिसरीकडे जातो म्हटलं तर जाता येत नाही. अर्थात हे सारं धंदा-व्यवसाय थोडा-बहुत केलेले लोक ओळखू शकतात, पण कुठं तरी नोकऱ्या करीत पाट्या टाकीत राहणाऱ्यांना मात्र ही मेख समजत नाही...!

या तंबाखू धंद्याचा अभ्यास करण्यासाठी पुण्या-मुंबईकडील काही पत्रकार आलेले होते. पाच-पन्नास लोकांच्या मुलाखती घेतल्या म्हणजे अभ्यास झाला, असे होत नाही आणि मुलाखतीत सांगितलं जातं ते सारंच खरं समजणं, हा आणखीन बावळटपणा! तंबाखू धंदा हा एक विचित्र धंदा आहे, तिथे कुणाचे लाखाचे बारा हजार वा बारा हजारांचे लाख केव्हा, कसे होतील हे तुम्हालाच काय, पण त्यांनाही कळणार नाही. येथे भले-भले भिक्षापती झालेत व 'नोकरीवर तरी घ्या' म्हणून आलेले भिक्षापती लाखोपती झालेत! एकाच 'कलमा'च्या (हे 'कलम' म्हणजे लेखणी नव्हे एका शेतातला, एका शेतकऱ्याचा तंबाखू म्हणजे एक 'कलम.') उलाढालींत एकेकांनी जिंदगीची कमाई केली आहे, तर एकेकांनी तसल्याच उलाढालीत जिंदगीची कमाई घालविली आहे. जीवजीभायच्या बंगल्यावर पुख्खा झोडून त्याची बडबड ऐकली म्हणजे तंबाखूचा अभ्यास झाला होय लेको? इतकी जीवजीभायला तंबाखूची जाण आहे तर निगवणीतच निम्म्याहून अधिक काळ आयुष्य घालवूनही त्यानी तंबाखूचा व्यापार का केला नाही? हे पत्रकार लोक येथे काही अभ्यास करायला येतात की जीवजीभायच्या बंगल्यावर खादगी खायला, ते कळत नाही!

व्यापारी वर्षानुवर्षे तंबाखू शेतकऱ्यांची पिळवणूक करीत आले आहेत, हे सत्य ठाऊक असूनही शेतकरी पुनश्च त्या व्यापाऱ्यांकडेच तंबाखू घेऊन का जातात, हे एक कोडं आहे. कुणी आपलं टक्कुरं खाजवून सुटतं का पाहावं! तर तशी अनेक कोडी या व्यवसायात असून, त्यातील काही सांगितली तर बिडी ओढण्यापुरताही तुमचा तंबाखूशी संबंध येत नसला तरीही छान करमणूक होईल- आंदोलनाच्या वेळी तंबाखूला दहा, बारा व पंधरा रु. प्रती किलोस दर बांधून द्या म्हणणारे शेतकरी आता तीन ते पाच रु. किलोप्रमाणे व्यापाऱ्यांना तंबाखू आणून घालू लागलेत, हे त्यांना कसे परवडते? हेच लोक म्हणत होते, एक किलो तंबाखू उत्पन्न करायला कमीत

कमी अकरा-साडे अकरा रु. खर्च येतो; पण यांनीच एका वर्षी एक रुपयाला दोन ते अडीच किलो तंबाखूही विकला आहे, म्हणजे हे काय गौडबंगाल आहे?

हे एवढं सारं महाभारत घडूनही अजून शेतकरी म्हणत असतातच, 'तंबाखूएवढा पैसा दुसऱ्या कुठल्याही पिकात मिळत नाही.' म्हणजे घ्या; शेतकरी साहेबापाठी जाऊन, जीवजीभायच्या शेतातील हायब्रीडच्या लाल भाकरी व त्यासोबत झुणका खाऊन त्यांनी हे आंदोलन कशासाठी केलं? हे एवढे बळी देण्याची त्यासाठी जरुरी होती का? हात-पाय तोडून या एवढ्या लोकांना (तेही जागतिक अपंग वर्षात) अपंग करण्याची आवश्यकताच होती का? गोळीबारापूर्वी आलेल्या सरकारी शिष्टमंडळाशी वाटाघाटी करून, रक्त न सांडता आंदोलन मागे घेता आले नसते का? आता शेतकऱ्यांची इतकी वित्त-जीवित-हानी होऊन शेतकऱ्यांच्या पदरी असं काय मोठं फलित पडलं आहे? उलट, पूर्वीचीच, किंबहुना त्याहून जास्तच बिकट परिस्थिती. घायकुतीस आलेला शेतकरी स्वतःच्या पायांनी चालत व्यापाऱ्यांकडे जातो आहे व पडल्या आवाजात गळ घालतो आहे,

'अण्णा, माजं एवढं 'कलम' घ्या हो!'

'का रे बाबा, तुमचा त्यो जीवजीभाय मेला का?' वर गरगर फिरणाऱ्या पंख्याखाली, लोडाला टेकून आरामात बसलेला कल्लाप्पाण्णा म्हणतो, 'नि तुमचा त्यो बामण, त्यो साहेब...? त्यो पळाला का आपल्या गावाला? जावा की त्येच्याकडं तंबाखू घिऊन? न्हायतर तुमची ती सोसायटी हायच! ती तुमचं कल्याणच करायला निघालीया नि काय!!' असा तिरसक वार करण्यात अण्णाला एक वेगळंच अघोरी सुख वाटत असतं. 'जावा-जावा, तिकडंच जावा तंबाखू घिऊन! आमची खरेदी बंद झालीया! आम्हाला आता तंबाखू नको!!' हे अर्थात नाटक! समोरचा शेतकरी आता कैचीत गावलाय, जातोय कुठं? पैशाची त्याला अत्यंत जरुरी आहे, हे तर त्याच्या चेहऱ्यावरून दिसतंय! कडं करायचंच आपुन आता! अण्णा शिकारी अडाखें घालतो आहे! टाकलेलं जाळं आवळतो आहे...

'घरात जरा अडचण हाय अण्णा, डोईवर रीण हाय! आंदोलनात आम्ही बसलो तरी वरच्या मनानं. गावाबरोबर ऱ्हायाय् पायजे! गावाईरुद्ध जाऊन, चालतंय् अण्णा? आम्ही दुसरीकडं कुठं गेलो न्हाई पुडी घिऊन, तुमच्याकडंच का आलो?'

'बरं, तू एक म्हणून घेतो! दुसरा कुणी जर आस्ता तर पायरीबी चढू दिली नसती!' आणि समोरच्या शेतकऱ्याच्या सात पिढ्यांवर उपकार केल्याच्या आवाजात अण्णा म्हणतो, 'काढ काढ, श्यांपल पुडी तर काढ!!'

यावर शेतकरी हातातील पिशवीतून शॅम्पल पुडी काढतो व आप्रुवाईचा जिन्नस द्यावा तसा अण्णापुढे धरतो!

अण्णा पुडी हाती घेतो व ती उघडून बघायचंही कष्ट न घेता शेजारच्या बैठ्या

टेबलाजवळ बसलेल्या दिवाणजीला म्हणतो,

'शंकर, बघ बरं!! 'न् पुडी त्याच्या बाजूला सारतो...

दिवाणजी खिशातील बिडीबंडल काढतो, त्यातील एक बिडी उपसून तिचं वरचं तोंड काढतो. आतील सर्व तंबाखू खाली ओततो व तीत सॅम्पल पुडीतील तंबाखू बारीक करून भरतो न् मग वरच्या तोंडाला चुट्टे मारून ही नवी बिडी पेटवितो, एक-दोन झुरके मारतो न् बिडी विझवून टाकतो, मग काही वेळ त्याच्या व अण्णाच्या धोतरातील हालचाली चालू होतात. म्हणजे दोघांनी एकमेकांच्या हाताला हात धरायचा नि त्यावर धोतराचा शेव टाकायचा, एकमेकांच्या बोटांना बोट धरून सांकेतिक भाषेत तंबाखूचा दर सांगायचा! मग अण्णा म्हणणार,

'हं ऽ तर हा तुजा तंबाखू तीनच्या भावानं आम्ही घेतो बघ!'

'हे लैच कमी हुतंय्!!' रंजीस चेहऱ्यानं शेतकरी आणखीन दयनीय झालेला.

'बरं चार, हे लास्ट! या म्होरं एक पैसाबी न्हाई! आनी एक गोष्ट आम्ही काडी-माती धरणार न्हाई, तुमचा तुम्ही तंबाखू स्वच्छ करून इथे आणून घालायचा!'

'म्हंजे हो अण्णा?'

'म्हंजे पैलंगत आम्ही तुमच्या गावी तंबाखू न्हायला येणार नाही! कोण धोका पत्करणार? तिथं केव्हा काय होईल, सांगता येतंय्?' आणि अण्णा म्हणतो, 'तर असा स्वच्छ करून तंबाखू घिऊन ये, इथं वजन घाल, लगेच काट्यावर पैसे घे!'

लेखक राम मोहिते लिहीत असतो. लिहील तसं त्याला सुचत असतं! लेख वाढत असतो... त्याला आणखी एक उदाहरण आठवू लागतं - पांढरपेशा माणूस चार पैसे मिळवून जरा वरच्या वर्गात गेला की, कार घेतो व नंतर वर्षभर तरी आल्यागेल्याला सांगत राहतो, 'आम्ही कार घेतली!' पण हल्ली बड्या शेतकऱ्यांकडे सर्रास एक-दोन कार्स असतातच, (याशिवाय एखादुसरा ट्रक, तसेच ट्रॅक्टर ट्रॉली हे निराळेच कंत्राट) अशाच एका बड्या शेतकऱ्याच्या मुलाचं लग्न झालं. त्यानंतर एक-दोन महिन्यांतील गोष्ट. आपल्या चार-पाच मित्रांसह तो चहासाठी म्हणून निगवणीला आला; तिथे टूम निघाली, कुबलापूरला चिवडा चांगला होतो, चला, तिकडेच जाऊ आणि तशीच कार त्यांनी तिकडे पळविली. कुबलापूर आल्यावर दोस्त म्हणाले, 'लेका, आता पुण्यालाच जाऊ! लग्नाची पार्टी तिथंच दे चल आम्हाला!' तशीच कार मग पुण्याला! पुणं आल्यावर हे म्हणाय् लागले, 'आता येथून मुंबई किती दूर? चला, मुंबईलाच जाऊ!' आणि तडक मग मुंबईच! तिथल्या एका अलिशान हॉटेलात राहून, आठवडाभर जिवाची मुंबई करून, हजारो रुपये उडवून ही शेतकऱ्यांची पोरं परत गावी आली!

राम मोहिते असं बरंच काही लिहीत असतो. लेखाची लांबी वाढतच असते.

एखादं मराठी साप्ताहिक अर्ध-अधिक भरेल एवढा लेख होत असतो... अन् मग तो शेवटचा परिच्छेद लिहू लागतो -

निगवणीपासून पंधरा मैलांवर महाराष्ट्र सीमेजवळ धनगरवाडी नावाचं गाव आहे. तिथे दसऱ्यानंतर सातव्या दिवशी हालसिद्धाप्पाची जत्रा भरत असते. या जत्रेचं एक मोठं वैशिष्ट्य म्हणजे 'भाकणुकी!' म्हणजे पुढील वर्षाचं भविष्य-कथन! या 'भाकणुकीत 'तंबाखूचा बंबाखू होईल!' हे वाक्य प्रतिवर्षी असतेच. प्रतिवर्षीच व्यापाऱ्यांकडून शेतकऱ्यांची पद्धतशीर लुबाडणूक होत असते व 'तंबाखूचा बंबाखू' केला जातो. (बंबाखू म्हणजे तंबाखूच्या तळात मुळावर उगविणारे मोड, Striga, त्यामुळे तंबाखूच्या पिकाला मार बसतो!) या वर्षी त्यात आंदोलनाची जरा वेगळ्या प्रकारची भर पडून 'तंबाखूचा बंबाखू' केला गेला, म्हणजे तंबाखूच्या पिकाला व तो पिकणाऱ्यालाही मार दिला गेला! त्याची ही पाचा उत्तराची कहाणी साता उत्तरी सफळ संपूर्ण!!'

मृतांच्या कुटुंबीयांना पाच हजार व जखमींना एक हजाराची मदत सरकारने जाहीर केली...

अखेर एकदाचे 'साहेब' ऊर्फ शेतकरी नेते कुलकर्णी निगवणी भागात येते झाले अन् अर्थात जीवजीभायच्या कारमधून खेड्यांवर दौरा सुरू केला, जखमींची विचारपूस; मृतांच्या घरच्यांना भेटणे, सांत्वन करणे व शेवटी सभा असा एकंदर कार्यक्रम असे. सभेत सांगितले जाई,

'सरकारने जरी हुतात्म्यांच्या कुटुंबीयांना पाच हजारांची मदत देऊ केली असली तरी ती कुणीही स्वीकारू नये! आम्ही आमच्या 'कृषी संघटने'तर्फे निधी जमवून प्रत्येक हुतात्म्याच्या कुटुंबीयांना, पंच्याहत्तर हजार रुपये लवकरच देणार आहोत. आपणही या निधीस हातभार लावण्यासाठी विकल्या गेलेल्या तंबाखूच्या किलोमागे एक रुपाया काढून बाजूला ठेवावा व जमलेली रक्कम संघटनेला द्यावी...'

पण या आवाहनाला म्हणावा तसा प्रतिसाद मिळाला नाही, सरकारतर्फे घोषणा वेगळीच झाली असली तरी प्रत्यक्षात मृतांच्या कुटुंबीयांच्या पदरात दोन-अडीच हजार रुपये, तर जखमींना अडीचशे ते पाचशे रुपयेच मिळाले...!

बिरनोळी गावच्या वीरसेन चौगुलेने आपल्या पंचक्रोशीत बऱ्यापैकी निधी जमविला होता. तो तालुका बोर्डाचा अध्यक्षच असल्याने रक्कमही चांगली जमली ती त्याने 'कृषी संघटने'कडे न देता बिरनोळीत एक समारंभ घडवून आणून मृतांच्या कुटुंबीयांना व जखमींना वाटण्याची तयारी चालविली! आपण आपले वजन खर्च घालून निधी जमविलाय! नि तो कृषी संघटनेकडे द्यायचा म्हणजे त्या येडपट जीवजीभायकडे द्यायचा! मग खेड्यापाड्यांवर तो वाटत फिरणार व आपली पद्धतशीर जाहिरात करून घेत राहणार! वीरसेनला हेच नको होतं.

आता संघटनेत फूट पडल्याचे जगजाहीर होणार, या भयापोटी जीवजीभाय त्वरेने नाक घासत स्वत: होऊन बिरनोळीला गेला. चार मध्यस्थ घालून समेट घडवून आणला. समारंभ बिरनोळीलाच व्हावा, मदतीची रक्कमही वीरसेन चौगुलेनेच वाटावी; पण समारंभाचं अध्यक्षस्थान मात्र जीवजीभायला द्यावं...!

त्याप्रमाणे समारंभही पार पडला; पण याबाबत उलट-सुलट प्रसिद्ध झालेल्या वार्तांमुळे संघटनेस तडा पडलाय हे चाणाक्ष लोकांनी त्वरित ओळखले!

वीरसेन चौगुले हा स्वत:ही तसा महत्त्वाकांक्षी होता. येत्या इलेक्शनला काँग्रेसचं तिकीट याला दिलं जाईल, अशी बोलवा होती. इलेक्शनचा लाखोंचा खर्च सोसण्याइतकी त्याची कुवत होती. केवळ मुलग्याच्या बारश्यात याने लाखावर खर्च केला होता, असा हा हावळ्या होता! आंदोलनात भाग घेऊन पंधरा दिवसांचा तुरुंगवास भोगल्याने त्याच्या नावामागे आता एक प्रकारचे वलयही तयार झाले होते. तुरुंगात असताना त्याने सत्याग्रहींना तीनशे मैलांहून अधिक दूर असलेल्या आपल्या गावाहून अनुरग्याच्या जेलमध्ये सर्वांना जेवण मागविले होते; त्याच्या ट्रकमधून ते तेवढ्या दूर पोहोचहीं करण्यात आले होते.

शेठ जयपुरीया व जीवजीभाय यांच्या छुप्या संघर्षात वीरसेनच्या रूपानं एक तिसरीच शक्ती उभी ठाकण्याचं भय जीवजीभायला सतावीत होतं...! की, संघटनेत फूट पाडण्याची शेठजींचीच ही सारी कुटील कारस्थाने...? या वेळीही तो आपणावर मात करणार का? जीवजीभाय गोंधळून गेला होता..!

फेंडरेशनवर नेमलेले लोक खरेदी केलेल्या तंबाखूला गिऱ्हाईक शोधण्यासाठी विमानाने कलकत्ता, मद्रास, मुंबई व तिथून नागपूर अशा हवेतून चकरा मारीत होते, अलिशान हॉटेलांतून उतरत होते व फेडरेशनचा पैसा हजारोंच्या रूपात उडवून टाकीत होते. 'या तंबाखूला कुठेच गिऱ्हाईक नाही,' म्हणत हात हलवीत परत येत होते!

'फेंडरेशनकडे टेस्टर (शॅम्पल पुडीतील तंबाखूची बिडी करून ती ओढून, तंबाखूची प्रतवारी ठरवून त्यांचे दर निश्चित करणारे) होते ते पैसे खायला सोकावले होते. किलोमागे त्यांना अमूक इतके कमिशन दिले तरच ते तुमच्या तंबाखूला योग्य भाव देणार, अशी वदंता शेतकरी वर्गात पसरली होती! फेडरेशनवर असलेले लोक हे बडे शेतकरीच होते. त्यांची अनेक भ्रष्ट प्रकरणं गावोगाव चर्चिली जात होती. आपला थर्ड क्लास तंबाखू सोसायटीला लावून नंबर एकच्या

तंबाखूचा दर उकळणे, आपल्या मर्जीतल्या, पुठ्ठ्याखालच्या लोकांना वाजवीहून जास्त दरदाम देणे वगैरे प्रकार चालू झालेत, अशी आवई सर्वत्र पसरली होती!

'आयला, एवढं लोक मेलं, त्येंची तर यांना आठवण हाय का? सरकारी पैशाचं तीन तेरा, नऊ अठरा करायचं चाललंय्!'

'पाच कोटीचा तंबाखू सोसायटीनं खरेदी केला म्हणून पेपरात परवा छापून आलं, आता यो तंबाखू विकून पाच कोटींवर येनी किती फायदा मिळवून देणार हैत सरकारला?'

'फायद्याची गांड कूट! मुद्दलाला मुद्दल पाच कोटोबी मिळायची मुश्कील! कारण त्या तंबाखूला गिऱ्हाईक न्हाई म्हण'

'म्हंजे शेतकरी आगीतनं उठून फुपाट्यात पडला म्हणायचा! शेतकऱ्यांस्नी जी उचल दिली, तिच्यावर व्याज सुरूच हाय. तंबाखू ईकल्यावर ते व्याज कापून घेऊन उरलं तर पैसं आमच्या हातावर पडायचं; आनी आता तर सोसायटीनं तंबाखू घेणंच बंद करून टाकलंय! म्हंजे उरलेल्यांनी काय करायचं?'

'त्येंनी जायाचं परत दंडवत घालवत निगवणीला, व्यापाऱ्याचं पाय धराय 'शेठजी माजा तंबाखू घ्या! अण्णा, एवढं कलम घ्या नि माजी मान सोडवा' म्हणत! म्हजे या आंदोलनानं उलट या व्यापाऱ्यांचा फायदा झाला म्हणायचा! काडी-माती कांडून, तंबाखू सोच्छ करून आम्ही न्हिवून त्येंच्या वखारीत त्यो पोच करायचा. म्हंजे त्येंचं निम्म काम हालकं झालं, आनी कितीतरी पैसे वाचलं! पैलं आमच्या गावात, घरापुढं ट्रक आणून व्यापारी तंबाखू न्यायचं; आता आम्ही त्यो न्हिवून घालायचा म्हंजे त्येंचं ट्रकभाड्याचं पैसे वाचलं नि काडी-माती आम्हीच काढून द्यायची वर आनीक्! पैलं हे काम बखारीतल्या मजूर बायका करायच्या, त्येला दोन-चार रोज लावायच्या, म्हंजे व्यापाऱ्यांचा तेवढा पगारबी वाचला! कितीएक खेड्यांवर येंची तंबाखू खरेदी, म्हंजे किती हजार वाचलं बघा की!! आँ? का येंच्या माड्या उठू नेत? का येंची वाडीदिडी हूने ?'

'आनी आमचं ये पुढारी! तंबाखूतलं झेटाचंबी गिन्यान न्हाई येनला, आनी हे चालले निगवणीतला तंबाखू येपार बंद पाडायल! व्यापाऱ्यांच्या दुकानास्नी-वखारीस्नी कुलपं लावायला !!'

'त्या जन्ता कोर्टात या येपाऱ्यांची काय-काय आबरू काढली येंनी! लेकानू, ज्यो येपार करतोय त्यो कमरंचं आधीच गुंडाळून ठेवतोय; त्येची काय आबरू काढता! बुडाबुडी बक्कल पैसा झाला, आनी आपलं चोमनं उड्या मारीत आसलं की माणूस तमाशात जाऊन दौलतजादा करणार, नायकिनी नाचिवणार नि आपल्या वखारीतल्या देखण्या बायका अंगाखाली घालाय बघणार! त्यास्नीबी पैशाची चटक लागती, त्या जात्यात; मग त्या तिथं जाऊन त्येचं चोमनं चोखत ऱ्हातील न्हायतर आनी काय व्हाव ते करतील; तुम्ही आम्ही बोंबलून हे थोडंच बंद हुणार हाय !! गब्बरगंड पैसा मिळवायलाबी करतुक लागतं! आसा माणूस मग ख्यालीखुशाली करीत ऱ्हाणारच !'

खेड्यांवरील पटकं व टोप्या बोलू लागल्या होत्या.. आंदोलनानं निर्माण केलेली हवा विरू लागली होती...

लेखक राम मोहितेचा लेख पूर्ण झाला होता. दोन-चार साप्ताहिकांना त्यानं पत्रं पाठविली होती. केवळ एकाचं उत्तरं आलं होतं, 'अवलोकनार्थ लेख पाठवून द्या. वाचून पाहू, मग निर्णय घेऊ!' राम मोहितेनं लेख पाठवून दिला.

आंदोलन काळात लिहिलेली आपली डायरी पुस्तकरूपाने प्रसिद्ध व्हावी म्हणून अरगोळचा नवोदित लेखक कवी मधुकर आनुसे हाही प्रयत्नशील होता. त्याच्या 'साहेबा' ने, शेतकरी नेता कुलकर्णींने सांगितले होते, 'माझ्या ओळखीचे दोन-चार प्रकाशक पुण्यात आहेत. डायरीसाठी मी प्रयत्न करतो.' जीवजीभायनेही 'कुणाला तरी सांगून प्रसिद्ध करू' म्हणून त्याच्या तोंडावरूत हात फिरविला होता; पण कुठेच अजून ढिगाळ टेकत नव्हतं!

अरगोळ भागात एकदाची एस. टी. वाहतूक सुरू झाली. एक प्रकारे हा अघोषित सरकारी 'रास्ता बंद' होता. आंदोलकांनी निगवणी शहराची जशी गळचेपी केली होती, तशीच काहीशी अवस्था या काळात अरगोळ अदलगा भागातील खेड्यांवरील हजारोंची झाली होती!

सुरुवातीचा आठवडा, खबरदारीचा उपाय म्हणून एस. टी. तून रायफलधारी दोन-चार दोन-चार पोलिसही जात.

'खेड्यावरचं वातावरण निवळलंय पोलीस बंदोबस्त काढून घ्यायला आता हरकत नाही!' असा निर्वाळा ड्रायव्हर-कंडक्टरनी दिल्यावर मग एस. टी. गाड्या धीटपणे तशाच धावू लागल्या...!

'आठवड्याच्या बाजारला निपाणीचे व्यापारी नि बागवानं आलीती तवा त्येंनला मारहाण केलासा! आता जावा निगवणीला; त्याचा वजावटा काढत्यात का न्हाई बधा!' खेड्यावरचे लोक बोलत.

त्यामुळे कुणी निगवणीला यावयास धजावत नव्हते आणि आलेच तर पटके घरातच खुंटीला अडकवून, डोकीला टोपी घालून व ती नसेल तर चपचपीत तेल लावून व डोईवर 'जंगल' असेल तर ते व्यवस्थित विंचरून, परीटघडी कपडे घालून आपण खेडूत दिसणार नाही, याची दक्षता घेत सारेजण येत! आणि मग गावी परत आल्यावर फुशारकीवजा आवाजामध्ये सांगत राहत,

'निगवणीत सारं काई आलबेल हाय! मी जाऊन आलो न्हवं, आता येच. कुठं केसाला तरी धक्का हाय का माज्या! पन आपलं गावच पडलं इदरकल्याणी. एवढ्या लाठ्या-गोळ्या खाऊन लोकांच्या सोबावातली खोड गेलीया? च्याभनं उगचंच न्हाई त्या वावड्या उडीवत्यात झालं!!'

'दूध आंदोलनाकरिता पहिले पाऊल म्हणून महाराष्ट्रात सगळीकडे एक दिवस

‘रास्ता रोको’ आंदोलन करावे; खेड्या-खेड्यांवरील जनतेने आपल्या गावाजवळून जाणारे रस्ते बंद पाडावेत, असे आवाहन शेतकरी नेता उमेश कुलकर्णीने केले आणि इकडे अरुणाटकातील सीमा भागातील जीवजीभाय, प्रा. कुलकर्णी, दत्ताराम पांगवणे, प्रा. वामन जोशी आदींना कळवले. ‘महाराष्ट्रात लवकरच उभ्या राहणाऱ्या दूध आंदोलनाला पाठिंबा दर्शविण्यासाठी तिकडे निगवणी सीमा भागात एका दिवसासाठी ‘रास्ता रोको’ करण्याचे आवाहन आपण तंबाखू उत्पादक शेतकऱ्यांना करावे.’

पण एकाही गावाने एक दिवसाचा हा ‘रास्ता रोको’ केला नाही. काही गावचे लोक तर स्पष्टच म्हणाले,

‘निषेध म्हणून आम्ही व्हावं तर दिवसभर चावडीपुढं बसून ऱ्हावू; पन यो ‘रास्ता रोको’ नको!’ आता लोकांनाही ठाऊक झालं होतं - हे पुढारी दानीला आम्हाला देऊन आपण नामानिराळे राहतात! परवा लाट्या, गोळ्या खायाला किती पुढारी हजर होतं? सगळं त्येच्या बायली आपापली कातडी बचावून लांब लांब! म्हणं कुलकर्णी साहेबाला आधी अटक करून न्हेलं! हे खरं कशावरनं! आँ? बरं, खरं धरलं तरी बाकीचं सारं पुडारी पटापटा गाडीत का बसलं? चार-दोन मागं ऱ्हायचं व्हतं! आनी स्टेजवर नाचणारा तो जीवजीभाय...! त्यो तर त्येच्या मारी पळाला तवा महाराष्ट्र हद्दीत! आनी मग उरली लोकं; ती चांगलीच गावली दानीला... पोलिसांच्या!

दूध आंदोलन, म्हणजे आज ना उद्या ही झळ आपल्याही बुडाला बसणार, या जाणिवेने आता कुठे पुण्या-मुंबईच्या दैनिकांचे संपादक उमेश कुलकर्णीविरुद्ध खास अग्रलेख लिहू लागले-

‘भारत कुलकर्णीची ‘इंडियन’ – शेती.’

‘शेतकरी नेते श्री. उमेश कुलकर्णीच्या बहुतेक भाषणांत ‘भारत’ विरुद्ध ‘इंडिया’ ही भाषा असते. कोण ‘इंडियन’ व कोण ‘भारतीय’ हे टाचा घासत मरणारे व सरणावर गेले तरी कर्ज न फिटणारे दुर्दैवी जीव विसरून आम्ही शेतीमालाच्या रास्त किमती हा भारतीय शेतीचा मूलभूत प्रश्न मानणार! ही भाषा कुणाची? हे प्रतिनिधित्व कुणाचे?

‘देशातल्या शेतजमिनीच्या एकूण तुकड्यांपैकी अंदाजे ८४ टक्के तुकड्यांवर राबणाऱ्या छोट्या शेतकऱ्यांची शेती किफायतशीर कशी होईल, त्याला वर्षभर दोन्ही वेळेला, दोन घास कसे मिळतील त्याचा विचार हा आजचा निकडीचा प्रश्न आहे. बाजारपेठेचा अभ्यास करून कोणते पीक घ्यावे, याचे मार्गदर्शन या छोट्या शेतकऱ्यांना करायला हवे आहे. एकदा बटाट्याच्या मागे लागले की बटाटा, उसाच्या मागे लागले की ऊस, कांद्याच्या मागे लागले की कांदा, कापसाच्या मागे लागले की कापूस नि तंबाखूच्या मागे लागले की नुसता तंबाखू! भाव पडले की ‘रास्ता रोको!’ हे शेतीतलं अराजक झालं. ही काही शेतीची व्यवस्था नव्हे... बिहारमध्ये काही महंतांकडे शंभर ते

दहा हजार एकरांपर्यंत जमीन आहे, असे श्री. अरुण सिन्हा यांनी सांगितले आहे. (संदर्भ, टाईम्स ऑफ इंडिया, १८ डिसें. ८७) कुलकर्णी हे पाहू शकत नाहीत. त्यांना भूमिहीन शेतमजूर दिसत नाही. त्यांना अन्याय्य जमीनवाटप दिसत नाही. कमाल जमीन धारणा कायद्यामुळे मिळालेली वरकड जमीन ज्या गोरगरिबांना मिळाली ते शेतीसाठी पैसा नाही म्हणून ती विकत आहेत, हे त्यांना दिसत नाही. त्यांची वीस-एक एकरांची शेती हे घडविते आहे...' वगैरे.

'दूध आंदोलनामुळे दुधाच्या किमती वाढणार व शहरातील मध्यमवर्ग व गोरगरीब आणखीन भरडला जाणार! तसेच गरिबांच्या मुलाबाळांना भविष्यकाळात दूध पिण्यासही मिळणे कठीण होऊन बसेल, याचा विचार शेतकरी नेते कुलकर्णींनी केला आहे का?' असाही सूर काहींनी लावला... तर काही संपादकांनी अर्थतज्ज्ञांकडून 'शेती, शेतीमाल व त्याचे बाजार मूल्य' यावर खास लेख लिहून घेऊन, ते प्रसिद्ध करून कुलकर्णींचे सारे तर्कट व शेतीविषयक ज्ञान कसे चुकीचे आहे, ते दाखवून देण्याचा प्रयत्न केला!

उमेश कुलकर्णी, जीवजीभाय, प्रा. कुलकर्णी, प्रा. वामन जोशी, दत्ताराम पांगवणे आदी तीस लोकांवर खुनाचा प्रयत्न करणे, डाके घालणे, मारामाऱ्या करणे, धमक्या देणे, दहशत बसविणे वगैरे आरोप ठेवून निरनिराळ्या कलमांखाली अरुणाटक शासनाने खटले भरले होते... तालुक्याच्या गावी, चिक्कवडीच्या कोर्टात या खटल्याची पहिली तारीख पडली होती; तिला उपस्थित राहण्यासाठी उमेश कुलकर्णी निगवणी भागात परत येणार होता. त्या दिवशी दुपारी तीन-चारच्या सुमारास या भागातील खेड्यापाड्यांवरील साऱ्या कार्यकर्त्यांची मीटिंग घ्यावयाची व तीत उमेश कुलकर्णींना 'कृषी संघटने'च्या पुढील कार्यक्रमाबद्दल मार्गदर्शनपर भाषण करायला लावायचे; असे जीवजीभाय व प्रा. कुलकर्णी आदींनी ठरविले.

दूध आंदोलनाच्या एका दिवसाच्या 'रास्ता रोको'च्या आदल्याच रात्री अरुणाटक सरकारनं निगवणी भागातील प्रमुख शेतकरी पुढारी व कार्यकर्ते यांची धरपकड करायचे ठरविले... खेड्याखेड्यांवर जीप्स सुटल्या. प्रमुख लोकांना अटक करून आणण्यात आलं. मग निगवणीत काही पोलिस प्रा. कुलकर्णींच्या घराकडे व काही जीवजीभायच्या बंगल्याकडे त्यांना अटक करावयास गेले. बंगल्यावर जीवजीभाय नव्हता, तो तेव्हा आपल्या फर्ममध्ये होता. पोलिस फर्मकडे येऊ लागले.

'ट्रिंग ट्रिंग...!' फर्ममधील फोन खणखणला...

फर्मचा मॅनेजर देशपांडे याने फोन उचलला.

'हॅलो ऽ कोण बोलतं?' त्यानं विचारलं.

'मी अरुंधती. आपण कोण?'

'मी देशपांडे!'

'पप्पा तिथं आहेत?'

'आहेत! 'नि देशपांडेने विचारलं, 'काय विशेष?'

'आताच पोलीस इथे येऊन गेले. पप्पांची चौकशी करीत होते. उद्याच्या 'रस्ता रोको' संदर्भात त्यांना अटक होणार, अस एकंदरीत चिन्ह दिसतं आहे.'

'बरं, मी सांगतो त्यांना !' आणि देशपांडे फोन खाली ठेवीत समोरच लोडला टेकून बसलेल्या जीवजीभायला म्हणाले, 'घराकडून फोन आला होता. पोलिस आपणाला शोधत बंगल्यावर गेले होते. उद्याच्या 'रास्ता रोको'पूर्वी आजच पुढाऱ्यांना अटक करायचं बहुधा ठरविलेलं दिसतं आहे! पोलीस आपणास शोधत बहुधा इकडंच येत असणार...!'

जीवजीभायने त्वरित मनाशी निर्णय घेतला, ही अटक चुकवायची. पोलिसांच्या हाती आपण घावायचं नाही! ड्रायव्हरला हाक मारून त्यांनी हुकूम सोडला,

'फर्मच्या पिछाडोला आपली कार लपव. चल, जल्दी कर!'

तसा ड्रायव्हर बाहेर पडला; तेवढ्यात पुन्हा फोन वाजला. देशपांडेने रिसीव्हर उचलला व विचारलं,

'हॅलो ऽ कोण बोलताहात आपण?'

'मी कुलकर्णी बोलतोय...'

फोन कुणाचा आहे हे जीवजीभायला कळावं, या चलाख उद्देशाने कुलकर्णी म्हणजे दुसरा तिसरा कुणी नसून प्रा. कुलकर्णीच आहे, हे ओळखूनही विचारलं,

'प्रा. कुलकर्णी का?' आणि त्यानं बोलक्या नजरेने जीवजीभायकडं पाहिलं - 'काय सांगू?' ती नजर जीवजीभायला विचारीत होतीं.

तिचा भावार्थ ओळखून जीवजीभायनं उजवा पंजा किडबिडं हलवावं, तसा हलविला व मी येथे नाही, म्हणून सांगायला खुणावलं...!

'होय, मी प्रा. कुलकर्णीच!' पलीकडून स्पष्टीकरण आलं व पृच्छा झाली 'जीवजीभाय आहेत का?'

'नाहीत.'

'बरं, ते आले म्हणजे, त्यांना सांगा की, पोलीस अटकेसाठी इथं आले होते आणि मी स्वतःला अटक करून घेत आहे.'

'अच्छा, अवश्य सांगेन!' देशपांडेने रिसीव्हर खाली ठेवला व म्हटलं, पोलिसांनी त्यांना अटक केलीय, आपण आल्यावर कळवा, असा त्यांना फोन होता!'

'बरं!!' जीवजीभाय म्हणाला, कुणी चौकशी केली तर 'मी इकडे आलो नाही; कुठे आहेत तेही ठाऊक नाही, असं सांगायचं. काय?'

'ठीक!!'

'चलतो मी...!' म्हणत जीवजीभाय फर्मपुढील पटांगणात आला.

ड्रायव्हर गाडी लपवून नुकताच आला होता. त्याला त्याने म्हटलं,

'चल, जाऊ!!'

तसा ड्रायव्हर पाठोपाठ चालू लागला... फर्मच्या पिछाडीस निंबाळकर सरकारांचा वाडा होता, तिथं त्वरेने जीवजीभाय गेला. वाड्यात विक्रमसिंहराव निंबाळकर होते. त्याना जीवजीभाय म्हणाला,

'सरकार, वाड्यात आज रात्रीपुरता आम्हा दोघांस आश्रय द्या. उद्या सकाळी आम्ही निघून जाऊ!!'

'आत आबासाहेबांच्या बरोबर तहसीलदारसाहेब भोजन घेत आहेत; आपण थोडा वेळ बागेतल्या पर्णकुटीत थांबा; ते निघून गेल्यावर मी आपणास निरोप पाठवितो...!'

'अच्छा!'

तहसीलदारसाहेब जेवून गेल्यावर वाड्यातच जीवजीभायने ड्रायव्हरसह रात्र काढली.

सकाळ उजाडली. वाड्यातून एक गडी पाठवून स्टॅण्डवरून एक टॅक्सी मागविण्यात आली. तीत बसता-बसता आपल्या ड्रायव्हरला जीवजीभाय म्हणाला,

'पांडू, तू घरून अंघोळ वगैरे उरकून फर्ममध्येच थांब. गाडी लागली की मी निरोप पाठवीन, तिथे मग ये!'

'बरं!' म्हणून ड्रायव्हरने मान डोलावली.

आणि मग टॅक्सी निघाली. गावच्या वेशीत आल्यावर जीवजीभायने आपल्या शेताकडे गाडी वळवायला सांगितली. दीड मैलावर नायकवाडी होती, तिच्या पुढेच मुरडवणे रस्त्याला त्याचं शेत होतं. शेतात तो थोडा वेळ थांबला'; पण तिथेही त्याला सुरक्षित वाटेना, कारण शेत अरुणाटकच्या हद्दीत. आपला तपास घेत पोलीस तिथे आले तर काय घ्या! तेव्हा त्यानं तिथून पुढे दीड मैलावरील लिंबनूर या महाराष्ट्राच्या हद्दीत जाण्याचा निर्णय घेतला. शेतात कायम दोन-चार गडी असतच. एक गडी सोबत घेतला आणि तो लिंबनूरचा निघाला, पण अर्धा मैल अंतर काटून होतंय तो टॅक्सीतलं पेट्रोल संपलं व ती बंद पडली. ड्रायव्हर कुरकुरत म्हणाला,

'मी तर काय करणार? कुठं जायचं हाय त्येची मला कल्पना दिली न्हाई! लोकल भाडं हाय, म्हणून मी तसाच आलो. नपेक्षा अधिकमाप पेट्रोल घेतलं नरतं?'

हे चोरून पलायन. कुणाला कशी कल्पना द्यायची? त्यामुळं जीवजीभाय म्हणाला,

'बरं, असो! आता असे करा, आगचा हा गडी इथे तुमच्या कारच्या रखवालीसाठी ठेवतो; तुम्ही एखादी गाडी इथे थांबवून निगवणीला जा. आमच्या फर्ममध्ये जाऊन तुमच्या टॅक्सीचं भाडं घ्या व आमच्या ड्रायव्हरला आमची गाडी घेऊन लिंबनूरला

यावयास सांगा, काय?'

'अच्छा!!' म्हणून टॅक्सीवाल्यानं मान डोलावली.

मग जीवजीभाय आपल्या गड्याला म्हणाला,

'हे बघ हरिबा, आपली गाडी घेऊन पांडू येईल तेव्हा त्याला सांग - मी लिंबनूरच्या चावडीत जाऊन बसलोय म्हणून!'

'बरं सांगतो!' गडी म्हणाला.

आणि जीवजीभाय चालतच लिंबनूरची वाट तुडवू लागला... आता मैलभर तर अंतर उरलंय; जाऊ एवढ्यात!

लिंबनूर कुबलापूर जिल्ह्यातील देवल तालुक्यात येत होतं. चावडीत या वेळी फौजदार माधवराव माने तळ ठोकून होता. जीवजीभायच्या तो ओळखीचा. तो म्हणाला,

'कृषी मंत्र्याचा दौरा या भागात आहे. बंदोबस्तासाठी मी आलोय. आज 'रास्ता रोको' इकडे महाराष्ट्रातही चालू आहे. ज्या ज्या नेत्यांना अटक करावयाची 'वरून ऑर्डर आलीय; त्या यादीत आपलंही नाव आहे. तेव्हा आपण शक्यतो लवकर येथून जावं, हे बरं; नपेक्षा मला तुम्हाला अटक करावी लागेल! अखेर, ही ड्यूटी आहे ना!'

'आता थोड्याच वेळात निगवणीहून माझी गाडी घेऊन ड्रायव्हर येईल, तीतून मी निघून जाईन. आपण काळजी करू नये!'

आणि मग ड्रायव्हर गाडी घेऊन आल्यावर तीतून जीवजीभाय कुद्री साखर फॅक्टरीपुढील रोडने कुबलापूरकडे निघून गेला होता...!

कुबलापूरमध्ये त्याच्या फर्मची शाखा होती. ती रात्र त्याने तिथे घालविली व दुसऱ्या दिवशी अटक केलेल्या कृषी संघटनेच्या लोकांची सुटका झाल्यावर त्याने कुबलापूर सोडलं होत व निगवणीकडे प्रस्थान केलं होतं!

'या घटनेमुळे निगवणी भागातील संघटनेच्या कार्यकर्त्यांत, विशेषत: प्रा. कुलकर्णी, प्रा. वामन जोशी वगैरे चलाख लोकांच्या मनात जीवजीभायबद्दल विकल्प निर्माण झाला! 'रास्ता रोको'च्या काळात सारे रस्त्यावर झोपत, तर जीवजीभाय मात्र पहाटेचे दोन-तीन झाले तरी झोपायला आपल्या कारने बंगल्याकडे जाई. याबद्दल एक कुरकूर होतीच; त्यानंतर अटक चुकवून पळ काढला, हे दुसरे कारण घडले होते...

तरी पण खटल्याच्या तारखेला हजर राहण्यासाठी उमेश कुलकर्णी येणार आहे, म्हटल्यावर प्रत्येक खेड्यावरील चार-पाच, चार-पाच लोक आले होते. उमेश कुलकर्णी, जीवजीभाय, प्रा. कुलकर्णी व खटले भरण्यात आलेले इतर कार्यकर्ते चिक्कवडीला कोर्टात हजर राहण्यास गेले होते. तीन-चारची मीटिंगची वेळ होती;

पण दुपारी एकपासूनच खेड्यांवरून लोक येऊ लागले होते...

चार वाजून गेले, पाचही वाजून गेले; पण चिक्कवडीहून तारीख आटोपून पुढारी लोक अजून आले नव्हते; शेवटी सहाचाही टाईम होत आला, सूर्य मावळतीच्या क्षितिजावर टेकला; तसे काही लोक आपापल्या गावी निघूनही गेले. उरलेले म्हणाले,

'ही मीटिंग आटपूनच जायचं! गावाकडं जाणारी शेवटची एस. टी. चुकली तर झोपू हितंच! आणि जीवजीभाय काय उपाशीच झोपा म्हणणार हाय आम्हाला? त्येच्याकडनं पैसे काढू आनी स्टॅण्डवरल्या खानावळीत मटण-फुलावा हाणू!!'

अखेर साडेसहानंतर चिक्कवडीहून गाड्या आल्या. चहा वगैरे होऊन मीटिंग चालू होण्याला मग पावणेसात होऊन गेले. अरुणाटक शासनाच्या लहरी हैदर वीज बोर्डाच्या 'कार्यक्षम' कारभारामुळे नेहमीप्रमाणे या वेळी वीज गेली होती व ती आजच येईल की उद्या, हे सांगता येत नव्हतं! त्यामुळे पेट्रोमॅक्सच्या बत्त्या पेटविण्यात आल्या होत्या व त्यांच्या प्रकाशात मीटिंग चालू झाली. फर्मच्या मागील अंगास कॉलेजातील हॉलगत एक औरस-चौरस गुदाम होतं. तिथं मीटिंग झाली. खाली ताडपत्री अंथरली होती व सारे पुढारी व कार्यकर्ते खालीच बसले होते.

सुरुवातीला खेड्यांवरील कार्यकर्ते व शेतकरी सरकारी सोसायटीचे कटू अनुभव सांगू लागले, 'या वाईट अनुभवांमुळे शेतकऱ्यांचा भ्रमनिरास होतो आहे; सोसायटीमुळं आपलं काही कल्याण होईल, असं कुणालाच वाटत नाही...' वगैरे...

सगळ्यांची कैफियतवजा भाषणं झाल्यावर शेवटी उमेश कुलकर्णी बोलायला उभा राहिला. रात्रीपासून केलेला तीन-साडे तीनशे मैलांचा प्रवास करून इकडे आलेला; दुपारीही कोर्ट कामामुळे झोप नाही; यांमुळेही असेल; त्याचा आवाज थकलेला वाटत होता. शांत, संथ आवाजात त्याने बोलावयास सुरुवात केली,

'माझ्या शेतकरी मित्रहो, आजच्या कोर्टाच्या तारखेच्या निमित्ताने का होईना, आपली पुनश्च भेट होत आहे, हा मी शुभयोग समजतो. माझ्यावर व माझ्या शेतकरी मित्रांवर खून, मारामारी करणे, दहशत बसविणे इत्यादी अनेक कारणांवरून निरनिराळी कलमे लावून खटले भरले आहेत. खटले भरलेले बहुतेक कार्यकर्ते गोळीबारात जखमी झालेले आहेत. गोळ्या घुसल्याने कुणाचे हात, तर कुणाचे पाय कापून काढावे लागले आहेत. कोर्ट-हॉलमध्ये नावे पुकारल्यावर आम्ही आरो रांगेने आत गेलो. पुढे मी व माझ्या मागून माझे सारे अपंग बांधव! न्यायाधीशांना मी म्हटलं, 'महाराज, माझ्या या बांधवांवर वेगवेगळी कारणे लावून खटले भरले आहेत...! माझ्या या बांधवांचे चेहरे पाहा महाराज, हे काय तुम्हाला खुनी-दरोडेखोर वाटतात? दहशतवादी वाटतात? या अपंग वर्षात या साऱ्यांना अपंग करून मायबाप सरकारनं भर घातलीय... ही माणसं काय खुनी आहेत? दरोडेखोर आहेत?

तुम्हाला सांगतो, मित्रहो, मला खटल्यांचं भय नाही. आजवर महाराष्ट्र सरकारनं एकंदर तीनशे अठ्ठावन्न खटले माझ्यावर भरलेले आहेत, त्यांत अरुणाटक शासनाच्या खटल्याची भर पडेल इतकेच! मित्रहो, हे इतके खटले भरलेले असले तरी हे चालविण्यासाठी मला कधी नया पैसाही खर्च करावा लागलेला नाही. कृषी संघटना व संघटनेच्या कार्याबद्दल आस्था असणारे अनेक वकील मित्र आहेत. हे आमचे मित्र फी न घेता आमचे खटले लढवीत असतात.

'परवा कृषी संघटनेतर्फे एक दिवसाचा 'रास्ता रोको' पुकारला होता, त्याला आपल्या भागातून काहीच प्रतिसाद मिळाला नाही, हे योग्य नव्हे. तुम्ही म्हणता, दूध आंदोलनाला पाठिंबा म्हणून आम्ही गावातील चावडीपुढे बसून लाक्षणिक उपोषण केले; पण 'रास्ता रोको' पुकारला तर त्याच आदेशाची अंमलबजावणी व्हायला हवी. त्यातून आपणाला सोईस्कर अर्थ काढून अन्य मार्ग चोखळायचे नाहीत; यामुळे आपल्या संघटनेला गालबोट लागते, हे लक्षात घ्यायला हवे. तुमच्या तंबाखू आंदोलनाला महाराष्ट्रातील शेतकरीवर्गाने पाठिंबा दिला होता, तुम्हीही दूध आंदोलनाला सक्रिय पाठिंबा द्यायला हवा होता! असो. आता शेवटचे म्हणजे यापूर्वी आम्ही जाहीर केल्याप्रमाणे हुतात्म्यांच्या कुटुंबीयांना निधी देणारच आहोत. त्यासाठी पैसा जमविण्याचे प्रयत्न सुरू आहेत. काही साखर कारखान्यांनी मदत करण्याचे आश्वासन दिले आहे. काही शेतकरी सोसायट्याही या कामी आपला वाटा उचलणार आहेत, आपणही विकल्या गेलेल्या तंबाखूच्या प्रत्येक किलोमागे केवळ एक रुपया मदत म्हणून द्यावयाचा आहे. सोसायटीसंबंधी बऱ्याच तक्रारी मघा सांगितल्या गेल्या. पण हे एक लक्षात ठेवा की, आपल्या शेतकरी बांधवांच्या रक्तातून या सोसायटीचा जन्म झाला आहे; व्यापाऱ्यांविरुद्ध लढण्याचं हे एक हत्यार आपणास प्राप्त झालं आहे, तेव्हा हे मोडता कामा नये! सहकारी सोसायटीमधील तंबाखू टेस्टर चलाखपणा करतात म्हणून, मघा काही शेतकरी मित्रांनी येथे सांगितले...! तुम्ही तंबाखू व्यापाऱ्यांचे गनिमी कावे जाणताच, ते वापरून तुम्ही या टेस्टर लोकांना वश करून घ्या! (श्रोत्यांत मंदसा हशा!) अर्थात अशा वशीकरणाचे मंत्र-तंत्र मी तुम्हाला सांगितलेच पाहिजेत, असे नव्हे; त्यातील बरेचसे तुम्ही जाणताच! (परत मंद अशा हशाची लाट!) यामुळेही जर या तंबाखू फेडरेशनवरील हे टेस्टर व त्यांच्यावरचे लोक शेतकऱ्यांशी दुजाभावाने वागू लागतील, तर मी त्यांना आताच इशारा देऊन ठेवतो की, परत आम्हाला एक आंदोलन करावे लागेल. हे फेडरेशनवरचे वरचे लोक बदलण्यासाठी व त्यावर आपल्या 'कृषी संघटने'वरचे निष्ठावान लोक घेण्यासाठी! (टाळ्या!)

'आता बराच वेळ झाला आहे आपणही दुपारपासून तिष्ठत आहात, तेव्हा ही मीटिंग येथेच संपल्याचे मी जाहीर करतो.'

मीटिंगला चार-पाचशे लोक हजर होते; तेव्हा उद्याच्या जिल्हा दैनिकांतून दीड-दोन हजारांच्या उपस्थितीत झालेल्या मीटिंगच्या बातम्या यावयास हरकत नव्हती!

'नमस्कार मालक!' प्रतापराव सूर्यवंशीचा आवाज आला.

'नमस्कार!' म्हणत लेखक राम मोहितेने मान वर उचलली. हातातील पेपर बाजूस ठेवला व म्हटलं, 'कुठं हाय पत्त्या, इतके दिवस?'

किराणा दुकानाच्या निमित्ताने तळागाळातल्या लोकांशीच नित्याचा संबंध येत असल्यामुळे मोहितेच्या तोंडी त्यांचीच भाषा बसली होती. कुणी पांढरपेशे वगैरे लोक भेटावयास आले म्हणजे तो तेवढ्यापुरता केवळ त्यांच्या बोलीत बोले! इतर वेळी तळागाळातल्यांचीच भाषा त्याच्या तोंडी असे!

'गावाला गेलोतो, म्हेवण्याकडं!' प्रताप म्हणाला.

'मला वाटलं...'

'आंदोलनातल्या दंगलीत उडाला? हॅ ऽ हॅ ऽ हॅ ऽ! उडतच हुतो, पन हालसिद्दाप्पानं बुद्ध दिली, म्हणूनच चहाचा गाडा घिऊन आमुश्या रोजीच तिकडं गेलोतो. तिथं आमुश्या रोजी मायंदाळी लोकं येत्यात, येपारबी बरा हुतोय; असा ईच्यार करून गेलो, म्हणून तर बचावलो, नपेक्षा हितं बोलायला त्या रवंदाळ्यात कशाला जित्ता ऱ्हायलो आस्तो!' आणि प्रताप उतरलेल्या चेहऱ्याने म्हणाला, 'नेमगौंड अण्णा मगदुमाच्या वखारीम्होरं वाचमन लक्ष्मुमन ऱ्हात असल्यालं, खोपाट हुतं, तिथं मीबी ऱ्हात हुतो... चिडल्याल्या पब्लिकनं ते खोपाटच जाळून टाकावं? च्या-भजी ईकून दीड हजार रुपये शिल्लक पडलं हुतं, परपंच्याच्या किडुक-मिडुकासंगं ती सारी रक्कम जळून खाक हून गेली! काय का म्हणनासा मालक, आंदोलनातला पैसा आपुनला तरी काय लाभला नाही बघा!!'

'नाही लाभला, प्रताप! जीव बचावला हयातच सारं आलं म्हणायचं. नशीब शिकंदर असलं तर दीड हजारच का, दीड लाखसुद्धा याफुडं मिळतील तुला! देवानंच जीव वाचविला, हेच समाधान!!'

१२

आंदोलनाचा धुरळा आता खाली बसला होता, कवित्व तेवढं शिल्लक राहिलं होत.

प्रा. सतीश कुलकर्णीला कॉलेजमधून काढण्याचे जोरदार प्रयत्न सुरू झाले...

शेठ जयपुरीयाच्या दबावाखाली असलेल्या संचालक मंडळाने बुळ्या प्रिन्सिपॉलला

आपल्या बाजूस ओढले व आरोपपत्र ठेवण्यात आले.

प्रिन्सिपॉलनी पाठविलेल्या मेमोंना उत्तरे देण्याचे टाळणे, काही विचारले तर उद्धट उत्तरे देऊन त्यांचा अपमान करणे, वर्गावर गैरहजर राहणे, शिकविण्याच्या कामात कसूर करणे, वगैरे बरेच आरोप प्रा. कुलकर्णींवर ठेवण्यात आले...

प्रा. कांबळे पेपराचा गठ्ठा घेऊन प्रा. कुलकर्णीला भेटावयास तुरुंगात गेला होता, तेव्हा तो गठ्ठा भिरकावून देत कुलकर्णी म्हणाला होता,

'मी नाही हे पेपर तपासणार! घेऊन जा ते!'

प्रा. कांबळेने पुनःपुन्हा विनंती करूनही प्रा. कुलकर्णीने जुमानले नव्हते. भिरकावून दिलेला तो गठ्ठा उचलून घेऊन अपमान झाल्यासारखा प्रा. कांबळे उतरल्या तोंडाने परत आला होता!

ही गोष्ट साऱ्या स्टाफला माहीत होती; तीही आरोपपत्रात सूचित करण्यास आली होती.

एवढ्याने संपणार नव्हतं, या पुढले पाऊल उचलायचं संचालक मंडळानं ठरविलं होत. त्यासाठी सीमा संग्राम समितीचा आमदार बाबुकाका चौगुलेला खर्ची घालायचं शेठ जयपुरीयानं ठरविलं होत!

कुबलापूरला काही वर्षांपूर्वी भवानी विद्यापीठ स्थापन झालं होत. चार-पाच कुलगुरूंनंतर हल्लीचे डी. आर. कमतनूकर यांची त्या जागेवर वर्णी. लागली होती. इंग्रजी शिकविण्यात कमतनूकराचं निम्मं आयुष्य गेलं होत. भरडा आवाज, कर्णकर्कश उच्चार यांमुळे विद्यार्थ्यांत ते थोडे अप्रियच होते. काही विद्यार्थी बोलून दाखवीत, 'आम्ही कमतनूरकरांच्या तासाला कानांत बोळे घालून बसतो; नपेक्षा त्यांच्या ओरडण्याने आमच्या कानांचे पडदे फाटून जायचे बुवा!! 'कुबलापूरला पूर्वी दोनच कॉलेजीस होती; त्यांची आता चार-पाच कॉलेजीस झाली व एका कॉलेजचा प्रिन्सिपॉल म्हणून कमतनूकरनं काही वर्षे काम पाहिलं आणि आता काही महिन्यांपूर्वीपासून त्यांची भवानी विद्यापीठाच्या कुलगुरुपदावर नेमणूक झाली होती.

विद्यापीठामध्ये जाऊन आपल्या आरोपांबद्दल आपली बाज मांडत प्रा. कुलकर्णी कुलगुरूपुढे बसला होता, तोवर ऑफिसबाहेरच्या स्टुलावरचा शिपाई आत आला व म्हणाला,

'साहेब, निगवणी सीमा भागातले आमदार बाबुकाका चौगुले आपली भेट मागताहेत!'

कुलगुरूने प्रा. कुलकर्णीकडं पाहिलं व म्हटलं,

'प्लीज, तुम्ही थोडा वेळ आतल्या खोलीत बसा. मी बाबुकाका का आलेत ते पाहतो, नंतर परत आपण बोलूच!'

प्रा. कुलकर्णी आतल्या खोलीत गेला तसं कुलगुरूने प्यूनला सांगितले,

'जा, आत पाठवून दे त्यांना...!'

बाबुकाका आत आला. त्यांच्यासह कोणे एकेकाळचा सीमा संग्राम समितीचा निगवणी शाखेचा चिटणीस मोहनलाल मेथाही होता. पंचेचाळिशी उलटून गेलेल्या मेथानं डोळ्यांवर चष्मा घातला, तर ऐंशी उलटून गेलेला बाबुकाका पन्नाशीतल्या माणसागत दिसत होता व चष्म्याशिवाय अजूनही वाचू-पाहू शकत होता.

आत आल्यावर एकमेकांना 'नमस्कार-नमस्कार' हे औपचारिक सोहळे झाले, 'बसा-बसा' म्हणूनही झाले. बाहेरील सारंच बोलणं आत बसलेल्या प्रा. कुलकर्णीला ऐकू येत होतं...

'काहीही करा साहेब, पण तेवढं त्या प्रोफेसर कुलकर्णीला काढून टाकाच! बाबुकाका म्हणत होता.

'बाबूकाका, एक तपाहून अधिक काळ प्राध्यापक कुलकर्णी त्या कॉलेजमध्ये आहेत. विद्यापीठ कायद्यानुसार त्यांना काढता येणं अशक्य आहे...!'

'तरीही काही कराच तुम्ही साहेब आणि कुलकर्णी तिथं राहू शकणार नाही, असे काही कराच साहेब!' अडाणी माणसागत हा हजारो लोकांचा प्रतिनिधी कुलगुरूंना सांगत होता.

आतमध्ये प्रा. कुलकर्णीला अतिशय वाईट वाटत होतं. बाबुकाकाप्रमाणेच आपणही कार्यकर्ते. एका कार्यकर्त्यानं दुसऱ्याच्या पोटावर उठावं, हे कुलकर्णीला अगदी खालच्या पातळीवर गेल्यागत हीन वाटत होतं! हां, तुम्हाला काही दोन हात करायचेत तर राजकारण आहे, समाजकारण आहे; पण एखाद्याच्या पोटावर असा पाय आणून त्याला आयुष्यातून उठविण्याचा प्रयत्न म्हणजे...!

लेखक राम मोहितेनं आंदोलनावर लिहिलेला लेख सहा-सात महिने पुण्या-मुंबईकडील त्या साप्ताहिकाकडेच होता. या अवधीत त्याने आपल्या लेखाबद्दल विचारणा करणारी तीन-चार पत्रही पाठविली. पण एकाचेही उत्तर नाही. तेवढ्यात त्या साप्ताहिकाचा संपादक निवृत्त झाला व त्याच्या जागी दुसरा आला. राम मोहितेने त्वरित पाचवे पत्र लिहिले -

स. न. वि. वि.

आपल्या लोकप्रिय साप्ताहिकासाठी तंबाखू आदोलनांवरील एक दीर्घ लेख मी आपले उपसंपादक श्री. भा. श्री. महाबळेश्वरकर यांच्या सांगण्यावरून पाठविला होता. त्यांनी तो लेख छापलाही नाही व परतही पाठविला नाही, तसेच माझ्या तीन-चार पत्रांना उत्तरंही देण्याचे

सौजन्य त्यांनी दाखविले नाही. आपण संपादकपदी नवीन आलात म्हणून पुनश्च हे पत्र मी पाठवितो आहे. माझा लेख तसाच ठेवून तो कुजवून न टाकता कृपया तो परत पाठवाल तर अन्यत्र प्रसिद्धीला पाठविणे मला सोईचे होईल. कारण त्या लेखाची ती एकच प्रत माझ्याजवळ आहे आणि आंदोलनाबद्दलची सत्य परिस्थिती जनतेपुढे येणे, हेही मी महत्त्वाचे मानतो.

क. लो. अ. ही वि.

आपला

राम मोहिते

पत्र पाठविल्यावर आठ-दहा दिवसांतच मोहितेकडे तो लेख परत आला. हा प्रसिद्ध करावयास तयार नाही; हा विषय कुणालाच महत्त्वाचाही वाटत नाही; याचं आता काय करायचं? अखेर त्याला साप्ताहिक 'सहवास' हा एकच मार्ग दिसला आणि संपादक ग. वा. बेगडेचे, पूर्वीचे सारे कटू अनुभव लक्षात असूनही त्याने तो लेख सा. 'सहवास'ला पाठविला...

या वेळपर्यंत आंदोलनाला एक वर्ष झालं होतं; त्याच्या स्मृतिदिनाचं निमित्त करून बेगडेने हा लेख 'सहवास'मध्ये छापला! बेगडेने आपल्या संपादकीय अधिकारात निम्मा-अर्धा लेख कट केला होता व उरलेला सांगाडा तेवढा छापला होता. सीमा संग्राम समितीचे आमदार बाबुकाका चौगुलेंची तळी उचलून धरणे व जीवजीभायवर टीका करणे, एवढ्या दोनच उद्देशाने हे लिखाण केलेय की काय, असा संशय येत होता!!

मोहिते खवळलाच व त्यानं बेगडेला लिहिलं -

माझ्या परवानगीशिवाय आपण इतका सारा मजकूर का कट केलात, समजत नाही! असे करायचे होते तर आपण माझा लेख परत केला असता तरी चालले असते!

यावर बेगडेने कळविले-

मी लोक आंदोलनाच्या विरुद्ध नाही! त्यामुळे बराचसा मजकूर गाळावा लागला. लेख कम्पोझ करताना तो खराब होऊन जातो; त्यामुळे आपण विनंती केल्यानुसार गाळलेला भाग परत करता येत नाही, क्षमस्व!

- ग. वा. बेगडे

या घडवून आणलेल्या आंदोलनाला हा पिंडकराम संपादक लोक आंदोलन समजत होता!

मधुकर आनुसेने मोहितेच्या लेखाला उत्तर लिहिलं व ‘सहवास’कडे पाठविलं. महिना होत आला तरी हे उत्तर ‘सहवास’मध्ये छापून येईना. आनुसे खूप अस्वस्थ होऊन वारंवार जीवजीभायला भेटायला जात होता. कुबलापूर जिल्हाभर प्रसिद्ध असलेले काही साहित्यिक होते. तप-दीड तप लेखन करूनही यांच्या ‘दिव्य’ लेखनाची दखल पुण्या-मुंबईकडे घेतली जात नव्हती की, अखिल भारतीय साहित्य संमेलनाचे त्यांना एकदाही आमंत्रण येत नव्हते! या असंतुष्ट आत्म्यांनी कुबलापूरला प्रतिसाहित्य संमेलन घ्यायचे ठरविले. या निमित्ताने ‘अ. भा. वाल्यां’वर सूड घेतल्यागतही होत होते! त्यासाठी मग निधी जमविणे आले. कुबलापूर व त्याच्या परिसरातील गावे यांमधून फिरून निधी जमविणे सुरू झाले. या लोकांनी जीवजीभायलाही संमेलनाला मदत म्हणून वीस हजारांचा गंडा घातला!

संमेलनाआधी आठ-दहा दिवस एक मीटिंग आयोजित करण्यात आली व मार्गदर्शक म्हणून ग. बा. बेगडे येणार होता. कुबलापूरच्या एका हायस्कूलला व्याख्यान देण्यासाठी तो आला होता; त्याचाच लाभ समेलनवाल्यांनी उचलला होता. अर्थात या मीटिंगला वीस हजारांचं स्मरण ठेवून जीवजीभायलाही आमंत्रण होतंच. थोडी निवांत वेळ मिळताच त्यानं बेगडेला गाठलं व विचारलं,

‘आपण राम मोहितेच्या लेखाला उत्तर म्हणून मधुकर आनुसेचा लेख छापला नाही अजुनीही! महिना होत आला, तो पाठवून!’

‘खरं सांगू का जीवजीभाई!’ बेगडे मधाळ आवाजात बोलू लागला, शेतकरी मेळाव्यात तो निगवणीला आला होता तेव्हा अनेक वेळा बंगल्यात जाऊन जीवजीभायचा पाहुणचार झोडून मिंधा झालेला होता. ‘त्याचं असं आहे की, तो आनुसे, याचं ते लिखाण मला तरी आवडलं नाही बुवा! मी प्रा. कुलकर्णीला परवाच पत्र लिहिलंय् - मोहितेंना उत्तर म्हणून तुम्ही लिहा! ते काय करतात पाहू आणि मग आनुसेबद्दल काय तो निर्णय घेऊ!’

‘प्रा. कुलकर्णींना मी पण सांगून पाहतो; पण ते ऐकतीलच असे खात्रीपूर्वक काही सांगता येत नाही. त्यांनी उत्तर लिहिलंच नाही तर मात्र आनुसेचा तो लेख तुम्ही छापाच! माझं आग्रहपूर्वक सांगणं आहे हे!!’

‘तसंच करायला हवं मग; त्याशिवाय काही इलाजच नाही!’ बेगडे म्हणाला.

मग दुसऱ्याच आठवड्यात साप्ताहिक ‘सहवास’ मधून बेगडेचा लेख प्रसिद्ध झाला. त्याने आपल्या लेखात जीवजीभायची खूप स्तुती केली होती व शेतकऱ्यांच्यात त्यांनी जे कार्य केलंय, त्याबद्दल त्यांना नोबल प्राईस द्यायला हवं, अशी खास शिफारस केली होती! थोडेफार यश मिळवलेल्या लेखकाबद्दल नवोदितांना जी एक प्रकारची मळमळ, आकस असतो, तीही त्याच्या लेखातून व्यक्त झाली होती!

याचा खरपूस समाचार घेणारं प्रत्युत्तर मोहितेनं लिहिलं, ‘असल्या मूर्ख

स्तुतिपाठकांमुळं दक्षिणेकडे आणखी एक राजनारायण निर्माण होईल, दुसरे काही नाही! वगैरे...!'

कुबलापूरचे साहित्य संमेलन झाले, तेव्हा जीवजीभायला स्टेजवर बसवून एक फोटो मारण्यात आला व तो जिल्हा पत्रात वरच्या पानावर ठळक छापून आणण्यात आला. वीस हजार असे हडप झाले व जीवजीभायला पण ते दिल्याचे, फोटो व सविस्तर बातमी वाचून सार्थक झाल्यागत वाटले!

राम मोहितेची व प्रा. कुलकर्णीची रस्त्यात अशीच एकदा भेट झाली. रस्त्यात कधी भेट झाली तर एकमेकांशी दोन-चार शब्द बोलण्याइतका जिव्हाळा दोघांत होताच.

'काय चाललंय?'

'काही नाही. आरामात आहे!!'

'तुमचा 'सहवास' मधला लेख वाचला. आमच्या जीवजीभायला खूप धोपटलंय तुम्ही!'

'लेख निम्मा-अर्धाच प्रसिद्ध केला, त्यामुळे वाचणाऱ्यांचा तसा गैरसमज होतो खरा!'

'संपादकांचं मला पत्र आलं होतं,' उत्तर तुम्ही लिहा, 'म्हणून! जीवजीभायही पाठी लागले होते.' उत्तर तुम्हीच लिहायला पाहिजे 'म्हणून! पण आपण तर बुवा लेखन करणं म्हणजे वांझ झवणं केल्यागत समजतो.'

एका प्राध्यापकाच्या तोंडी अशी व्हल्गर भाषा ऐकून राम मोहितेला धक्काच बसला!

आजवर हे जे अनेक लोक, थोर थोर लेखक, संपादक लिहीत आलेत ते सारं लेखन म्हणजे वांझोट्या स्त्रीशी संभोग केल्यागत निष्फळच का...? समाजाला काहीच उपयोग नाही त्यापासून? म्हणजे समाजाला नेते, पुढारी (व त्यांची भाषणं!) यांचाच केवळ उपयोग होतो?

प्रा. कुलकर्णीला काही कडक सुनावावे अशी ऊर्मी राम मोहितेला आली. तोवर तो निघूनही गेला होता...!

'संग्रामनगरातील एका चिंचेच्या झाडावर तीन लाखांचं डबुलं गावलं या प्रकरणी निगवणी पोलिस स्टेशनचे दोन कॉन्स्टेबल निलंबित!'

एके दिवशी दै. 'नवप्रभा'च्या पहिल्या पानावर खास चौकट टाकून जाड टाइपात ही बातमी प्रसिद्ध झाली व परत एकदा निगवणीचा परिसर हादरून गेला!

'मारी ऽ हे तीन लाख! कुठलं आलं हे?'

'नक्कीच परकीय देशाकडून मदत मिळत असणार! आपल्या देशात कायम दंगेधोपे, अशांतता, रक्तपात माजावा, असा काही परकीय देशांचा प्रयत्न असतोच! यासाठी सरकारविरुद्ध कायम बोंब मारणाऱ्या आपल्या देशातील काही पुढाऱ्यांना भरभरून पैसा चोरट्या मार्गाने बाहेरील देशांतून येत असतो!'

हे दुसरे-तिसरे कुणी सर्वसामान्य माणूस म्हणत नव्हता, तर एम. बी. बी एस. झालेले एक डॉक्टर महाशय म्हणत होते, 'इतके दिवस 'रास्ता रोको' चालू होतं; पण तो शेतकऱ्यांचा लीडर एकदा तरी कधी त्यांच्यात झोपायला होता? त्याचा वेगळा तंबू बाजूच्या रानात! का माहीत आहे, त्याचा वॉकी-टॉकी होता! हूं! वॉकी-टॉकी! त्यावरून तो बाहेरील देशाला इथल्या बातम्या पुरवीत असे!! इथे येण्यापूर्वी तो फॉरिनला मोठ्या हुद्याच्या जागेवरच होता ना! बड्या पगाराची ती नोकरी सोडून इथे येण्याचे काय कारण त्याला?'

'व्हय् बरोबर हाय डाक्टरसाहेब तुमचं म्हननं!! राबणारा मानूस काय झाडावर पैसे ठेवील? आणि राबणाऱ्याकडं एवढं पैसे कुठलं हो? बीन आयाशी मिळाल्याला पैसाच त्यो. लाठीमार व गोळीबाराच्या त्या धुम्माळीत पळापळीमदी ते डबुलं कुठं पळून जायाय् नको म्हणून कोण तरी झाडावर ते पार शेंड्याला फांद्यांच्या बेचक्यात सारून ठेवलंय बायली, ते वरीसभर कसं तिथं ऱ्हायलं आसंल बघा!'

'ते आनीबी किती दिवस राहिलं असतं कुणाला म्हाईत - तसंच वर!' डॉक्टरपुढे बसलेला दुसरा एक पेशंट म्हणाला, 'पन झाडावर लागल्याली चिचंची बोटकं काढायला म्हणून दोघं-तिघं ढोरराखी पोरं वर चढलीती, त्येनला ते डबुलं गावलं. तिकडनं आसाच कोणी तरी रामा शिवा गोंद्या म्हणा, येत हुता. या फाटक्या आंगराक्याच्या पोरांच्या हातात या ऽ इतक्याबला नोटा बघून त्येला आजब वाटलं! त्येनं एकेक वादाडा दिऊन ते डबुलं काढून घेतलं आनी खायाला म्हणून त्या पोरांच्या हातावर एक-दोन, एक-दोन नोटा दिल्या! आनी मग हे काय दडून राहाताय व्हय? आनी फुकट मिळणाऱ्या पैशांच्या बाबतीत पोलिसांची नाके फासेपारध्याकडल्या शिकारी कुत्र्यागत! त्यास्नी लगोलग वास येतोय त्या पैशांचा! अशीच दोन कुत्री सुटली वास घेत, पोरांच्या हातून डबुलं हिसकावून घेतल्याल्या मान्साला त्येनी बरोब्बर हुडकून काढलं. चार वादाडात दिल्या, आनी पोलिसी बुटांच्या दोन लाथा कंबरड्यात हाणल्या. पेट्टाला लगी त्या मान्सानं ते सारं डबुलं पोलिसांच्या सोद्यान केलं! पन, तेनला ते पचल न्हाई! त्येचं भाऊबंदच वर बसल्यालं! त्यास्नी त्यो वास दरवळल्याशिवाय ऱ्हातोय? त्यानीबी हाणली येच्या ढुंगणावर लाथ, पैसे काढून घिऊन घराकडं पाठवणी केली!!'

'सारी अजबच गोष्ट झाली ही! अगदी लहान मुलांच्या पुस्तकात घडावी तशी!' डॉक्टर म्हणाला. याच संग्रामनगराकडील बाजूलाच शेत होतं; पण हा तंबाखू न

पिकविता शाळू व भुईमूग शेंग पिकवीत असे; पण मला हे समजेना, इतकी मोठी रक्कम ठेवणारा माणूस वर्ष उलटून गेलं तरी गप्प कसा बसला? त्यानं ती काढून कशी नेली नसेल?

'अहो डॉक्टर, गोळ्या घालून कुत्र्या-मांजरागत तिथं मान्सं मारली; त्यात त्योबी गोळी लागून मेला आसंल! असं' वर पोचल्याला माणूस खाल्ती झाडावर कसा येणार हो? हॅ ऽ हॅ ऽ! का यमराजाला सांगंल, 'तुला लाख-पावणा लाख घे; खरं पाचेक मिंटं मला खाल्ती सोड; तेवढं झाडावरचं पैसे काढून माज्या घरच्या मान्सांच्या सोद्यान करतो; नि मग मला परत वरती आण म्हणंस!!'

सगळीकडे अशा चर्चा व चित्तरकथा!!

'बायली, पोलीस खातं त्यो सारा पैसा हजम करणार हं, नक्कीच!!'

'पण तुझ्या पोटात एवढं का दुखायला लागलंय? त्यो पैसा पोलीस घेऊ देत, व्हावं तर सर्कारजमा करू देत! तिथंबी लै डबरा पडलाय त्यो जरा भरून तर निघू दे! आंदोलन उभा करायला जसा पुढाऱ्यास्नी लाखांनी खर्च आलाय, तसाच त्ये मोडून काढायलाबी सरकारला लाखांनी खर्च करायची पाळी आली आसंल! राखीव पोलिसांचं भत्तं, हिकडं-तिकडं पळून खेळणाऱ्या गाड्यांच्यासाठी पेट्रोल, जखमी व मेलेल्यास्नी दिल्यालं पैसे, सर्कारी दवाखान्यातल्या औषीदपान्याचा खर्च, शिवाय जेलमदी त्या दोन-अडीच हजार लोकास्ती जेवान्, च्या-पानी दिऊन केल्याला खर्च, त्या पन्नास-एक यस्ट्यांचं डिझेल, शिवाय बंदुकीच्या गोळ्या नि धुराची नळकांडी...! काय एक खर्च?'

हे सारं मोहोळ दै. 'नवप्रभा'चा स्थानिक वार्ताहर प्रा. कुलकर्णीनं 'ती' बातमी पाठवून उठविलं होतं. या बातमीमुळं आंदोलन व आंदोलनात भाग घेणारे नेते नि पर्यायाने आपणही नाहक बदनाम होऊ हे त्याच्या ध्यानीमनीही आलं नसेल!

राम मोहितेलाही याची उत्सुकता होती. मध्ये प्रा. कुलकर्णीचे वृद्ध वडील वारले. बातमी समजताच सांत्वनासाठी तो त्यांच्या घरी गेला.

बोलता-बोलता संभाषणाची गाडी शेवटी आंदोलनाच्या विषयावर आली. मनात असणाऱ्या काही शंका राम मोहितेने प्रा. कुलकर्णीला विचारल्या,

'आंदोलनाच्या काळात कुणी तरी बरीच मोठी रक्कम संग्रामनगरातील चिंचेच्या झाडावर ठेवली असावी नि ती आता सापडली, ही बातमी तुम्हीच दै. 'नवप्रभा' त दिलीय, खरंय का हे? की उगीचच दंतकथा? कारण आंदोलनाच्या वेळी व नंतरही अशा बऱ्याच खऱ्या-खोट्या दंतकथा प्रसृत झाल्या होत्या!'

'बातमी मीच दिलीय. खरीय ती!'

'तीन लाखांची रक्कम चिंचेच्या झाडावर सापडलेल्या त्या गाठोड्यात होती, हे पण खरंय? एवढी मोठी रक्कम?'

'तीन लाख काही नसणार. पण चाळीस-पन्नास हजारांची तरी रक्कम नक्कीच

होती...'

'आंदोलनासाठी सारा खर्च एकट्या जीवजीभायनं केला, असं सर्वत्र बोललं जातं, हे खरं का? ''

'त्यांचे जे काही पैसे खर्च झाले होते, ते सारे आम्ही चुकते केले आहेत! त्यांची गाडी त्या काळात सर्वत्र फिरत होती. तिच्या पेट्रोलचे पैसे मात्र त्यांनीच दिलेले आहेत!'

जीवजीभायने केलेला लाखोंच्या घरातील खर्च यांनी भरून दिला म्हणजे, यांच्याकडे एवढा पैसा कुठून आला? खेड्यावर मदत गोळा करून एवढे लाखो रुपये जमतात?

आपण सांत्वनासाठी आलोय, अशा वेळी जास्त खोलात शिरणं उचित नव्हे, असा विचार करून मोहितेनं म्हटलं,

'आपल्या कामगार युनियनच्या बहुतेक सभासभारंभांत जीवजीभाय स्टेजवर येऊन मिरवत असतात; त्यामुळे आपण उभारलेल्या लढ्यामागे जीवजीभायचा हात आहे व आपण त्यांच्या हातातील बाहुले आहात, असा एक समज फैलावतो; त्यामुळे आपण श्रमून, राबून उभारलेल्या लढ्यांचे श्रेय जीवजीभाय आयतेच उपटतात, असे नाही तुम्हाला वाटत?'

'आता काय सांगायचं तुम्हाला मोहिते! आमच्या युनियनची सभा आहे, हे समजताच हे महाशय आमंत्रण नसले तरी सभेच्या ठिकाणी येतात व सरळ स्टेजवर येऊन बसतात! तिथून त्यांना का हाकून काढायचं आहे?' आणि कुलकर्णी म्हणाला, 'याबाबत एकदा काय तो निर्णय घ्यायला हवा!'

'तुमच्या युनियनच्या स्टेजवरून' कामगारांना पगारवाढ द्यायला हवी, 'अशा वल्गना जीवजीभाय करीत असतात! पण आपल्या फर्ममधील हमाल व दिवाणजी लोकांना किती पगारवाढ यांनी दिलीय हो? त्यांना आठवड्याची एक दिवसाची सुटी तरी असते का?'

'याबाबत, गेल्या दिवाळीपूर्वी त्यांच्या फर्ममधील हमाल व दिवाणजी लोक माझ्याकडे आले होते. त्यांनी आपली युनियन स्थापन केली होती व तिला मार्ग-दर्शन करावे, अशी अपेक्षा ठेवून सारे आले होते! मी उचित सल्ला दिला... त्यांनी जीवजीभायला संपाची नोटीस दिली. खुद्द आपल्या फर्ममध्ये पगारवाढीबद्दल संप म्हटल्यावर सगळीकडे आपलं हसू होईल, या विचाराने या संपाची वार्ताही बाहेर कुठे झिरपू न देता प्रत्येकाला थोडी-थोडी पगारवाढ देऊन संप मिटविला होता! पण याबाबत मी सल्ला दिला म्हणून मनात राग धरून एक महिनाभर इकडे यायचे त्यानी बंद केले होते! 'आणि प्रा. कुलकर्णी म्हणाला, ज्याला अंतःकरणापासून काही कार्य करायचं आहे, तो माणूस आपणासह कोण आहे, कोण आपणास सोडून गेलंय, हे सारं पाहत बसत नाही; तर नेकीने कार्य करीत राहतो; शेवटी एकाकी राहिला तरीही!'

जीवजीभाय आपल्या फर्मकडे दोन-चार महिने फिरकला नाही, तरीही तिकडं सारं व्यवस्थित चालावं, अशी सुरळीत घडी त्यानं बसविली होती...

आताशा जीवजीभायला उचापती करण्यास काहीच कार्य न उरल्यामुळे दिवसभर तो घरीच लोळत असे; मग सायंकाळी पाचनंतर आपल्या कारमधून आपल्या शेतीवाडीकडे चक्कर टाकून तो रात्री आठच्या सुमारास फर्मवर येई; तिथे पंधरा-वीस मिनिटे घालून तिथून डॉ. निकमच्या दवाखान्यात आपली प्रकृती चेक-अप करून घेण्यास येई. त्या दवाखान्यापासून जवळच लेखक राम मोहितेचं किराणा दुकान. तिथेही कधी-मधी तो येई. एवढा कोट्यधीश माणूस; पण कसली घमेंड नाही; पैशाचा गर्व नाही. दुकानातील पोत्यावर वा खोक्यावरील धुरळ्यावर, कुठेही जागा मिळेल तिथे बसे. अंतःकरणात साठलेलं सारं काही सांगत राही. दहा नमुन्यांच्या दहा गिऱ्हाइकांशी तोंड देऊन व दिवस-भरच्या कामानं मोहिते आधीच मरगळून गेलेला असे. साडेआठला केव्हा एकदा दुकान बंद करतो व घरी जातो व घासभर खाऊन अंथरुणावर अंग टाकतो, असं त्याला होऊन जाई! तोवर जीवजीभाय आला म्हणजे तो त्याच्या चांगल्याच कचाट्यात द्यावे. आपलं गुमान ऐकणारा श्रोता मिळाला, हे पाहून वेळेचं भान न राहता जीवजीभाय सांगत राही! बोलत राही! सा. 'सहवास' मध्ये राम मोहितेने लिहून आंदोलनाचं सत्य स्वरूप दाखविण्याचा प्रयत्न केला होता. याचंही त्याला विस्मरण होई...

असाच बोलता-बोलता एकदा तो म्हणाला,

'हे तुमचं दुकान बरंच डबघाईस आलं; इमारत कलू लागलीय; एकदा दुरुस्त करून घ्या ना! काही अडचण असेल तर सांगा!'

'काही अडचण नाही तशी. उन्हाळा सुरू झाला की घेणारच आहे रिपेअरी करून !'

'नाही तर असे करा ना; मावळतीकडील नव्या वसाहतीकडे माझा एक प्लॉट पडूनच आहे; त्यावर एक छप्पर टाकून तिथे किराणा दुकान घाला!'

मनोमन मोहितेने ओळखलं हा जीवजीभाय आपणाभोवती जाळं टाकतो आहे; आपणाला गुंडाळून टाकण्याचा, मिंधे करण्याचा हा एक प्रयत्न!

'तशी काही जरुरी नाही, जीवजीभाय! पाच पैशांसाठी सुद्धा मी आयुष्यात कुणापुढे हात पसरलेला नाही! वेळ आली तर एस. टी. स्टॅण्डवर हमालीही करण्याची आपली तयारी आहे. कुणाच्या मिंधेपणात राहण्यापेक्षा हे आणखी जास्त स्वाभिमानाचं!' आणि मोहिते म्हणाला, 'गैरसमज करून घेऊ नका भाय, आपण कशा स्वरूपाचं आयुष्य जगावं, हे ज्याच्या त्याच्या पिंडधर्मावर अवलंबून असतं! काहींना वनराजाचं स्वातंत्र्य प्यारं असतं, तर काही गळ्यात कुणा वा कुणाच्या

मालकीचे पट्टे अडकवून घेऊन श्वानाचं जिणं जगण्यातच आपल्या आयुष्याची इतिश्री मानतात!'

जीवजीभाय आला म्हणजे आंदोलनाबद्दलही गोष्टी निघत. कुठल्या कुठल्या व्यापारी लोकांनी समेट होत असताना आडवे पाय घातले, त्यांची तो नावे सांगे. असाच एकदा म्हणाला,

'हे कार्य करताना एवढं समाधान वाटलं... यापूर्वी आयुष्यात कशापासूनही इतकं समाधान वाटलं नव्हतं. आंदोलनाच्या फलिताबद्दल काही मत; दुमत संभवेलही, पण हे खरंय की आम्ही 'अण्णा, शेठजी' म्हणत हात जोडून लाचारपणे तंबाखू व्यापाऱ्यांकडे जाणाऱ्या शेतकऱ्यांना स्वाभिमान शिकविला ताठ जीणं शिकविलं.'

जीवजीभायला आत्मिक समाधान मिळविण्यासाठी किती लोकांनी रक्त सांडलंय त्याचा एकदा हिशेब सांगावा का? माणसाला स्वाभिमान शिकवावा लागत नाही. धक्का लागलेली एवढीशी क्षुद्र मुंगी सुद्धा कडकडून डसते, ते तिला कुणी शिकवावं लागत नाही! प्रतिकूल परिस्थितीच्या कात्रीत सापडून शेतकरी लाचार बनत असतो. त्याला कुणी अभिमान वगैरे शिकवावा लागत नाही! आंदोलन होऊन, इतके रक्त सांडून व फेडरेशन स्थापन होऊनही किती एक शेतकरी हात जोडून 'अण्णा शेठजी' म्हणत व्यापाऱ्यांकडे गेलेत! हे सारं जीवजीभायला सांगत बसावं तर त्याची आणखीन तासभर टकळी चालू होणार व ती आपणास ऐकावी लागणार; म्हणून गप्प बसणे यातच शहाणपणा आहे; नपेक्षा याचं भाषण ऐकून आपणास घरी जायला दहा वाजून जातील!

कृषी संघटनेतर्फे निगवणी भागातील तंबाखू उत्पादक शेतकऱ्यांचा दुसरा मेळावा घ्यायचं ठरलं. स्थळ तेच; पहिल्या मेळाव्याचे - देसाई अड्डा!

पण पहिल्या मेळाव्याप्रमाणे खेड्यापाड्यांवर गाड्या फिरवून धुराळा फुफाटा उडवीत न जाता जिल्हा दैनिकांत केवळ जाहिराती देण्याचं ठरलं. त्याप्रमाणे पान-अर्धपान अशा प्रचंड जाहिराती तीन-चार दैनिकांत झळकल्या. मेळाव्यास मार्गदर्शन करण्यासाठी मुख्य पाहुणे म्हणून शेतकरी नेते उमेश कुलकर्णी व त्यांचे उजवे हात मानाजीराव मोहिले येणार होते.

मेळाव्याला चार-पाच हजारांहून अधिक शेतकरी येतीलच, अशी नेत्यांना खात्री होती. पण प्रत्यक्षात मेळाव्याच्या दिवशी न्यारंच दृश्य दिसलं - सभास्थानी खेड्यांवरील केवळ शे-दीडशे लोक, बंदोबस्तासाठी आलेले तितकेच पोलीस व 'यांचं हे नवीन काय आहे, पाहू या तरी' या उत्सुकतेपोटी निगवणीतील तेवढेच नागरिक, असे केवळ चार-पाचशे लोक!!

पहिल्या मेळाव्याच्यावेळी हा देसाई अड्डा लोकांच्या गर्दीने उतू चालला होता; पण

आज त्याचा एक कोपराही अडवला गेला नव्हता; इतका तो ओघ आटला होता!

'परत गोळीबार वगैरे होईल, म्हणून घाबरून लोक आले नाहीत!' नेते आपल्या मनाची समजूत घालीत निराशा झाकत होते.

पण कृषिबलांनीच आता कृषी संघटनेकडे पाठ फिरवायला सुरुवात केली होती, हे सांगायला आताकुणा तज्ज्ञाची जरुरी नव्हती!

दुसऱ्या दिवशी पाच-सहा हजारांच्या प्रचंड उपस्थितीत 'भव्य मेळाव्या'च्या जिल्हा दैनिकांतील बातम्या वाचून लोकांची चांगलीच करमणूक होत होती; कारण बातम्यांवरील फोटोच गर्दीचा अंदाज सांगायला पुरेसे बोलके होते!!

शेतकरी नेता उमेश कुलकर्णीच्या मुरडवाड जिल्ह्यात अखिल भारतीय पातळीवर एक भव्य शेतकरी अधिवेशन घ्यायचे ठरले. त्याला निगवणी भागातून पाच-पन्नास कार्यकर्ते गोळा करून घेऊन जीवजीभाय गेले. अधिवेशनाच्या वेळी स्टेजच कोसळलं व त्याखाली धावलेल्या जीवजीभायचा उजवा हात मोडला! तो गळ्यात अडकवून जीवजीभाय बरेच दिवस फिरत होता. अधिवेशनाला प्रा. कुलकर्णीही गेला होता; तो राम मोहितेला म्हणाला.

'यांना स्टेजवर नाचण्याची हौस! मग घ्या की, तिथे महाप्रसादच मिळाला!'

विधानसभेच्या निवडणुका जाहीर झाल्या. कृषी संघटनेतर्फे निगवणी भागातील निवडणूक लढवायची ठरले. त्यासाठी प्रा. सतीश कुलकर्णीने अर्ज भरला. बिरनोळीचा वीरसेन चौगुलेही काँग्रेस आय तर्फे आपणास तिकीट मिळावे म्हणून प्रयत्नशील होता; तर माजी आमदार बाबुकाकाही परत सीमा संग्राम समितीतर्फे आपणास तिकीट मिळावे म्हणून खटपट करीत होता. बाकीचे पक्ष या भागात प्रभावहीन असल्याने त्यांच्या उमेदवारांचा प्रश्नच नव्हता!

आमदार, बाबुकाकाच्या वागण्याने निगवणीतील कामगार व खेड्यांवरील शेतकरी दुखावले होते; बाबुकाकांच्या मनात तंबाखू व्यापाऱ्यांबद्दल कोवळीक होती, तसेच अनेकांशी त्यांचे दोस्तानीचे संबंधही होते. त्याने आपल्या दोन-तीन वखारी अशा व्यापाऱ्यांनाच भाड्याने दिल्या होत्या! या वेळी 'केवळ व्यापारी' म्हणत निवडणूक जिंकण्यापेक्षा ती हरण्याचाच जास्त संभव होता; त्यामुळे कुरपेवाडीचा जमीनदार बयाजी सिंत्रेची वर्णी समितीच्या तिकिटासाठी लागली. सिंत्रे समितीचा निगवणी भागाचा अध्यक्ष होता, शिवाय 'रास्ता रोको'च्या काळात तो वरचेवर आपल्या गावच्या लोकांत जाऊन बसत होता. त्याची अशी सारी बाजू स्वच्छ असल्याने समितीच्या कार्यकर्त्यांना खेड्यावर पाय टाकायला तरी वाव मिळणार होता!

आय काँग्रेसच्या जिल्हा कार्यकारिणीपुढे तीन-चार अर्ज आले होते, त्यांतून बांगनूर गावच्या पीरगौड आदगौड मगदूमचा अर्ज निवडला गेला व वीरसेन चौगुलेचा अर्ज डावलण्यात आला. वीरसेन मनातून खूपच नाराज झाला होता!

कृषी संघटनेने प्रा. कुलकर्णींची तर एकमताने निवड केल्यामुळे त्या संघटनेत त्याचा कुणी स्पर्धक असण्याचा प्रश्नच येत नव्हता!

आपला अर्ज डावलल्यामुळे बाबुकाका चार-पाच दिवस दूर-दूरच होता.

आल्या-गेल्यापुढे समितीच्या कार्यकर्त्यांना शिव्या घालीत राहत होता. मग लाजेकाजेस्तव तोही त्यांच्यात मिसळू लागला! आणि मग त्याने आपली नवीन बांधलेली इमारतच समितीच्या प्रचार कार्यालयास मोफत वापरावयास दिली!

रोटरॅक्ट व रोटरी क्लबांच्या संयुक्त प्रयत्नाने तिन्ही उमेदवारांना आपापले म्हणणे मांडायला एकाच मंचावर बोलावण्यात आले.

पीरगौड मगदूम आपली बाजू मांडायला उभा राहिला. आपल्याच काँग्रेस आयमधील काही मातब्बर लोक आपली निवड झाल्यामुळे आपणास पाडायच्या कारवाया करण्यात गुंतल्याचे कानांवर आल्याने आधीच त्याची कवटी सरकली होती. भाषणाच्या आवेशात पैलवानागत उंच, धिप्पाड असणाऱ्या मगदूमने आपलं धोतर वर करीत उजवी मांडी उघडी केली व काड्दिशी शड्डू मारीत म्हटलं,

'आमच्याच पक्षातले लोक माझ्याविरुद्ध आडून-दडून कारवाया कराय् लागल्यात! ते खरं बापय् हाईत तर उघड्यावर ईवूंद्यात की! बायल्यागत लपून-लपून का? एकदा होऊन जाऊं दे आमने-सामने!' अंगात ईर आल्यागत मगदूमने भाषण केले व आपल्याच पक्षातील लोकांना आपले शत्रू करून टाकून पराभवाला जणू आमंत्रणच दिले!

प्रा. कुलकर्णींचा प्रचार करावयास शेतकरी नेता उमेश कुलकर्णीला आमंत्रण देण्यात आले. तोही आला व सभांतून भाषणे ठोकू लागला,

'मित्रहो, यापूर्वीही मी या. भागात आंदोलनाच्या प्रचारास आलो होतो. मला मत द्या म्हणून मागायला आलो तर तुम्ही जोड्याने हाणा' असे म्हणालो होतो, ही गोष्ट खरी आहे; पण मुरवाड जिल्ह्यात परवा झालेल्या शेतकरी अधिवेशनात कृषी संघटनेने राजकारणात पडायचे व निवडणुकांत आपले उमेदवार उभे करायचे, हा ठराव पास झाला आहे. त्यामुळे मत मागण्यास मी आलो आहे. पण ते मला नव्हे तर प्रा. कुलकर्णींना. आपल्या शेतकरी नेत्यांनी सत्तास्थानं हस्तगत केली तर शेतकऱ्यांच्या हिताचे कायदे करण्यास...' वगैरे.

प्रा. कुलकर्णी आपल्या भाषणात माजी आमदार बाबुकाका व तंबाखू व्यापारी यांवर टीका करी.

'समितीच्या नेत्यांनी समितीला तंबाखू व्यापाऱ्यांची बटीक बनविली आहे. हे आधी सल्ल्यासाठी शेठजीच्या पायाजवळ जातात, मग तुम्हाजवळ येतात! आम्ही काय हा सीमा भाग महाराष्ट्रात घालू नका म्हणतो आहोत का? आम्ही काय शत्रू आहोत? पण याबरोबरच आम्ही शेतकरी-कामकरी लोकांचे श्रमही तेवढेच महत्त्वाचे मानतो आणि तुम्ही आम्ही मते देऊन निवडून दिलेले समितीचे आमदार काय

करतात? अरुणाटक सरकारला आपला विरोध आहे म्हणत सरकारी कमिटीवर जाऊन जादा भत्ते व पगार उकळतात! गोळीबाराची चौकशी करायला परवा डाक बंगल्यात सरकारी कमिशन आले होते तेव्हा तुम्ही निवडून दिलेल्या या आमदारानं त्या कमिशनपुढे साक्ष काय द्यावी? तर यानं चक्क सांगितलं, शेतकऱ्यावर गोळीबार झाला तो योग्यच असून, तसे झाले नसते तर खवळलेल्या शेतकऱ्यांनी निगवणीवर हल्ला केला असता व व्यापारी लोकांची दुकानं, घरं लुटावयास आरंभ केला असता! तुम्ही निवडून दिलेल्या आमदाराला ही तुमची काळजी! कामगारांचे काही प्रश्न घेऊन आम्ही पगारवाढीच्या मागणीसाठी बाबुकाकांकडे गेलो तर यानं स्पष्ट सांगावे, 'तुम्हाला पगार कमी वाटत असेल तर घरात बसा! कामावर या म्हणून कुणी जबरदस्ती करतंय का? 'तंबाखूला योग्य भाव सरकारनं बांधून द्यावेत,' असे आम्ही सांगायला गेलो तर हे राजश्री म्हणतात, 'आपल्या शेतात तंबाखूच लावावा, असं काय फर्मान काढलंय सरकारनं? भाव येत नाही तर तंबाखू लावता कशाला तुम्ही? लावू नका तंबाखू!' तुम्हाला शहाणपणा शिकविणाऱ्या तुमच्या त्या जीवजीभायकडून आणखी थोडा शहाणपणा शिकत जावा! त्याला विचारा, 'त्यानं कधी आपल्या शेतात तंबाखू लावलाय का?' हा असा आपला आमदार व अशी त्याची समिती! इतके दिवस आपण हजारो शेतकरी रस्त्यावर बसला होतात, पण एकदाही हा आमदार तुमची चौकशी करायला संग्रामनगरात आलेला नव्हता!

लोकांच्या शीघ्र विस्मृतीचा फायदा घेऊन ही अगदी खोटी टीका प्रा. कुलकर्णी करीत होता. जिल्हा पेपर चाळले तरी आमदाराने, संग्रामनगरात दिलेल्या भेटीचा वृत्तांत खुद्द त्यानेच लिहून पाठविलेला, पाहायला मिळाला असता! पण प्रेमात काय, युद्धात काय आणि निवडणुकांत काय, सारं काही माफ असतं!!

आमदारकी भोगलेल्या बाबुकाकाला प्रसिद्धीचं महत्त्व कळत नव्हतं. अशा खोट्या आरोपावरही आपण गप्प बसलो तर ते सारं खरंच आहे, असे जनतेला वाटेल, हे समजत नव्हतं. 'तुम्ही खुलासा करा, पत्रक काढा 'म्हटलं की तो सांगत होता,

'बोंब मारंना का त्यो माज्या नावानं! माजं काय झ्याट् वाकडं होत न्हाई! एवढं करूनबी त्यो काय निवडून येतोय म्हंतोस? अरे, कधी आलाता?'

वीरसेन चौगुलेनंही तिकडे मिशावर ताव देण्यास सुरुवात केली होती. भर सभेत मगदूमनं मारलेला शड्डू हा आपणासाठीच आहे, हे त्यानं जीवाला लावून घेतलं होतं; तो म्हणून दाखवीत होता,

'कोण बायल्या आनी कोण बापय् हे आता दिसूनच येतंय्! घोडा मैदान काय दूर न्हाई. न्हाई पीरगौंड्याला पाडला तर बाचं नाव लावणार न्हाई!'

आणि वीरसेन बांगनूरच्या परिसरातील खेड्यात स्वतःची गाडी फिरवून, पेट्रोलला व कार्यकर्त्यांना स्वतःच्या खिशातले पैसे खर्च करून समितीच्या सिंत्रेचा प्रचार करू

लागला... खासगीत बोलून दाखवू लागला,

'यामुळे काँग्रेसचं सभासदत्व बोंबलत गेलं तरी झेटागिती! मी न्हाई, तर तूबी न्हाई! बघूया, पीरगौंड्या कसा निवडून येतोय ते, आनी त्यो बामनबी.' प्रा. कुलकर्णीमुळं खेड्यावरील वीरसेनच्या नेतृत्वाला शह बसत होता. समितीचा सिंत्रे निवडून आला तर परस्पर त्या कुलकर्णीअप्पाचाही मोळा मोडत होता!

निगवणीतील नेताजी चौकात कृषी संघटनेची सभा सुरू होती. स्टेजजवळ युनियनच्या बायका बसल्या होत्या, भोवताली नागरिक. उमेश कुलकर्णीनं बोलण्याच्या ओघात समितीवर टीका सुरू केलीच. सीमा प्रश्नालाही धोपटण्यास सुरुवात केली.

'सीमा प्रश्न, सीमा प्रश्न असा काय आहे? मी अरुणाटकाच्या मुख्यमंत्र्याला सांगू इच्छितो, आधी शेतकऱ्यांचे प्रश्न सोडव, सीमाभागच काय, अख्खा महाराष्ट्र मी अरुणाटकात घालायला लावतो! पोटाचा प्रश्न आधी. त्यापेक्षा सीमा प्रश्न महत्त्वाचा नाही!!'

सीमा प्रश्न हे नाजूक जागेचं दुखणं होतं; त्याला डिवचून उमेश कुलकर्णी लोकांच्या शिव्या खाऊ लागला. स्टेजजवळ साऱ्या मजूर स्त्रिया बसल्या होत्या; म्हणून लोकांनी संताप आवरला, नपेक्षा सभेत दंगल होऊन स्टेजवर लोकांनी जोडे फेकले असते! पण होणारं टळत नाही; एका ठिकाणी ते चुकले म्हणून दुसरीकडे ते चुकतेच असे नाही...!

गौन्हीहाळ गावी कृषी संघटनेची प्रचार सभा चालू होती... उमेश कुलकर्णीने सीमा प्रश्नाची टिंगल-टवाळी सुरू केली आणि खवळलेल्या खेडुतांनी स्टेजवर जोडे फेकायला सुरुवात केली! तशी शेतकरी पुढाऱ्यांना पळता भुई थोडी झाली!

विशेष म्हणजे तंबाखू आंदोलनात बळी गेलेल्या परसराम गुरवाचे हे गाव होते. लोकांच्या मनात सीमा प्रश्नाबद्दल काय भावना आहे, याची पुरीशी कल्पना नसलेल्या 'साहेबा'ने या गावात हकनाक आपली बेअब्रू करून घेतली होती!

समितीची काही कार्यकर्ती पोरं लेखक मोहितेकडे आली व म्हणू लागली,

'गेल्या वेळी बाबुकाकाच्या इलेक्शनमध्ये आपण जसे दोन लेख प्रचार करावयास लिहून दिले होते, तसे द्या; आम्ही प्रसिद्ध करतो! त्यो बामण लै उड्या माराय लागलाय तिफडं!'

कामगारांच्यात एकी निर्माण करून कुलकर्णीनं जे काही कार्य केलं होत ते हिमालयाएवढं मोठं व उत्तुंग होतं. तो बामन असला म्हणून काय झालं? सर्व उमेदवारांत केवळ तोच एकटा लायक होता, कायकर्ता म्हणून व नेता म्हणूनही/ त्यामुळं मोहितेनं मनोमन ठरविलं होतं की, प्रा. कुलकर्णीविरुद्ध एक शब्दही लिहायचा नाही! त्यानं सांगितलं,

'किराणा दुकानाच्या कामात मला कुठली आलीय सवड? दुसऱ्या कुणाकडून तरी...'

केवळ व्यापाऱ्यांची गैरमर्जी होऊ नये म्हणून समितीने कामगार व शेतकऱ्यांच्या प्रश्नांकडे सोयिस्करपणे पाठ फिरविली होती व आता त्यांच्याचकडे मते मागायला तिला काय हक्क होता? सीमा प्रश्न हा महत्त्वाचा होताच, पण म्हणून जनतेच्या इतर प्रश्नांकडे पाहायचेही नाही, म्हणजे काय? राम मोहितेला खात्री होती, प्रा. कुलकर्णी समितीचा बुलंद बुरुज नक्कीच गदगदा हलवून टाकणार!

निवडणुकीचा निकाल लागला. केवळ तीन-चार हजारांचे अंतर पडले व प्रा. कुलकर्णीला पराभव पत्करावा लागला!

'पडला तरी हरकत नाही, पण चांगली टक्कर दिली कुलकर्णीनं. निगवणीत कितीशी मतं पडलीत समितीला? कामगार वस्तीचं हे गाव; भरभरून मतं त्या कुलकर्णीला! तंबाखू व्यापाऱ्यांच्या जीवावर उड्या मारायचे दिवस गेले आता! उगंच त्यो वीरसेन चौगुले होता समितीच्या बाजूला, म्हणून त्या बाजूची जास्त मतं पडली समितीच्या सिंत्रेला नि तो तीन-चार हजारांच्या मतानं वाढून आला; नपेक्षा या खेपी समिती जात होती बाराच्या भावात!!'

'त्या शेतकरी साहेबांचं मात्र पार वांगं-पो झालं या भागात' मतं मागाय तुम्हाकडं आलो तर जोड्यानं मारा म्हणायचा त्यो. 'गौन्हीहाळच्या लोकांनी खरोखरच तसं केलं! त्यो शेतकरी' साहेब 'गळ्यात हार घालून घेत या निगवणी भागात आला हुता आणि परत जाताना असं जोडं खाऊन गेला! सीमा प्रश्नाची टिंगल करायची म्हंजे काय हलकी गोष्ट झाली? सत्याग्रहापास्नं साराबंदीपर्यंत काय एक सोसलंय लोकांनी? सीमा लढ्यातही हुतात्मा झाल्यालं हैत. जखमी झाल्यालं हैत. लाठ्या-गोळ्या खाल्ल्यालं लोक हैत!'

'बरोबर हाय! एक प्रश्न पोटाचा हाय, तर दुसरा भावनेचा! अभिमानाचा! अस्मिता का काय म्हंत्यात त्येचा! नुस्ता पोटाचा प्रश्न धरून बसलं तर माणूस नि जनावर यात फरक त्यो काय ऱ्हायला?'

रात्रीच्या दहानंतर मतमोजणीला तालुक्याच्या गावाला गेलेले, विजयी झालेल्या सीमा संग्राम समितीचे लोक निगवणीला परतले आणि बयाजी सिंत्रेची मिरवणूक निघाली...

ढोल, ताशे, गुलाल व दारू - उडविण्याचीही व पिण्याचीही ... एकच
आनंदोत्सव सुरू झाला...

एका ॲम्बेसिडरवरच्या कॅरिअरवर फळ्या बांधून बैठक तयार केली होती व तीवर बयाजी सिंत्रे व त्याला चिकटून बाबुकाका चौगुले बसले होते. सिंत्रेने भगवा

फेटा बांधला होता व दोघेही हार-गुलालाने माखून गेले होते!

समितीच्या झेंड्याखाली आम्ही कुणालाही निवडून आणू शकतो हे बाबुकाकाला दाखवायचं होतं. सिंत्रेशेजारी बसून, या विजयाचे श्रेय आपणालाच आहे, हेही बाबुकाकाला सुचवायचं होतं...

या विजयाचा खरा शिल्पकार आय काँग्रेसचा वीरसेन चौगुले आहे, याची जाणीव असलेले लोक फारच थोडे मिरवणुकीत आता शिल्लक होते. कारण बहुतेकांच्या पोटात बरीचशी 'पडल्या'मुळे त्यांच्या जाणिवा बोथट झाल्या होत्या. ताशे व बॅण्डच्या पथकामुळे झिंग आणखीन चढत होती व अंगात आल्यागत काही तरणी पोरं बॅण्डवाल्यांच्यामध्ये व ताशेवाल्यांच्या समोर नाचत होती; तर काही जण हातातल्या पिशवीतील चिरमुरे नाचणाऱ्यांच्या डोईवर उधळत होती.

'सीमा समितीचा...'

'विजय असो!'

'बाबुकाका...'

'झिंदाबाद!'

'जीवजीभाय...'

'मुर्दाबाद!'

हव्या त्या (व नको त्याही) घोषणा झडत होत्या; कशाची कुणाला शुद्ध नव्हती, कुणाची कुणाला दाद नव्हती!

मिरवणुकीच्या रस्त्याच्या थोडा आत असा जीवजीभायचा बंगला होता... बेभान झालेल्या लोकांचा एक गट नाचत, उड्या मारत बंगल्यापुढे गेला आणि जीवजीभायच्या नावाने शिमगा करू लागला,

'अरे, ये रे ये! भाहीर ये! गेल्या खेपी तुला लोळीवलं हुतं ! याखेपी तुज भावलंबी लोळीवलंय!'

बोलणारे शड्डू मारीत होते, अर्वाच्च शिव्या देत होते. कर उडवायला चाललेल्या बैलागत थगांगा नाचत होते! तर काही लोक रस्त्याकडेची दगडं शोधत होते! सीमा समितीचा निगवणी भागाचा चिटणीस प्रा. झुंझार धारकर होता. प्रा. कुलकर्णीला कॉलेजमधून काढायचे सर्व प्रयत्न विफल झाल्यावर शेठ जयपुरीया, बाबुकाका, चौगुले आदींनी प्रा. झुंझार धारकरला कॉलेजमध्ये चिकटवून शहास काटशह देण्याचा प्रयत्न केला होता. चार पोरं जमवून प्रा. कुलकर्णी जसा हुडद्या घालू शकत होता, तशीच क्षमता प्रा. धारकरच्याही अंगात होती!!

पी. एस. आय दोड्डमणी प्रा. धारकरजवळ आला व म्हणाला,

'तुम्ही त्या लोकांना आधी आवरा! बंगल्यावर ते दगडफेक करतील, तसं काही झालं तर लाठीचार्जचा हुकूम, नाइलाजाने मला पोलिसांना द्यावा लागेल! '

तसा प्रा. धारकर चार कार्यकर्त्यांना घेऊन पळतच बंगल्यापुढे गेला व त्याने तिथे जमलेल्या लोकांना उस्कलून परत मिरवणुकीत आणले!

मिरवणूक गल्लीबोळातून फिरवली जात होती, त्यामुळे रात्रीचा बाराचा सुमार झाला तरी ती आवरायचे चिन्ह दिसेना. हाताखालच्या त्या चार-सहा पोलिसांना सूचना देऊन पी. एस. आय. दोड्डमणी कचेरीपुढल्या आपल्या बंगल्याकडे सटकला! निम्मं गाव फिरून झालं, आता काही अनुचित प्रकार घडणार नाही, बंदोबस्ताला आहेतच पोलीस, असा विचार करून दोड्डमणी निघून गेला...

शिवाजी चौकातील महाराजांच्या अश्वारूढ पुतळ्याला हार चालून झाल्यावर, आता शेवटपर्यंत कशाला राहायला हवे आपण, असा विचार करून प्रा. धारकरही मिरवणुकीतून हळूच बाजूस सरकला! गेला दीडेक महिना खूप त्रास झालाय आपणाला. बिनघोरपणे झोपही आली नाही काही! आज भरपेट जेवू आणि तुस्तपणे ताणून देऊ!

शिवाजी चौकातून बाहेर पडलेली मिरवणूक नेताजी चौकात आली व तिथून उजवीकडे वळण घेऊन महादेव गल्लीत घुसली. देवळापुढून फुटलेल्या गल्लीतच प्रा. कुलकर्णीचं घर होतं. 'त्या' गल्लीतून मिरवणूक न्यायचा आग्रह काही पिंडकफुल्ल लोक करीत होते. तसा बहिरी ससाण्याच्या नजरेचा बाबुकाका म्हणाला,

'ये ऽ, चला रे गप्प? 'त्या' कुलकर्णीच्या घराम्होरं आनी तुमची डोस्की फिरतील!'

तशी मिरवणूक पुढं चालली. प्रा. कुलकर्णीचं घर चुकवून. दुसऱ्या रस्त्याने. तसा दारू पिऊन दंगल करायची सवय असलेला, चेव चढलेला एक गट मिरवणुकीतून तुटला आणि उजवीकडील बोळकंडीतून प्रा. कुलकर्णीच्या घराकडे चालू लागला. जाता जाता बोळकुंडीत सापडतील तसली दगडं गोळा करीत, ओरडत 'बामनाची ऽ... भाँ!!' म्हणत चालला...

प्रा. कुलकर्णीचं घर आलं; तसा तो गट घरावर भिरीऽरी दगडफेक करू लागला. तोंडाने वाईट-वंगाळ शिव्या देत, 'बामण मेला रे मेला' असे ओरडून खोटा गळा काढत व ठो ऽ ठो ऽ ठो ऽ बोंबलत ही तुफान दगडफेक चालू होती... आंदोलनाच्या वेळच्या दंगलीतही अशीच दगडफेक झाली होती व घरावर लावलेला युनियनचा बोर्ड लोकांनी ओढून काढून मोडून टाकला होता.. आता नवा बोर्ड करून लावला होता, त्याचीही पूर्वीसारखीच हालत करण्यात आली! पिसाटागत काही जण त्या बोर्डावर नाचू लागले...

पलीकडील गल्लीत उडालेला हा कल्लोळ आता मिरवणुकीत ऐकू येऊ लागला... बाबुकाकानं काय झालं असावं, ते ताडलं आणि बंदोबस्ताला म्हणून आलेल्या व मिरवणुकीच्या मागून-मागून चालणाऱ्या पोलिसांना फर्माविले,

'अरे ऽ ये ऽ त्ये कोण कोण फोदरीचं गेलं बघा - त्या पलीकडल्या गल्लीत...

ढुंगणावर काठ्या लगावून आणा जावा त्यास्नी!

'वरनं'च फायरिंग झाल्यागत पोलिस दचकले व मागे वळून पळत-पळत पलीकडील गल्लीकडे जाऊ लागले...!

'बंदोबस्त करत्यात म्हणं, हरामखोर साले!' सहज बोलल्यागत बाबुकाका म्हणाला 'फुकटबी कोण ठेवून ध्याचं न्हाई, चोदीच्यास्नी कामावर!

पोलीस प्रा. कुलकर्णीचं घर असलेल्या गल्लीत आले. तिथे शिमगा ऐन रंगात आला होता स्टेजविना चाललेली, ओपन एअरमधील ती रोचक करमणूक वाटली पोलिसांना... काही वेळ ती पाहत ते राहिले.

काठ्या सरसावून पोलीस आपल्या अंगावर धावून येत नाहीत, हे दिसून येताच त्या दंगलखोरांना आणखीन जोर चढला!

थोडा वेळ असाच जाऊ दिल्यावर पोलीस पुढे झाले व प्रेमाने दटावावं तशा आवाजात म्हणू लागले, 'ये ऽ फुरं रे! फुरं. चला आता! ये ऽ उठ रे, उठ लेका! उठ, तुला लोळायचं हाय तर आपल्या घरात जाऊन लोळ जा, हितं रस्त्यात लोळू नकोस. उठ! ये ऽ, तु रे, तूबी!! चला उठा!'

नाकासमोरील वाट सोडून आडगारात शिरलेल्या मेंढरास्नी ताणवत धनगर वाटेवर आणतात, तसा प्रकार सुरू झाला. चालता-चालता कोण पडत होते, कोण लोळत होते व परत उठून चालण्याचा प्रयत्न करीत होते.

'आयला ऽ झवा, या निवडणुकीच्या! ते पुढारी स्साले!' चालता - चालता, लोळता - लोळता लोक बरळत होते... आपण कोणाला शिव्या देतोय, काय करतोय याची त्यांना धड शुद्धही नव्हती...

'हे हेच लोक... समाजाच्या तळच्या थरातले... पददलित, दलित... ज्यांच्या बायका-मुली, आया-बहिणी वखारीतून कामे करतात, फॅक्टरीतून बिड्यांची हजेरी आणून बिड्या वळतात, या मजूर स्त्रियांना सुख मिळावे, त्यांचे श्रम कमी व्हावे, कामाचे तास कायद्यानुसार असावेत, सरकारने ठरवून दिलेले वेतन यांना मिळावे, म्हणून आजवर तुम्ही लढे उभारलेत, उपोषणं केलीत, पोलिसांच्या लॉकअपमधील चिलटांच्या खोलीत रात्र रात्र काढलीत... तेच हे कृतघ्न लोक आज शिव्या देऊन तुमचा उद्धार करीत आहेत. अखेर हे सारं कुणासाठी? कुणासाठी ही सारी धडपड...? तुम्ही यांच्या भल्यासाठी जीवाचं रान करायचं आणि सत्तास्थानं, मानसन्मान इतरानी उपभोगायचा...? अखेर हे सारं का...? कुणासाठी...? इतरांच्या सुखाचा विचार करताना माझा... माझ्या या छोट्या-छोट्या मुलांचा तुम्ही काही विचार तरी करणार आहात का...? की... की...?'

शब्द कानांवर पडत होते. फार दिवसांचे मनात साचलेले,.. आपल्या या पत्नीनं आपल्यासाठी काय सोसलं नाही? सुरुवातीच्या काळात बिडी फॅक्टरीवाले

व वखारवाले मजूर बायकांना पैसे देऊन शिकवून पाठवीत, आपली पत्नी कुठं बाजारहाटाला बाहेर पडली की तिच्यामागून शिव्या देत, वाईटसाईट बोलत जायचे... तो सारा मानसिक छळ हिनं सोसलाय, पचवलाय... प्राध्यापकाची पत्नी म्हणून हिची किती स्वप्ने असतील! त्या साऱ्यांना हिने मूठमाती दिलीय... आपल्या खांद्याला खांदा भिडवून ही मजुरात कार्य करतेय.

प्रा. सतीश कुलकर्णीच्या मनात एक वादळ घोंघावत होतं...

मघा बाहेर उठलेल्या वादळात तो भुईत घट्ट मुळे रोवून उभ्या असलेल्या वृक्षागत अविचल उभा होता...?

पण पत्नीच्या डोळ्यांतील अश्रूंनी त्याच्या पायांशी वणवा पेटला आणि आपण कुठल्याही क्षणी आता त्यात कोसळतो, असे त्याला वाटू लागले..!

अलीकडे जीवजीभायने जिल्हा दैनिकातून फेडरेशनवर असलेल्या लोकांवर टीकेची झोड उठविली होती. वार्ताहर सारे खिशात होते. जीवजीभायच्या बातम्या त्वरित प्रसिद्ध होत होत्या. प्रसिद्धीचं महत्त्व किती हे जीवजीभाय जाणून होता. जिल्ह्याच्या दै. 'कुठार'चा वार्ताहर तर जीवजीभायकडे हमेशा आढळे. जीवजीभाय संध्याकाळी आपल्या शेतीवाडीकडे चालला की त्याच्या आधी 'कुठार'च्या वार्ताहराच्या दारी त्याला गाडीत टाकूनच तो शेताकडे घेऊन जाई. पैशाने पत्रकार, संपादक, लेखक विकत घेता येतात, हे तो जाणून होता. केवळ राम मोहितेच्या बाबतीत त्याला वेगळा अनुभव आला होता. हा माणूस विकला जाणाऱ्यांपैकी नाही, हे त्यानं ओळखलं होतं. कधी-मधी त्याच्याशी मनमोकळेपणाने गप्पा मारायला म्हणूनच त्याला कमीपणा वाटत नव्हता.

फेडरेशनवरची मुख्य टीका म्हणजे, त्याच्यावरच्या लोकांना शेतकऱ्यांविषयी आस्था नाही! दुसरं म्हणजे, ते लोक भ्रष्ट असून, आपली तुंबडी कशी भरेल, एवढंच जाणणारे आहेत! अशा फेडरेशनमुळे शेतकऱ्यांचे काहीच कल्याण होणार नाही!

'हे भ्रष्ट लोक बदलले नाहीत तर कृषी संघटनेला परत आंदोलन उभे करावे लागेल.' अशा बातम्या जिल्हापत्रात प्रसिद्ध होऊ लागल्या.

नंतर आठवड्याने निराळीच वार्ता प्रसिद्ध झाली. 'फेडरेशनच्या अकार्यक्षम कारभाराचा निषेध म्हणून कृषी संघटनेतर्फे कलेक्टर कचेरीवर लवकरच एक मोर्चा आयोजित करण्यात येणार असून, या मोर्चाचे नेतृत्व मानवतावादी नेते जीवजीभाय करणार आहेत!'

जीवजीभायला 'मानवतावादी नेते' म्हणून विशेषण लावणाऱ्या वार्ताहराच्या सुपीक डोक्याची खरोखर तारीफ करायला हवी!

पण या मानवतावादी नेत्याने बंगल्याभोवतालच्या कुंपणाजवळ पडलेल्या वाळक्या काटक्या गोळा करणाऱ्या दलित समाजातील डोंबारी-मांगगारुडी स्त्रियांना आपल्या गड्यांकरवी मारहाण केली होती... अर्थात हे सारं मानवतावादी नेत्याचं व्यवच्छेदक लक्षण असावं!

या अशा बातम्या आठ-पंधरा दिवसांनी प्रसिद्ध होत होत्या आणि मग एके दिवशी एक वेगळीच बातमी लोकांनी वाचली -

'अखिल भारतीय तंबाखू महामंडळावर सरकारने जीवजीभायची अध्यक्ष म्हणून नेमणूक केली आहे !'

बातमीवर जीवजीभायचा फोटो व त्याच्या खाली त्याचे थोडक्यात चरित्र!

'आता घ्या! सारा गोंधळच गोंधळ, शेतकरी कल्याणाचा! महामंडळावर तंबाखूसम्राट शेठ जयपुरीयाची नेमणूक करून जसा शेतकऱ्यांचा काही फायदा नाही, तसंच जीवजीभायचा गणपती करून, 'त्या' खुर्चीवर स्थापना करूनही कुणाचं कल्याण नाही! तंबाखू व्यवसायातील सर्वंकष ज्ञानाबाबतीत शेठ जयपुरीयाचा हात धरणारा हरीचा लाल क्वचितच कुणी असेल आणि म्हणून अशा माणसाची नेमणूक केली तर व्यापाऱ्यांना सोईस्कर अशीच धोरणे आखली जाऊन त्यांचंच कोटकल्याण होणार.'

बातमी वाचून स्टॅण्डवरील न्हाव्याच्या दुकानात दाढ्या खाजळत नंबर लावून बसलेले लोक बोलत होते.

'होय, बरोबर आहे केशवराव तुमचं!' कुणीसं किल्ली देत होतं!

'आणि या जीवजीभायला शेतकऱ्यांबद्दल आस्था वगैरे सारं काही आहे, हे कबूल, पण याच तंबाखू धंद्याबद्दलच अटकोविकटो ज्ञान! त्यामुळे शेतकऱ्याचं कल्याण तर बोंबललं, उलट त्या महामंडळाचाच बोऱ्या वाजायचा!!'

ही बातमी प्रसिद्ध होण्यापूर्वी जीवजीभाय चार पाच दिवस राजधानीच्या शहरी मुक्काम ठोकून होता, ही मात्र सत्य पण अप्रसिद्ध बातमी असल्याने ती लोकांना माहीत असणे संभवनीय नव्हते!

डॉ. निकमच्या दवाखान्यात चेकअप करून घेतल्याबर एके दिवशी रात्री साडेआठच्या दरम्यान जीवजीभाय लेखक राम मोहितेच्या दुकानात आला.

'काय चाललंय?' जवळच्या पेटाऱ्यावर बसत त्यानं राम मोहितेला विचारलं.

'काय नाही; आता सारं आवरून निघणार होतो घराकडं...!' आणि मोहिते म्हणाला, 'परवा आपल्या निवडीची बातमी वाचली. कॅाँग्रेच्युलेशन्स!'

'थँक यू!' जीवजीभाय म्हणाला, 'आता आपल राहिलेलं आयुष्य शेतकऱ्याचं कल्याण करण्यात घालवायचं मी योजलं आहे.'

रंगात येऊन जीवजीभाय असं बरंच काही सांगत राहिला... तो पुरता गुंगला

आहे व त्यामुळे बराच बेसावध आहे, हे जाणताच राम मोहितेनं विचारलं,

'जीवजीभाय, प्रा. कुलकर्णी म्हणतात, तंबाखू आंदोलनाच्या वेळी तुम्ही खर्च केलेली नव्या पैशापर्यंत सर्व रक्कम आपण परत केलीय, हे खरंय का?

'खर्च झालेल्या सर्व रकमांची बिलं, व्हाऊचर्स माझ्याकडे आहेत. कुणीही ती पाहू शकता! याउलट, त्याच्या घरातील टेलिफोनचे साडे-चार हजार रुपयांचे बिल तटले होते, ते सर्व 'कृषी संघटने'मार्फत मी पेड केले आहे! त्या निवडणुकीत काय झालं, ते ठाऊकच आहे तुम्हाला! वास्तविक 'कृषी संघटने'ने ही निवडणूक लढवायला नको होती; पण अर्ज मागे घ्यावयाची शेवटची तारीख होती तेव्हा हा राजधानीत दै. 'नवप्रभा'चा प्रतिनिधी म्हणून गेला होता, नव्या सरकारच्या अधिकारग्रहण सोहळ्याचा स्पेशल रिपोर्ट आणायला! बरं, एकदा 'कृषी संघटने 'तर्फे उमेदवारी जाहीर केलीय म्हटल्यावर निवडणूक तर लढवायला हवी! कशी लढवणार म्हणून विचारले तर, 'आम्ही व्हिक्की, स्कूटरीवरून खेड्यांवर फिरून प्रचार करू!' म्हणाले! आता 'अशा' निवडणुका लढवतात का कुठं..? 'कृषी संघटने'चा या भागाचा अध्यक्ष म्हणून मग मलाही यांच्यासह गाडी घेऊन फिरावेच लागले! प्रचाराला म्हणून उमेश कुलकर्णींना बोलावून आणलं. त्याना इकडील सीमा प्रश्नाबद्दल काही माहिती नाही, सभेत त्याविरुद्ध जीभ सैल सोडून बोलू लागले, स्टेजवर जोडे फेकलेच नव्हे, खेड्यावरच्या लोकांनी!'

या जोडेफेकीबद्दल राम मोहितेच्या तसं निवडणुकीच्या वेळी कानांवर आलं होतं, पण अफवा असावी समितीवाल्यांनी उठविलेली असं समजून त्यानं विश्वास ठेवला नव्हता, पण आता खुद्द जीवजीभायच सांगतोय म्हणजे ते खरं असणारच!

'ते जोडे येथील सभेतच पडायचे व दंगल उसळायची पण स्टेजच्या जवळ कामगार स्त्रिया होत्या म्हणून लोकांनी संताप आवरला!' राम मोहिते म्हणाला.

'तालुका बोर्डाचे इलेक्शन परवा झाले, त्यात यानी डी. जी. तांबेकरला उभे केले. हुतात्मा निधीतील पैसे खाल्लेला तांबेकर आहे, खेड्यांवर हे पुष्कळ लोकांना माहीतही आहे. 'त्याला उभे करायला नको,' असे मी म्हणत होतो, पण कुणी ऐकलं नाही. इलेक्शनमध्ये तांबेकर पडला; अब्रू आपल्या 'कृषी संघटने'चीच गेली ना? आपलं कुणी ऐकत नाही; खालून वरपर्यंत ही सारी 'जानवी'च जमा झाली; मग म्हटलं, कशाला राहायचं अध्यक्षपदावर म्हणून राजीनामा दिला...! पण उमेश कुलकर्णींनी आग्रह केला; खेड्यावरील कार्यकर्तेही म्हणाले, 'तुम्ही आम्हाला हवे आहात,' म्हणून राजीनामा मागे घेतला... आणखी एक सांगायचं म्हणजे प्रा. कुलकर्णी बुडाखाली टी. व्ही. एस. घेऊन फिरतात ती माझी; नंतर पैसे देतो म्हणालेत ते इतके दिवस, महिने झाले तरी देतायतच!! परवा गौस शेखकडून निरोप पाठवला की, 'बाबा रे, माझा टी. व्ही. एस. साठी नोंदविलेला नंबर आलाय; तेव्हा

आता तरी पैसे दे; ते भरून मी माझी गाडी तर ताब्यात घेतो!' पण अजून तरी त्यांच्याकडून पैसे आलेले नाहीत!

'परवाच्या म्युन्सिपालिटीच्या इलेक्शनमध्ये त्यांच्या कामगार संघटनेने सर्व वॉर्डात चांगलेच यश मिळवलेय, अचानक स्टे आणला गेला, नपेक्षा या गावची म्युन्सिपालिटी आता प्रा. कुलकर्णीच्या मुठीत दिसली नसती का...?

'हे पाहा मोहिते, मी या इलेक्शनच्या राजकारणात नाही. मी पैसे देऊन, खर्च-करून अनेक अनुभव विकत घेतलेत. आता हा इलेक्शन आदी गोष्टींचा आपल्याला वीट आलाय. आपलं ध्येय काय? तर शेतकऱ्याचं कल्याण. त्यासाठी या तंबाखू व्यापाऱ्यांशी आमची लढाई पुढेही चालणारच आहे. हे काही इथंच संपलं नाही! ही सुरुवात आहे, खरी लढत पुढेच आहे.'

'ही लढाई, लढत, झुंज, झोंबी की...'

'आमचं कार्य चालूच राहणार; मग याला तुम्ही काहीही नाव द्या!'

'हे झोंबडं आहे, असं मला तरी वाटतं बघा जीवजीभाय...!' आणि मोहिते म्हणाला, 'लढाई, लढत, झुंज वा झोंबी ही हारजीतचा फैसला झाल्यावर संपत असते आणि हारलेल्या भिडूशी जिंकलेला नंतर लढायला राजीही नसतो! पण झोंबड्यामध्ये हारलेला भिडू परत उठून नव्या जोमाने जिंकलेल्याला भिडत असतो आणि याहून खरं सांगायचं तर हे झोंबडं तंबाखूसम्राट जयपुरीया व तुम्ही, या दोघांतच आहे! 'नि मानभावीपणे मोहितेनं विचारलं, 'जास्त खरं बोललो म्हणून राग नाही ना आलो तुम्हाला? कारण तुम्हासारख्या बड्यांच्या भोवती खोट्या स्तुतिपाठकांचं नेहमी कोंडाळं असतं; त्यामुळे खऱ्याची, खऱ्या बोलण्याची एखादेवेळी ॲलर्जी व्हायची!'

महाराष्ट्र शासनाचं साहित्य संस्कृती मंडळ अलीकडे 'रायटर्स वर्कशॉप 'भरवीत होतं. या वर्कशॉपमधून किती लेखक नावारूपाला येतात, हा एक प्रश्नच होता? असं राम मोहितेला वाटत होतं; पण अखेरचं म्हणून एक वर्कशॉप निगवणीपासून तीन एक तासांच्या अंतरावरील महाराष्ट्रातील एका जिल्ह्याच्या शहरी भरविलं जात होतं. साहित्य संस्कृती मंडळाचा सभासद, 'आयगार' हे आत्म चरित्र लिहून नावारूपास आलेला प्रसिद्ध दलित कवी कुंदा गायकवाडाच्या हस्ते नवे लेखक घडविण्याच्या त्या शिबिराचा समारोप समारंभ होता.

राम मोहितेला मार्गदर्शक म्हणून त्या शिबिराचं आमंत्रण आलं. तेवढीच चार दिवस हवापालट म्हणून तो गेला होता. कुंदा गायकवाडच्या काव्यसंग्रहाला व राम मोहितेच्या कथासंग्रहाला चार-पाच वर्षांपूर्वी एकाच वेळी राज्यपुरस्कार मिळाला होता व पारितोषिक वितरण समारंभाच्या वेळी दोघांची ओळखही झाली 'रायटर्स

वर्कशॉप'च्या समारोपाच्या वेळी ही ओळख परत ताजी झाली.

समारोप समारंभ संपल्यावर कुंदा गायकवाड म्हणाला,

'आमच्या मुंबईला एक न्यूजरील दाखवली जात आहे. खरोखर इफेक्टिव्ह आहे ती फिल्म! ती पाहून मला तुमच्या कथाकादंबऱ्यांची आठवण झाली!'

'असं आहे तरी काय त्यात?' औत्सुक्याने मोहितेने विचारले.

'तंबाखूच्या कामाला मजूर बायका हातावर भाकर घेऊन येताहेत, मजूर बायकांचा संप सुरू आहे, त्या संपकरी बायकांत उभा राहून तुमच्या गावचा तो कामगार नेता...!'

'प्रा. कुलकर्णी, प्रा. सतीश कुलकर्णी!'

'हां, हां, तोच! तो जोरजोराने हातवारे करीत भाषण करतो आहे... खरंच का, अशी भयावह परिस्थिती आहे आपल्या 'निगवणीतं...? न्यूजमध्ये दाखविलं गेलंय ते सारं खरंच आहे का?'

'असं आहे बघा गायकवाड, पाण्यावरच्या बर्फागत आहे हे. पाण्यावर जेवढं दिसतंय तेच केवळ सत्य नव्हे! पाण्याखालीही बुडी मारावी, दमछाक होईपर्यंत तळ गाठण्याचा प्रयत्न करावा, तेव्हा कुठे खऱ्या सत्याचे दर्शन होते!'

'खरे सत्य आहे तरी काय मग?'

'ते सारं अशा ओझरत्या भेटीत सांगून संपणारं नव्हे; तो एक स्वतंत्र व्याख्यानाचाच विषय आहे म्हणा! थोडक्यात म्हणजे दोन तालेवारांमधील झोंबडं, हेच केवळ त्यात सत्य आहे! भारतातील कुठल्याही भागात जा, तिथं बुडाखाली बक्कळ पैसा असलेले निदान दोन तालेवार तरी असतातच व पैशाच्या जोरावर समाजकारण, राजकारण करण्याचे निमित्त करून त्यांचं कायम झोंबडं चालू असतं. एकमेकांवर मात करावयाची साधनं म्हणून हे लोक माणसं वापरत असतात. काही इकडे असतात, काही तिकडे असतात हे 'छू:' घालतात त्यांच्या-त्यांच्यात, आनी झोंबडं लावून रिकामे होतात. एखाद्याकडील हरला की दुसरा विजयोन्मादाने थयथय नाचायला लागतो, तोवर पराजित मनात काही डावपेच ठेवून परत त्याला भिडतो! सुटलं-सुटलं, संपलं-संपलं, अस वाटतंय तोवर परत झोंबडं चालू राहतं! त्यात वेगळं काय नाही गायकवाड! लोकशाही भारतात किंवा भारतातील तथाकथित निरोगी लोकशाहीत! आढळणारी रोझाना स्टोरी आहे ही...! इथं एका भिडूचं नाव आहे शेठ जयपुरीया, तर दुसऱ्याचं जीवजीभाय! आणि यांचं हे झोंबडं दोघांतील कुणी एक 'संपेल' तेव्हाच खऱ्या अर्थानं संपायचं!!'

❖